TẠP CHÍ VIÊN GIÁC
SỐ 267 - THÁNG 6/2025

VIÊN GIÁC

TẠP CHÍ CỦA NGƯỜI VIỆT TỴ NẠN & PHẬT TỬ VIỆT NAM
TẠI CỘNG HÒA LIÊN BANG ĐỨC

Chủ nhiệm Sáng lập: H.T. Thích Như Điển
Chủ bút: Nguyên Đạo | Quản lý Tòa soạn: Thị Tâm
Tòa soạn: Chùa/Pagode Viên Giác
Karlsruher Str. 6 - 30519 Hannover - Germany
Tel. +49 511 87 96 30 | Fax : +49 511 87 941 200
Website: https://www.viengiac.info

VIÊN GIÁC

TẠP CHÍ CỦA NGƯỜI VIỆT TỴ NẠN VÀ PHẬT TỬ VIỆT NAM TẠI CỘNG HÒA LIÊN BANG ĐỨC
Zeitschrift der vietnamesischen Flüchtlinge und Buddhisten in der Bundesrepublik Deutschland

CHỦ TRƯƠNG (HERAUSGEBER)
Congregation d. Vereinigten Vietn. Buddh. Kirche (gem.) e. V.
Karlsruher Str.6 - 30519
Hannover - Deutschland

QUẢN LÝ TÒA SOẠN
Thị Tâm Ngô Văn Phát

CHỦ NHIỆM SÁNG LẬP
Hòa Thượng Thích Như Điển

CHỦ BÚT
Nguyên Đạo

KỸ THUẬT
Nguyên Đạo – Quảng Hạnh Tuệ

BAN BIÊN TẬP & CỘNG TÁC VIÊN
* **Đức:** HT. Thích Như Điển - Tích Cốc Ngô Văn Phát - Nguyên Đạo - Dr. Trương Ngọc Thanh - Trần Đan Hà - Đỗ Trường - Lương Nguyên Hiền - Đại Nguyên Nguyễn Quý Đại - Nguyên Hạnh HTD - Hương Cau - Hoa Lan Thiện Giới - Thi Thi Hồng Ngọc - Phương Quỳnh - Tịnh Ý - Quỳnh Hoa - Trần Thế Thi - Hoàng Quân.
* **Pháp:** Dr. Hoang Phong Nguyễn Đức Tiến – Chúc Thanh
* **Thụy Sĩ:** TT. Thích Như Tú - Trần Thị Nhật Hưng - Song Thư LTH – Lưu An Vũ Ngọc Ruẩn.
* **Bỉ:** Nguyên Trí Hồ Thanh Trước.
* **Áo:** Nguyên Sĩ Long
* **Ý:** Huỳnh Ngọc Nga - TS. Elena Pucillo Trương & Trương Văn Dân.
* **Hoa Kỳ:** Tuệ Nga – Họa Sĩ ViVi Võ Hùng Kiệt & Cát Đơn Sa – Diễm Châu – Lâm Minh Anh – thylanthao – Nguyên Minh Nguyễn Minh Tiến – Dr. Bạch Xuân Phẻ.
* **Canada:** Dr. Thái Công Tụng – GS. Trần Gia Phụng – DVM Nguyễn Thượng Chánh.
* **Úc Châu:** TT. Thích Nguyên Tạng – Dr. Lâm Như Tạng – Quảng Trực Trần Viết Dung.
* Và chư Tôn đức Tăng Ni, Cư sĩ Phật tử cũng như văn, thi, họa sĩ... tán đồng chủ trương của Viên Giác.

CÙNG SỰ CỘNG TÁC CỦA (Mitwirkung von)
Hội Phật Tử VNTN tại Cộng Hòa Liên Bang Đức
Vereinigung der Buddhistische-Vietnamflüchtlinge i. d. BRD

TÒA SOẠN
Chùa/Pagode Viên Giác
Karlsruher Str. 6 - 30519 Hannover
Tel. 0511 - 87 96 30 . Fax : 0511 - 87 941 200
Website: https://www.viengiac.info
Email Chùa: todinh@viengiac.info
Email văn phòng: pagodevg2020@gmail.com
Email bài vở: chubut.viengiac@gmail.com

* Tạp chí Viên Giác phát hành mỗi hai tháng vào những tháng chẵn. Viên Giác bảo tồn và phát huy truyền thống Văn Hóa Phật Giáo và Dân Tộc Việt Nam ở hải ngoại, không có tính thương mại. Mọi hỷ cúng và ủng hộ để phụ giúp trang trải các chi phí ấn loát, điều hành, bưu phí... chúng tôi xin đón nhận và chân thành cảm tạ.
* Ngoài số ấn bản in trên giấy mỗi kỳ, Tạp chí Viên Giác còn phát hành trên mạng toàn cầu Amazon và phổ biến rộng rãi trên các trang mạng Phật Giáo lớn trên thế giới.
* Ủng hộ hiện kim cho Tạp chí Viên Giác, khi có yêu cầu chúng tôi sẽ gởi đến quý vị biên nhận để làm đơn xin quân bình thuế lương bổng, lợi tức hằng năm ở sở thuế.
* Nội dung bài viết hay quảng cáo thuê đăng trên Tạp chí Viên Giác không nhất thiết là quan điểm hay chủ trương của Ban Biên Tập. Các tác giả hay những cơ sở thuê đăng quảng cáo chịu trách nhiệm về nội dung hay bản quyền trích dẫn theo quy định tác quyền (copyright).

Trương mục ngân hàng:
Congr. d. Verein Vietn. Buddh. Kirche Abteilung i.d. Sparkasse
Hannover Konto Nr. 910 4030 66
BIC: SPKHDE2HXXX.   IBAN: DE40 2505 0180 0910 4030 66

MỤC LỤC số 267

3 Thư Tòa Soạn

Phật Đản PL.2569

5 Lối Vào Tịnh Độ (Thích Như Điển)

8 Từ Tín Ngưỡng Đến Bất Hoại Tín (Thích Nguyên An)

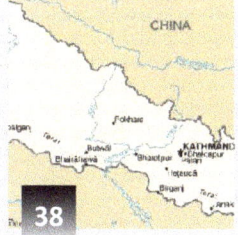

Khảo luận

38 1000 Ngày Trên Triền Núi Hy Mã Lạp Sơn (Thái Công Tụng)

• Phật Đản PL.2569 - Phật Giáo & Đời sống
14 Giá Trị Của Một Cái Chết: Thích Quảng Đức (Nguyên Đăng Thục)
20 Đản Sinh Ngày Xưa, Đản Sinh Hôm Nay (Nguyên Cẩn)

• Phật Giáo & Tuổi trẻ - Song ngữ Việt-Đức/ VN-DE
24 Một Ngày Kia... Đến Bờ - Eines Tages... das andere Ufer erreichen (Bs. Đỗ Hồng Ngọc)
26 Truyện Cổ Phật Giáo: Không Có Gì Quá Nhiều, Không Có Gì Quá Ít - Nichts ist zu viel, Nichts ist zu wenig... (Tịnh Ý giới thiệu)
30 Truyện ngắn Thiếu nhi / Kinderkurzgeschichten: Gia Đình Mình Là Con Phật - Unsere Familie sind Buddhisten (Thi Thi Hồng Ngọc)

Bìa: Họa sĩ Đình Khải | **Hình minh họa:** Cát Đơn Sa, Lương Nguyên Hiền, U. Ostlaender
Ấn loát: Gutenberg Beuys Feindruckerei GmbH

* Viên Giác số 268 kỳ tới, chủ đề: "Vu Lan Pl. 2569" sẽ phát hành vào 08.2025. Hạn chót nhận bài là 10.07.2025.
* Vì số trang báo có giới hạn nên một số bài viết cũng như Phương danh Cúng dường... không thể đăng hết trong một kỳ. Chúng tôi sẽ lần lượt đăng trong các số báo tới. Xin quý vị thông cảm.

Thư Tòa Soạn
Báo Viên Giác số 267

• **Khảo luận**
33 Điển, Sách và Kinh (Lâm Minh Anh)

• **Tản văn – Truyện Ngắn**
44 Tu Tâm – Dưỡng Tánh (Thị Tâm Ngô Văn Phát)
47 Nghịch Cảnh Ở Ai? (Trần Thị Nhật Hưng)
52 Hành Trình Từ Pháp Qua Mỹ... (Thiện Vũ)
54 Huế Ân Tình (Nguyên Hạnh HTD)
57 Đập Cổ Kính Ra Tìm Lấy Bóng (Chúc Thanh)
60 Khoảng Trống Cuối Đời (Lưu An Vũ Ngọc Ruẩn)
65 Người Dưng (Lê Hứa Huyền Trân)
68 Nguyễn Văn Gia – Người Tìm Lại Hồn Quê (Đỗ Trường)
73 Cuộc Hẹn Ở Sân Ga (Elena Pucillo Truong)
75 Cho Một Kỷ Niệm (Thu Hoài)
78 Truyện Ngắn & Rất Ngắn (Steven N.)

• **Thơ**
4 Mai Nở Sắc Vàng Y Sa (Tuệ Nga)
7 Mẹ Là Mây Trắng Đời Ta (Tôn Nữ Mỹ Hạnh)
13 Mẹ Bây Giờ Ở Đâu (Nguyễn Sĩ Long)
23 Qua Ngõ Phù Vân (Tùy Anh)
29 Trái Tim Tượng Đá (Tịnh Bình)
37 Có Một Mùa Hoa Cải (Nguyễn An Bình)
43 Sử Thi Không Cốt Truyện – Chương LXIV (Nguyễn Chí Trung)
51 Chiều Vắng & Tình Sầu (Nguyễn Minh Hoàng)
77 Xuân Về Hay Chưa? (Thu Chi Lệ)
84 Thắp Sáng Niềm Tin (Trần Đan Hà)

• **Tin Tức – Thông Báo**
80 Khóa Tu Học Phật Pháp GĐPT Đức Quốc lần thứ 29 (Hoằng Tùng)
82 Tin Phật Sự (Nguyên Đạo)
84 Ghi lại Buổi lễ Tưởng Niệm 50 năm Tha hương (Diệu Danh)
87 Tin Sinh hoạt Cộng Đồng (Đại Nguyên phụ trách)
89 Hộp Thư Viên Giác (Tòa soạn)
90 Y Học & Đời Sống (Bs. Trương Ngọc Thanh phụ trách)
91 Phương Danh Cúng Dường – Phân Ưu

Đức Phật có dạy rằng:"Dù cho Như Lai có xuất hiện trong đời này hay không xuất hiện, thì các Pháp vẫn tồn tại. Đó là Pháp Tánh".

Đây là một chân lý tuyệt vời của Đạo Phật. Không phải vì không có Phật hiện ra nơi đời này mà Pháp không tồn tại. Tánh của các Pháp vẫn còn đó; nhưng bị che khuất bởi vô minh vọng tưởng của con người; nên chúng ta không rõ biết được các Pháp Tánh ấy. Khi đã gạn đục khơi trong thì Pháp Tánh sẽ hiển bày.

Trong *Kinh Diệu Pháp Liên Hoa, Phẩm Phương Tiện thứ 2*, Đức Phật dạy:" Tất cả chư Phật ra đời đều có một mục đích duy nhất là: Mở bày cho chúng sanh rõ biết vào tri kiến của chư Phật". Rõ ràng là như vậy. Bởi vì khi "Con mê thì Thầy độ; nhưng khi con ngộ rồi thì con tự độ lấy con" như lục Tổ Huệ Năng đã tuyên thuyết như vậy. Kể từ khi Đức Phật Tỳ Bà Thi cho đến Đức Phật Thích Ca Mâu Ni trong hiện đời, đã trải qua 81 kiếp. Mỗi một kiếp số như thế có vô lượng vô số chúng sanh được sanh ra, có thọ mạng dài nhất là 80 vạn tuổi. Cho đến thời của Đức Phật Thích Ca Mâu Ni, tuổi thọ của con người chỉ còn 80 tuổi. Tuổi thọ của con người do phước báu của đời trước kéo dài đến hiện tại.

Bây giờ chúng ta thường hay nghe chư Tăng phục nguyện sau mỗi thời kinh mai là:"Mạt pháp Tăng hành, đạo lực suy vi. Chướng duyên biến xứ, thần lực nan truy..."; nghĩa là: Vào thời mạt pháp, sự hành trì của chư Tăng, đạo lực không còn hưng thịnh nữa. Chướng duyên đầy khắp, năng lực khó theo cùng..." Do vậy phải nương vào oai lực của Đức Phật A Di Đà để cầu Ngài chỉ cho con đường sanh về cảnh giới Tây Phương Cực Lạc.

Trên thực tế thì Pháp không Mạt hay Thịnh. Sở dĩ có Thịnh hay Mạt là do con người chứ không phải do Pháp. Bởi vì Pháp giải thoát luôn luôn hiện hữu đó đây. Chỉ có con người là không, hay chưa rõ được Pháp ấy; nên mãi lặn hụp trong vòng sanh tử, bị vây chặt bởi vô minh phiền não. Do vậy bổn phận của chúng ta là phải" đập nát vỏ vô minh; tát cạn sông phiền não"như trong Kinh Dược Sư đã dạy. Quả đất này hay những hành tinh khác trong 3.000 đại thiên thế giới vốn sạch sẽ, thanh tịnh; nhưng vì tâm chúng sanh ô trược, não phiền, khiến cho cảnh vật và hoàn cảnh bị nhiễm ô.

Có câu thơ truyền khẩu:
"Đuốc sáng không soi giúp kẻ mờ
Nước sông khó rửa sạch lòng nhơ

*Túi tham không đáy bao giờ đủ
Tỉnh ngộ tu hành, thoát kiếp mơ".*

Chỉ có tu tập và hành trì, gia công bồi đắp hạnh lành thì mới mong tuổi thọ của chúng ta được sống dài lâu hơn trên quả địa cầu này. Nếu con người không bỏ các việc ác, chỉ tham lam vơ vét tài nguyên thiên nhiên, mang về làm của riêng cho mình, thì lòng tham đó là cái nhân để dẫn con người đi dần đến chỗ hoại diệt.

Năm nay, ngày Phật Đản sanh lần thứ 2649 lại về, để kỷ niệm Phật Lịch năm 2569 cùng với năm 2025 Dương Lịch nhân loại đang gánh chịu những thảm họa chiến tranh, bạo lực, cướp bóc, giết người, phá hoại môi trường sống, lũ lụt, động đất, sóng thần, bệnh tật… Tất cả những việc này không phải chúng tự đến mà chính là do con người quá tham lam ích kỷ đã tự giết chết môi trường sống chung quanh mình và chính chúng ta là những người phải gánh chịu lại hậu quả này.

Nhiều nhà tiên tri trên thế giới có nói rằng, năm 2025 này sẽ là năm có nhiều cơn khủng hoảng của địa chấn, khiến cho mặt đất phải vỡ tung ra ở nhiều nơi trên quả địa cầu này. Trường hợp Miến Điện trong hơn tháng qua. Miền nam Tiểu Bang California, Hoa Kỳ hay Thái Lan, Nhật Bản, Đài Loan v.v… tất cả đều bị động. Rồi đây quả đất này sẽ còn hứng chịu những cơn đại hồng thuỷ nữa; không phải nước dâng cao lên 60 mét hay 100 mét, mà có thể là 300 mét. Như thế con người và quả địa cầu này còn lại gì để mà sống? Vậy thì ai có thể còn tồn tại sau những cơn địa chấn ấy? Xin trả lời rằng: Những ai ít gây nghiệp sát hại chúng sanh, biết tôn trọng môi trường sống trên quả địa cầu này, thì những người ấy sẽ còn có thể tồn tại. Nếu nói riêng cho người Phật Tử là nên gìn giữ tam quy, ngũ giới và cố gắng chay tịnh nhiều hơn thì chúng ta mới mong không gặp nhiều tai ương tật ách như trong thời gian qua, mà con người trên quả đất này đã và đang hứng chịu.

Ca dao xứ Huế có câu:
*"Trăm năm trước thì ta chưa có
Trăm năm sau có cũng như không
Cuộc đời sắc sắc không không
Trăm năm còn lại tấm lòng từ bi".*

Đúng vậy! Chỉ có lòng Từ Bi mới còn sót lại trên đời này. Dẫu cho có sống 100 năm hay nhiều hơn thế nữa, một ngày nào đó chúng ta rồi cũng phải giã biệt trần thế. Rồi hơn 100 năm sau nữa, nếu ta có xuất hiện lại ở đời này, thì cũng sẽ sinh diệt, diệt sanh mà thôi. Do vậy người Phật Tử nên thể hiện lòng Từ Bi ở mọi nơi và mọi hoàn cảnh. Đó chính là Pháp Tánh vậy. Pháp ấy không mất đi đâu và cũng chẳng đi về đâu. Nó hiện hữu rành rành; nhưng chúng ta không nhận ra đấy thôi!

Vậy nhân ngày Phật Đản sanh năm nay chúng ta hãy nên tự quán chiếu lại chính mình sâu hơn nữa, thành tâm sám hối nhiều hơn nữa để cho chính mình được lợi lạc, để được sống an vui và tồn tại trên quả địa cầu này.

***

Suốt trong hơn 15 năm qua, Đạo Hữu Quảng Trực đã đóng góp viết bài cho báo Viên Giác phần Bản tin tức Việt Nam và Bản tin Thế Giới; nhưng nay thì tuổi đã cao và Anh muốn gần gũi để lo cho Gia Đình nhiều hơn; nên kể từ số báo này Anh không còn cộng tác viết bài nữa. Ban Biên Tập báo Viên Giác, Hòa Thượng Chủ Nhiệm Sáng Lập và Đạo Hữu Chủ Bút xin niệm ân Anh thật nhiều việc đóng góp tích cực bài vở trong thời gian qua và chúng tôi cũng mong rằng nếu có Đạo Hữu nào phát tâm tiếp tục biên soạn hai phần tin tức Việt Nam và Thế Giới để cho những độc giả được nhờ thì xin liên lạc về Anh Chủ Bút. Chúng tôi rất hoan nghinh đón nhận.

Xin nguyện cầu cho thế giới Hoà Bình và nhân sinh an lạc. ∎

Ban Biên Tập Tạp Chí Viên Giác

THƠ TUỆ NGA

MAI NỞ SẮC VÀNG Y SA

Đêm nay Trăng chiếu trên cao
Bỗng nghe thương nhớ dạt dào trong tim
Hỏi ai Bến Giác say tìm
Hỏi tôi ngơ ngẩn giữa miền phù du

Hướng lòng vọng bến Chân Như
Đẹp xưa còn mãi thơm tờ hoa tiên
Non cao, Rừng ngủ bóng đêm
Mà nghe sương đọng giọt hiền, Lá xanh...

Chùm Thơ Tứ Tuyệt long lanh
Thời Kinh Bát-Nhã, tròn vành Huệ Quang
Trầm Dâng hương ngát đạo tràng
Vườn Chùa Mai Nở Sắc Vàng Y Sa

Người Về, ngõ Trúc, Trăng tà,
Hạt Sương Nằm Dưới Cội Hoa, Reo Mừng...
Lượng Đời Thắm Khúc Từ Dung
Hoa Vô Ưu, Nở Trái Hồng Nhân Gian...

(Diệu Minh Tuệ Nga – Vẽ Bên Suối Tịnh)

Thích Như Điển

LỐI VÀO TỊNH ĐỘ

Phật Tử Việt Nam, Nhật Bản, Trung Quốc đa phần tu theo pháp môn Tịnh Độ; nhưng để rõ về nguồn gốc của Tịnh Độ như thế nào cũng như cách truyền thừa của Pháp Môn Tịnh Độ ra sao thì có rất ít người trả lời thông suốt. Nếu có chăng đi nữa thì chỉ nhớ câu Phật hiệu Nam Mô A Di Đà Phật cũng như Tín, Hạnh, Nguyện mà thôi.

Như thế cũng đáng quý; nhưng hôm nay chúng tôi muốn hướng dẫn quý vị tu theo Pháp Môn Tịnh Độ có một cái nhìn rõ ràng hơn; đặc biệt là Tịnh Độ theo cách nhìn của Ngài Thân Loan và của người Nhật Bản.

Chúng ta phải tin chắc rằng ba kinh Tịnh Độ căn bản là do chính kim khẩu của Đức Phật Thích Ca Mâu Ni nói ra; chứ không phải ai khác. Đó là: *Kinh A Di Đà* mà Phật Tử Việt Nam và Trung Quốc thường hay trì tụng. Kinh này do Đức Phật giảng cho Ngài Xá Lợi Phất nghe tại Tịnh Xá Kỳ Viên. Tịnh xá này do Trưởng Giả Cấp Cô Độc xây dựng cúng dường cho Đức Phật và Tăng Chúng khi Ngài còn tại thế. Kinh thứ hai là *Kinh Vô Lượng Thọ*, mà Phật Giáo Nhật Bản gọi tắt là *Đại Kinh*, còn chúng ta gọi là: *Kinh Đại Bản Di Đà*. Kinh này do chính kim khẩu của Đức Phật thuyết cho Ngài A Nan và thính chúng nghe tại núi Kỳ Xà Quật; nơi đây cũng là nơi đánh dấu bước chân của vua Tần Bà Sa La mỗi lần lên viếng thăm Đức Phật trên Hương Thất của Ngài trên đỉnh núi Linh Thứu. Con đường ngày xưa nhà vua và Đức Phật cùng Thánh chúng đi qua lại nhiều lần nay vẫn còn đó. Kinh văn thứ ba là *Kinh Quán Vô Lượng Thọ*, mà người Nhật Bản gọi tắt là: *Quán Kinh*. Kinh này Đức Thích Ca Mâu Ni nói cho Hoàng Hậu Vi Đề Hy nghe tại đỉnh Linh Thứu sơn. Lý do thuyết kinh này đặc biệt cho Hoàng Hậu vì Hoàng Hậu thấy A Xà Thế giam cha mình vào ngục thất, có ý chiếm đoạt ngai vàng. Bà đã rất buồn và bản thân mình cũng dễ bị liên lụy nên đã hướng lên đỉnh Linh Thứu để cầu nguyện Đức Phật giảng cho bà biết một cảnh giới nào đó không còn khổ đau như ở cõi Ta Bà này nữa; nên Đức Phật mới dạy về 16 cách quán thế giới tây Phương Cực Lạc qua việc thác sanh về cửu phẩm liên hoa.

Người Phật Tử tu theo Pháp Môn Tịnh Độ, dầu cho sinh ra ở bất cứ nước nào trên thế giới này cũng nên nhớ nằm lòng ba bản kinh căn bản này để làm tư lương bước vào thế giới của Tịnh Độ. Nếu còn nghi là những Kinh này không phải do Đức Phật nói ra thì khó có thể nhận lãnh những phần giải thích tiếp theo sau đây.

Kể từ sau khi Đức Phật nhập Niết Bàn, qua các kỳ kết tập kinh điển lần thứ nhất, lần thứ hai và đến lần thứ 3 thì tư tưởng giữa Đại Thừa và Nam Tông Phật Giáo đã cách biệt khá rõ ràng qua các hành trình về Kinh, Luật và Luận của các bộ phái khác nhau. Tiếng Sanskrit được sử dụng ở miền Bắc Ấn Độ và tiếng Pali được sử dụng tại miền Nam Ấn. Mãi cho đến thế kỷ thứ 3, thứ 4, thứ 5 sau dương lịch Thiền Tông được truyền thừa một cách có sự liên tục; nhưng Tịnh Độ Tông phải chờ đến thời của Ngài Long Thọ xuất hiện thì Tịnh Độ Tông mới được chủ trương truyền thừa một cách rõ ràng qua tác phẩm: "Thập trụ Tỳ Bà Sa Luận". Trong tác phẩm này có phẩm Dị Hành và sau đó Ngài Thế Thân dựa vào phẩm Dị Hành này để soạn ra quyển "Tịnh Độ Luận". Ngài Long Thọ là Tổ của nhiều Tông Phái khác nhau như: Thiền, Tịnh, Mật, Pháp Tướng, Luật tông v.v… Đây là 2 vị Tổ Sư Tịnh Độ qua sự truyền thừa từ Đức Phật và là những người Ấn Độ.

Kể từ thế kỷ thứ 3, thứ 4, thứ 5 Thiền Tông và Tịnh Độ Tông cùng lúc được truyền vào Trung Hoa theo tinh thần của Phật Giáo Đại Thừa. Ngài Đàm Loan là vị sơ Tổ của Tịnh Độ Tông Trung Hoa (theo người Nhật). Tuy Ngài Huệ Viễn được Phật Tử tu theo Tịnh Độ Tông Trung Hoa và Việt Nam nhận là sơ Tổ; nhưng người Nhật Bản thì không.

Bởi lẽ Ngài Đàm Loan đã tiếp nối tông Tịnh Độ này từ Ấn Độ qua tác phẩm "Tịnh Độ Luận Chú"; chú thích "Tịnh Độ Luận" của Ngài Thế Thân; còn Ngài Huệ Viễn thì không trực tiếp với tư tưởng này; nên Nhật Bản thừa nhận Ngài Đàm Loan là sơ Tổ Tịnh Độ Tông Trung Hoa, kế tiếp đệ nhị Tổ là Ngài Đạo Xước và đệ tam Tổ là Ngài Thiện Đạo. Đặc biệt tư tưởng về Tịnh Độ của Ngài Thiện Đạo đã được Ngài Nguyên Không (Pháp Nhiên) người Nhật Bản tiếp nhận trực tiếp từ thế kỷ thứ 13 và Ngài Pháp Nhiên được công nhận là sơ Tổ Tịnh Độ Tông của Nhật Bản và là đệ lục Tổ Tịnh Độ Tông kể từ Ấn Độ sang Trung Hoa rồi Nhật Bản. Ngài Pháp Nhiên chủ trương niệm Phật cần vào tự lực; nhưng đến phần truyền thừa cho người đệ tử mình là Ngài Thân Loan thì lại khác. Ngài Thân Loan chủ trương niệm Phật không cần tự lực, mà chỉ nương vào tha lực của Đức Phật A Di Đà, vì đó là Bổn Nguyện của chư Phật và Ngài Thân Loan được trở thành vị Tổ thứ 7 của Tịnh Độ Chân Tông Nhật Bản.

Ngài Pháp Nhiên chủ trương về: Chí tâm, Tín nhạo và Dục sanh. Còn Ngài Thân Loan thì chủ trương về: Giáo Hạnh Tín Chứng. Việc này hơi khác với Phật Giáo Việt Nam chúng ta là: Tín, nguyện, hạnh. Ngài Thân Loan chủ trương tương đối khá táo bạo hơn Thầy của mình cũng như đối với Phật Giáo Tịnh Độ nói chung. Ở đây chúng ta có thể đọc lại lời nguyện thứ 18 của Đức Phật A Di Đà để hiểu rõ về văn từ và ý nghĩa. Đó là:

> "Giả sử khi ta thành Phật, nếu có chúng sanh nào trong 10 phương vô biên quốc độ, niệm danh hiệu ta từ một đến 10 niệm chí tâm, mà ta không rước về nước ta thì ta sẽ không ở ngôi Chánh giác; ngoại trừ những kẻ phạm tội ngũ nghịch và nhứt xiển đề".

Ngài Thân Loan thì lập luận rằng: Bây giờ không còn nói đến hai chữ giả sử nữa, bởi vì Đức A Di Đà đã thành Phật từ lâu. Đây chỉ là lời phát nguyện, khi Ngài còn là một Pháp Tạng Tỳ Kheo. Do vậy không cần nêu câu mở đầu là giả sử nữa. Kế tiếp là niệm đến danh hiệu Phật A Di Đà cũng không cần nhứt tâm. Bởi lẽ khi ta khởi lên việc cầu sanh Tịnh Độ thì Ngài dùng tha lực để đón ta về cảnh giới của Ngài và nhập vào Chánh Định Tụ. Do vậy việc nhứt tâm không còn cần thiết nữa Ngài Thân Loan cho rằng Đức Phật A Di Đà sánh với lòng thương chúng sanh bao la của một người Mẹ; còn Đức Phật Thích Ca Mâu Ni giống như sự dũng cảm của một người Cha; nên Các Ngài hiểu chúng ta mong muốn gì rồi.

Phần tiếp theo tương đối quan trọng nhưng Ngài Thân Loan cũng phủ nhận. Đó là dầu cho có phạm tội ngũ nghịch hay nhứt xiển đề đi chăng nữa cũng có thể sanh về Tịnh Độ ở Nghi Thành hay Thai Cung biên địa của Tịnh Độ với hai điều kiện là chúng sanh ấy phải biết xấu hổ về những lỗi lầm mình đã gây ra trong quá khứ và phải nhờ những Thiện Hữu Tri Thức giúp đỡ đi kèm. Những việc này được minh chứng qua *Kinh Đại Bát Niết Bàn* quyển 2. Đức Phật đã dạy rằng: tất cả các pháp đều bất định; nên nhứt xiển đề cũng bất định. Nhứt xiển đề có nghĩa là không tin vào nhân quả, tội phước. Nhưng cũng có một lúc nào đó nhứt xiển đề cũng sẽ thay đổi và cũng có khả năng thành Phật. Kinh thứ 2 mà Ngài Thân Loan dẫn chứng là *Kinh Quán Vô Lượng Thọ* ở phần Quán thứ 16 ở Hạ Phẩm Hạ Sanh cũng được biết rằng dẫu cho có bị phạm tội ngũ nghịch hay nhứt xiển đề cũng có thể sanh về đây với hai điều kiện như đã nêu trên. Có nơi, qua tư tưởng của Giáo Hạnh Tín Chứng này, Ngài Thân Loan còn cho rằng ngay cả những tội nặng như Ba La Di cũng được vãng sanh, nếu thường hay lễ bái sám hối 35 vị Phật kể từ Đức Phật Thích Ca Mâu Ni trong Hồng Danh Bảo Sám đến Nam Mô Pháp Giới Tàng Thân A Di Đà Phật.

Đó là cách giải thích của Ngài Thân Loan, còn việc thực hành, tin tưởng như thế nào thì xin tuỳ theo từng hành giả vậy. Bởi tất cả, Ngài đều quy về Bổn Nguyện của Chư Phật và Tha Lực của Đức Phật A Di Đà là quan trọng hơn tất cả các lực khác.

Một nơi khác, ở sách của Ông Tomomichi Nobutsuka trong quyển "教行信証の世界" ở trang 144, 145 (sẽ xuất bản bằng tiếng Việt trong năm 2025) nói về sự chứng thực của 3 lời nguyện do Ngài Thân Loan chủ trương. Đó là dựa theo Ngài Đàm Loan về "Tịnh Độ Luận Chú" lời nguyện thứ 18 là nguyện của việc, chí tâm tín nhạo. Nguyện thứ 2 là Nguyện thứ 11 trong 48 lời nguyện, là lời nguyện "tất nhiên được diệt độ" và Nguyện thứ 3 là lời nguyện thứ 22; đó là lời nguyện của việc "hoàn tướng hồi hướng". Lời nguyện thứ 18 như đã được giải thích bên trên. Lời nguyện thứ 11 đoan chắc việc vãng sanh là có thực và lời nguyện thứ 22 có khác với Phật Giáo Trung Hoa và Việt Nam chúng ta. Bởi lẽ ở đây chủ trương có 2 việc vãng sanh. Đó là Hoàn Tướng và Vãng Tướng. Hoàn Tướng có nghĩa là: Sau khi vãng sanh về thế giới Tây Phương Cực Lạc, nếu hành giả nào muốn thực hành Bồ

Tát Hạnh thì có thể trở lại thế giới Ta Bà này hay các thế giới khác để độ sanh. Còn Vãng Tướng có nghĩa là khi đã được Vãng Sanh về Tây Phương Cực Lạc rồi, ở luôn nơi đó để tiếp tục tu hành; chứ không quay trở lại thế giới phàm phu của chúng ta nữa. Tất cả những điều này Ngài Thân Loan đều nương theo việc chú thích về Tịnh Độ Luận Chú của Ngài Đàm Loan người Trung Quốc.

Phần Tịnh Độ của Việt Nam chúng ta, khi có dịp chúng tôi sẽ đề cập đến trong một bài viết khác. Nếu Quý Vị còn nghi ngờ về tư tưởng Tịnh Độ của Ngài Pháp Nhiên hay của Ngài Thân Loan thì xin tra cứu thêm và đọc những dịch phẩm của chúng tôi đã dịch từ Nhật ngữ sang Việt ngữ và có đăng tải trên các trang nhà Viên Giác, Quảng Đức, Hoa Vô Ưu, Thư Viện Hoa Sen v.v… hay trên Amazon để so sánh. Việc thực hành và tu theo lối tu Tịnh Độ nào là tùy theo từng hành giả mong muốn; chứ chúng tôi không phải bắt buộc quý vị phải theo Tịnh Độ Chân Tông của Nhật Bản. ∎

(Viết xong vào lúc 21:00 ngày 12.4.2025 nhằm ngày Rằm tháng 3 năm Ất Tỵ tại chùa Hải Đức, Jacksonville, Florida, Hoa Kỳ)

THƠ
Tôn Nữ Mỹ Hạnh

MẸ LÀ MÂY TRẮNG ĐỜI TA

Mười năm ta trở lại nhà
Mới hay lạch nước đã hòa biển sông
Cuối trời mây trắng mênh mông
Nơi nào tóc mẹ hòa trong nắng chiều.

Bốn bề lau lách đìu hiu
Cánh diều ngày ấy ươm nhiều ước mơ
Bay xa mải miết sông hồ
Bỏ quên tóc mẹ bạc phơ đượm buồn.

Mười năm ta trở lại vườn
Hương cau lẩn khuất còn thương bóng người
Mẹ giờ đã hóa khói sương
Mây ngàn gió núi lạc đường về thăm.

Cánh cò chấp chới xa xăm
Lời ru cánh võng đã thành chiêm bao
Tuổi thơ đã trốn phương nào
Mẹ hòa mây trắng bạc đầu đời ta.

Hình tác giả đang cung thỉnh chư Tôn Đức Tăng Già cử hành Lễ Tiểu Tường Cố HT Thích Tuệ Sỹ tại chùa Linh Sơn, Vạn Giả

Thích Nguyên An

TỪ TÍN NGƯỠNG ĐẾN BẤT HOẠI TÍN

Dẫn nhập

Là hữu tình, loài nào cũng tham sống sợ chết, luôn muốn có được cuộc sống hạnh phúc an vui, một nơi nương tựa an ổn vững chắc. Khi còn nhỏ, chúng ta tin tưởng, nương tựa vào cha mẹ, ông bà, hoặc người thân… để được bảo hộ, trưởng dưỡng an lành. Đến tuổi trưởng thành, hầu hết chúng ta đều tin theo một học thuyết, một hệ tư tưởng nào đó, hoặc tín ngưỡng dân gian, hoặc truyền thống tập tục, tôn giáo… để làm nơi nương tựa tinh thần cho chính mình.

Theo thường pháp (qui luật tự nhiên), những hữu tình nào còn bị vô minh che lấp, tham ái trói buộc thì dù giàu hay nghèo, sang hay hèn, khôn hay dại, đẹp hay xấu, già hay trẻ… không có người nào mà không lo âu sợ hãi, không ai mà không tìm kiếm cho mình một chỗ nương tựa, che chở an toàn. Vì bị thúc đẩy bởi sự sợ hãi, nên hữu tình luôn luôn tìm cầu, nương tựa vào một đấng nào đó để được bảo hộ. Như kinh Pháp Cú nói:

"Loài người sợ hoảng hốt
Tìm nhiều chỗ quy y,
Hoặc rừng rậm, núi non,
Hoặc vườn cây, đền tháp."[1]

Tín ngưỡng

Tín ngưỡng thì không có sai, đó là quyền tự do của mỗi con người, nhưng tín ngưỡng như thế nào để đem lại lợi ích cho mình, cho người cả đời này và đời sau. Đó là điều cần được phát triển, khích lệ và tán thán.

Tín ngưỡng, tiếng Sanskrit là *śraddhā*, tiếng Pāli là *saddhā*: tin tưởng, tin cậy, tin phục, tôn kính, sùng đạo, tín ngưỡng. Tín ngưỡng như vậy có hai loại: mê tín và chánh tín. Tín mà không có sự hiểu biết đúng đắn, tin tưởng một cách mù quáng, không phù hợp với chân lí, với pháp tắc tự nhiên, được gọi là mê tín. Ngược lại là chánh tín.

Như vậy, những người con Phật như chúng ta, tín ngưỡng đức Phật, thờ kính Phật, chúng ta cần phải hiểu và hành như thế nào để phù hợp với lời Phật dạy, đúng với pháp luật thiện thuyết.[2] Nếu mang danh là một Phật tử, tôn kính Phật, phụng thờ Phật mà không có sự hiểu biết đúng đắn, phù hợp với chân lí, với lời Phật dạy, làm điều phi pháp hại mình, hại người thì Phật gọi người đó là mê tín, là phỉ báng Như Lai.

Vậy để có được sự hiểu biết đúng đắn, phù hợp với chân lí, tránh làm điều phi pháp, hại mình hại người, chúng ta cần phải thân cận thầy lành, bạn tốt, lắng nghe, học hỏi, tư duy pháp một cách đúng đắn, không nên vội tin vào bất cứ điều gì mà không

---

1 Kinh Pháp Cú, phẩm Phật-đà, câu 188. HT. Minh Châu dịch.

2 善說法律 thiện thuyết pháp luật. 善說. Pāli. *svākkhāto*: thuyết một cách thiện xảo. *Visuddhimagga*: pháp được Phật thuyết khoảng đầu thiện xảo, khoảng giữa thiện xảo, khoảng cuối thiện xảo (*ādimajjhapariyosānakalyāṇattā*: sơ thiện, trung thiện, hậu thiện), có mục đích, có âm vận, soi sáng phạm hạnh thuần nhất, hoàn hảo, thanh tịnh (*sāttha-sabyañjana-kevala-paripuṇṇa-parisuddha-brahmacariya-ppakāsanattā*). *Du-già sư địa luận* (tr. 788b11): Ở trong pháp luật thiện thuyết, tất cả chúng khổ được lìa xa, tất cả phiền não kết phược được đoạn tận. Ngược lại, trong pháp luật ác thuyết, không có hai điều này.

có sự suy xét, phân tích đối chiếu, thể nghiệm. Như trong Pháp Uẩn Túc Luận nói: *"Ta nên gần gũi các bậc thiện tri thức, cung kính nhất tâm lắng nghe chánh pháp, như lí quán sát nghĩa lí thâm diệu, tinh tấn tu tập pháp tùy hành pháp."*[3]

Cũng như trong kinh Kesamuttisuttaṃ, đức Phật dạy cho dân chúng Kālāmā cách thức tin hiểu và hành pháp cho đúng đắn như sau:

"…Này các Kālāmā, chớ có tin vì nghe báo cáo, chớ có tin vì nghe truyền thuyết; chớ có tin vì theo truyền thống; chớ có tin vì được kinh điển truyền tụng; chớ có tin vì lý luận suy diễn; chớ có tin vì diễn giải tương tự; chớ có tin vì đánh giá hời hợt những dữ kiện; chớ có tin vì phù hợp với định kiến; chớ có tin vì phát xuất từ nơi có uy quyền, chớ có tin vì vị Sa-môn là bậc đạo sư của mình.

Nhưng này các Kālāmā, khi nào tự mình biết rõ như sau: 'Các pháp này là bất thiện; các pháp này là đáng chê; các pháp này bị các người có trí chỉ trích; các pháp này nếu thực hiện và chấp nhận đưa đến bất hạnh khổ đau', thời này Kālāmā, hãy từ bỏ chúng!

…Nhưng này các Kālāmā, khi nào tự mình biết như sau: "Các pháp này là thiện; các pháp này là không đáng chê; các pháp này không bị các người có trí chỉ trích; các pháp này nếu thực hiện và chấp nhận, đưa đến hạnh phúc an lạc', thời này Kālāmā, hãy tự đạt đến và an trú!"[4]

Cũng vậy, nói về niềm tin, sự học hiểu và hành pháp như thế nào cho đúng, cho được tăng thượng, tăng ích, trong kinh Thiện Pháp, đức Phật dạy:

"…Thế gian có hai hạng người: người có tín và người bất tín, người có tín là hơn, người bất tín là kém.

Người có tín lại có hai hạng: Thường đến gặp tỷ-kheo và không thường đến gặp tỷ-kheo. Người thường đến gặp tỷ-kheo là hơn, người không thường đến gặp tỷ-kheo là kém.

Người thường đến gặp tỷ-kheo lại có hai hạng: có lễ kính và không lễ kính. Người có lễ kính là hơn; người không lễ kính là kém.

Người có lễ kính lại có hai hạng: có hỏi Kinh và không hỏi Kinh. Người có hỏi Kinh là hơn, người không hỏi Kinh là kém.

Người có hỏi Kinh lại có hai hạng: nhất tâm nghe Kinh và không nhất tâm nghe Kinh. Người nhất tâm nghe Kinh là hơn, người không nhất tâm nghe Kinh là kém.

Người nhất tâm nghe Kinh có hai hạng: nghe rồi thọ trì pháp và nghe rồi không thọ trì pháp. Người nghe rồi thọ trì pháp là hơn, người nghe rồi không thọ trì pháp là kém.

Người nghe rồi thọ trì pháp lại có hai hạng: nghe pháp có quán sát nghĩa và nghe pháp không quán sát nghĩa. Người nghe pháp có quán sát nghĩa là hơn, người nghe pháp không quán sát nghĩa là kém.

Hạng nghe pháp quán sát nghĩa lại có hai: biết pháp, biết nghĩa, hướng đến pháp và tùy pháp, tùy thuận pháp, thực hành đúng như pháp; và hạng không biết pháp, không biết nghĩa, không hướng về pháp và tùy pháp, không tùy thuận pháp và không thực hành đúng như pháp. Người biết pháp, biết nghĩa, hướng về pháp và tùy pháp, tùy thuận pháp, thực hành đúng như pháp là hơn; người không biết pháp, không biết nghĩa, không hướng đến pháp và tùy pháp, không tùy thuận pháp, không thực hành đúng như pháp là thấp kém…"[5]

Bốn chi Dự lưu

Như vậy, để có được niềm tin đúng đắn, không lầm lạc, biết thế nào là thiện-ác, thật-giả, chánh-tà, pháp nên tu, pháp không nên tu…, nhất định chúng ta phải siêng năng tu học Phật pháp một cách đúng đắn với sự hỗ trợ của chư thiện tri thức, các bậc có giới, định, tuệ, giải thoát, giải thoát tri kiến. Như trong Pháp Uẩn Túc Luận nói:

"Sở dĩ được nhập vào chánh tánh li sanh[6] *là do*

---

[3] T26n1537, tr.458c01.

[4] Tăng Chi bộ, chương Ba Pháp, 65. Hòa thượng Thích Minh Châu dịch.

[5] Kinh Thiện Pháp, Trung A-hàm I, Hòa thượng Thích Tuệ Sỹ dịch.

[6] 入正性離生, Skt. *samyaktvaniyāmāvakramaṇa*: nhập chánh tánh quyết định, trong ba tụ: chánh định tụ, quyết định (*niyāma*) đạt đến Niết-bàn; tà định tụ, quyết định không thể đạt Niết-bàn; bất định tụ, tùy cơ duyên. Sau bốn thiện căn trong thuận quyết trạch phần: noãn, đảnh, nhẫn, thế đệ nhất, ngay một sát-na vô gián, vị ấy từ địa vị phàm phu bước vào địa vị Thánh giả, được gọi là nhập chánh tánh lý sanh, hay chánh tánh quyết định. Câu-xá (Việt dịch 2016) tập IV, tr. 365-366, phẩm vi Hiền Thánh, tụng 26a, cht. 409, Huyền Trang diễn giải: "Hoặc từ chánh tính (*samyak*) chỉ các Thánh đạo. Sinh (*yāma*), chỉ các phiền não. Hoặc căn chưa thuần thục, bằng Thánh đạo mà vượt qua, nên gọi là ly sinh (*niyāma*). Khả năng quyết định đi đến Niết-bàn, hoặc quyết định thông hiểu hành tướng của Thánh đế, do đó các Thánh đạo được gọi là quyết định (*avakramaṇa/avakrānti*). Sự đạt đến trong phần vị này gọi là nhập." (Theo chú thích Pháp Uẩn Túc luận, bản Việt của Hòa thượng Tuệ Sỹ.)

tinh tấn tu pháp tùy pháp hành.[7] Sở dĩ tu pháp tùy pháp hành là do như lí quán sát nghĩa lí thâm diệu. Sở dĩ quán sát nghĩa lí thâm diệu là do cung kính lắng nghe Chánh Pháp. Sở dĩ được nghe Chánh Pháp là do thân cận cúng dường thiện sỹ. Nếu hay thân cận cúng dường thiện sỹ, liền được nghe Chánh Pháp. Nghe Chánh Pháp rồi, liền có thể như lí quán sát nghĩa lí thâm diệu. Như lí quán sát nghĩa lí thâm diệu rồi, liền có thể tinh tấn tu pháp tùy pháp hành. Tu pháp tùy pháp hành rồi, liền có thể nhập vào chánh tánh li sanh."[8]

Năm thiện pháp

Một khi sự tin hiểu đúng đắn đã phát sanh mạnh mẽ, các thiện pháp khác như: thí, giới, văn, tuệ cũng theo đó ngày càng tăng trưởng, làm cho ba nghiệp: thân, ngữ, ý trở nên trong sạch. Người nào tu tập, tu tập nhiều năm thiện pháp: tín, thí, giới, văn, tuệ này, ngay hiện tại sống được an lạc, sau khi chết nhất định sanh vào các cõi người, thiên giới, cõi tịnh, tùy theo tâm nguyện của mình, như trong kinh Hành Sanh, Phật dạy:

"… Ở đây, này các Tỷ-kheo, Tỷ-kheo đầy đủ tín, đầy đủ giới, đầy đủ văn (lắng nghe, học hỏi chánh pháp), đầy đủ thí, đầy đủ trí tuệ. Vị ấy nghĩ như sau: 'Mong rằng sau khi thân hoại mạng chung, ta sẽ sanh cộng trú trong đại gia tộc Sát-đế-ly, hay trong đại gia tộc Bà-la-môn, hay trong đại gia tộc cư sĩ.' Vị ấy chuyên định tâm ấy, an trú tâm ấy, tu tập tâm ấy. Những hành ấy của Tỷ-kheo được an trú, tu tập, làm cho sung mãn như vậy đưa vị ấy thọ sanh tại chỗ ấy. Này các Tỷ-kheo, đây là đạo, đây là lộ trình đưa đến tái sanh tại chỗ ấy.

Lại nữa, này các Tỷ-kheo, Tỷ-kheo đầy đủ tín, đầy đủ giới, đầy đủ văn, đầy đủ thí, đầy đủ trí tuệ. Vị ấy được nghe: 'Bốn Đại Thiên vương, chư Thiên Tavatimsa (Tam thập tam thiên) …, chư Thiên Yama (Dạ-ma) …, chư Thiên Tusita (Đâu-suất-đà) …, chư Thiên Nimmanarati (Hóa Lạc) …, chư Thiên Paramimmitavasavatti (Tha Hóa Tự Tại), có thọ mạng lâu dài, có mỹ tướng, có nhiều lạc thọ'. Vị ấy nghĩ: 'Mong rằng sau khi thân hoại mạng chung, ta được sanh cộng trú với chư Thiên ở cõi trời Tứ thiên…' Vị ấy chuyên định tâm ấy, an trú tâm ấy, tu tập tâm ấy. Những hành ấy của Tỷ-kheo được an trú, tu tập, làm cho sung mãn như vậy, đưa đến tái sanh tại chỗ ấy.

Lại nữa, này các Tỷ-kheo, Tỷ-kheo đầy đủ tín, đầy đủ giới, đầy đủ văn, đầy đủ thí, đầy đủ trí tuệ. Vị ấy được nghe: 'Ngàn Phạm thiên có thọ mạng lâu dài, có mỹ tướng, có nhiều lạc thọ'… Này các Tỷ-kheo, ngàn Phạm thiên sống thấm nhuần, biến mãn một ngàn thế giới. Và vị ấy sống thấm nhuần, biến mãn các chúng sanh được sanh lên thế giới ấy. Ví như, này các Tỷ-kheo, một người có mắt cầm một trái amanda (a-ma-lặc) trong tay và nhìn trái ấy; cũng vậy, này các Tỷ-kheo, ngàn Phạm thiên sống thấm nhuần, biến mãn một ngàn thế giới. Và vị ấy sống thấm nhuần, biến mãn các chúng sanh được sanh lên thế giới ấy. Vị ấy nghĩ: 'Mong rằng sau khi thân hoại mạng chung, ta sẽ được sanh cộng trú với ngàn Phạm thiên!' Vị ấy chuyên định tâm ấy, an trú tâm ấy, tu tập tâm ấy. Những hành ấy của Tỷ-kheo được an trú, tu tập, làm cho sung mãn như vậy, đưa đến tái sanh tại chỗ ấy."[9]

Như vậy, các thiện pháp: tín, thí, giới, văn, tuệ là nhân lành cho những ai còn chìm đắm trong biển sanh tử, muốn có được cuộc sống an lành, hạnh phúc trong các cõi người, cõi trời ngay đời này và đời sau thì hãy mau chóng thực tập, tu tập các pháp đó cho viên mãn. Vì hạnh phúc hay khổ đau đều do chính mình tạo ra, chứ chẳng do ai ban phát hay trừng phạt cả. Chúng ta suy nghĩ và hành động như thế nào, thì nhận lấy hệ quả tương ứng như thế đó. Điều này hiển nhiên là vậy!

Tứ bất hoại tín

Năm thiện pháp này không chỉ là nhân lành trong cõi trời, cõi người mà còn là tư lương, hành trang, làm nền tảng cơ bản cho sự giải thoát. Bởi có văn tuệ, học hiểu như thật về bốn Thánh đế, vị ấy chuyên tâm, hướng tâm tu tập năm thiện căn: tín, tấn, niệm, định, tuệ. Do nhờ tín đi với tuệ phân tích, tư duy như lí, thấy biết như thật về bốn Thánh đế, nhất định chứng đắc quả Tu-đà-hoàn,[10] dự vào dòng Thánh, thành tựu tứ bất hoại tín.[11] Vì thấy

---

7 法隨法行. Pāli: dhammānudhammapaṭipanna: pháp là Niết-bàn, tùy pháp là Thánh đạo tám chi, thực hành Thánh đạo tám chi hướng đến Niết-bàn, gọi là pháp tùy pháp hành.

8 T26n1537; tr.459c21.

9 Kinh Hành Sanh, Trung bộ III, Hòa thượng Thích Minh Châu dịch.

10 Skt. Srotāpattiphala; Pāli, Sotāpattiphala. 須陀洹果 Tu-đà-hoàn quả, 預流果 Dự lưu quả, 入流 Nhập lưu.

11 Skt. Avetyaprasāda, Tứ bất hoại tín, còn gọi là bốn chứng tịnh: Chứng tịnh nơi Phật, chứng tịnh nơi Pháp, chứng tịnh nơi Tăng, chứng tịnh nơi Thánh giới. Thế Thân định nghĩa: "Chứng tịnh (avetya-prasāda) có nghĩa là gì? Sau khi chứng giác (avabuddhya) các

được bốn Thánh đế, nên giai đoạn này, các kinh, luận gọi là kiến đạo. Một vị Dự lưu như vậy, đã vĩnh viễn đoạn sạch ba kiết sử: thân kiến[12], hoài nghi, giới cấm thủ; không còn bị đọa vào ba cõi ác: địa ngục, bàng sanh, ngạ quỉ. Vì vị này còn phải tái sanh trong cõi dục tối đa bảy lần nữa, mới chứng quả A-la-hán, nên gọi là Thất lai. Trong những người qui y Tam bảo, ai thấy được bốn Thánh đế, người đó được Phật khen là quy y tối thượng:

Ai quy y Phật-đà
Chánh pháp và chư Tăng,
Ai dùng chánh tri kiến
Thấy được bốn Thánh đế.

Thấy khổ và khổ tập
Thấy sự khổ vượt qua,
Thấy đường Thánh tám ngành
Đưa đến khổ não tận.

Thật quy y an ổn
Thật quy y tối thượng,
Có quy y như vậy
Mới thoát mọi khổ đau.[13]

Người chứng quả Dự lưu như vậy, nhất định hướng về Niết-bàn, xuôi về Niết-bàn, được lợi ích an ổn vô cùng lớn, hơn cả vua Chuyển luân vương, Đế thích, tuy làm vua cõi người, cõi trời, nhưng vẫn còn trong địa vị phàm phu, vẫn phải bị đọa lạc, tái sanh trong các cõi xấu, chưa thể thoát khỏi dòng thác luân hồi sanh tử.[14] Như kinh Pháp Cú nói:

Hơn thống lãnh cõi đất
Hơn được sanh cõi trời,
Hơn chủ trì vũ trụ,
Quả Dự lưu tối thắng.[15]

Thánh đế như thật, vị ấy khởi tịnh tín (prasāda), nói là chứng tịnh." Huyền Trang giải thích: "Tín nơi Tam bảo và diệu thi-la, đều gọi là tịnh. Vì đã gột sạch cáu bẩn của bất tín và cáu bẩn của phá giới, do chứng đắc tịnh mà lập danh "chứng tịnh". (Theo Câu-xá bản Việt dịch 2016, tập IV, tr. 498, phẩm vị Hiền Thánh, cht. 1074).

12 Pāli. Sakkāya-diṭṭhi: Cho rằng, thân năm uẩn này là của ta, là ta, là tự ngã của ta.

13 Kinh Pháp cú, phẩm Phật-đà, câu 190, 191, 192. Hòa thượng Thích Minh Châu dịch.

14 Tương ưng V, thiên Đại phẩm, chương XI (a), Tương ưng Dự lưu, phẩm Veḷudvāra.

15 Kinh Pháp cú, phẩm Thế Gian, câu 178. Hòa thượng Thích Minh Châu dịch.

Cực hoan hỷ địa

Với hành giả theo truyền thống Đại thừa (Mahāyāna), do ý thức sâu sắc về chuỗi luân hồi sanh tử khổ, noi theo gương chư Phật, vì lòng đại bi muốn cứu mình và người thoát khỏi nanh vuốt tử sanh, cùng được giải thoát như mình nên hành giả phát bồ-đề tâm, hành bồ-đề hạnh, cầu chứng được Phật quả, Chánh Đẳng Chánh Giác (Sammasambuddha). Những hành giả này, nếu khi tu tập hiện quán Thánh đế, thấy được bốn Thánh đế ngay trong hiện tại, chứng được ngã không pháp không, thì giai đoạn này được gọi là Sơ địa Bồ-tát, hay Cực hoan hỷ địa Bồ-tát. Lúc này, hành giả mới thật sự là một Thánh giả Bồ-tát, thuộc vào gia tộc của các đức Như Lai. Vì vượt qua phàm phu địa, được nhập vào gia tộc của các đức Như Lai, vị ấy rất hoan hỷ. Cho nên địa này, gọi là Cực hoan hỷ địa, hay Hoan hỷ địa. Bồ-tát ở địa này ngang với quả vị Tu-đà-hoàn trong Thanh văn thừa, hoàn toàn dứt sạch ba kết sử, thành tựu tứ bất hoại tín, nhưng công đức của địa này hơn hẳn Thanh văn và Duyên giác. Như Kinh Di Lặc Giải Thoát nói:

"Thiện nam tử! Như vương tử mới vừa sanh ra, đầy đủ vương tướng, do oai lực tôn quí của chủng tánh kia nên hơn hẳn tất cả đại thần kì cựu. Cũng vậy, Bồ-tát mới khởi nghiệp, phát tâm bồ-đề tuy chưa lâu, nhưng sanh trong nhà Pháp vương của Như Lai, bằng lực đại bi và tâm bồ-đề nên vượt thắng tất cả Thanh văn và Độc giác đã tu phạm hạnh lâu dài.

Thiện nam tử! Như con của diệu xí điểu vương, tuy mới sanh chưa lâu, nhưng phẩm chất của cặp mắt trong sáng và sức vỗ đôi cánh của nó, tất cả chim lớn khác đều không thể bằng. Cũng vậy, Bồ-tát mới phát tâm bồ-đề, sanh trong nhà diệu xí điểu vương của Như Lai, với công đức đôi mắt thanh tịnh, ý lạc tăng thượng và sức mạnh cặp cánh phát tâm Nhất thiết trí của vương tử diệu xí điểu này, thì các vị Thanh văn, Độc giác kia tuy tu hạnh xuất li trải qua trăm ngàn kiếp cũng không thể sánh bằng."

Sau khi chứng được Sơ địa Bồ-tát, vị ấy tiếp tục tinh cần tu tập mười Ba-la-mật.[16] Nhưng trong địa

---

16 Ba-la-mật-đa (skt. pāramitā, pl. pāramī, 波羅蜜多, Ti. pha rol tu phyin pa ཕ་རོལ་ཏུ་ཕྱིན་པ་): là phiên âm thuật ngữ tiếng Phạn pāramitā, gọi tắt là Ba-la-mật; nghĩa là: đến bờ kia (Đáo bỉ ngạn 到彼岸), sự toàn hảo, sự cứu cánh, (事究竟). Mười Ba-la-mật-đa (da-sa-pāramitā) gồm: 1. Bố thí ba-la-mật-đa (布施波羅

này, tu tập chính yếu là bố thí Ba-la-mật, được dẫn đầu bởi Bát-nhã Ba-la-mật. Vì lòng đại bi, hành giả tinh cần tu tập tất cả thiện pháp với tâm không chấp thủ, trải qua mười địa Bồ-tát,[17] cho đến ngày đắc thành Phật quả.[18]

Kết

Qua các đoạn kinh luận trên, chúng ta thấy Phật dạy, người có tín ngưỡng thì vẫn hơn người không có tín ngưỡng. Vì những người không có tín ngưỡng, nhất là người tà kiến, không tin nhân quả, không tin có đời này đời sau, không tin có quả báo lành, dữ…, thì không có việc ác nào mà không làm. Vì họ không có chút gì xấu hổ, không có e dè, kiêng sợ với những tâm tư, hành vi ác, bất thiện. Khi thọ quả khổ, họ mới ưu sầu, khóc than, sợ hãi.

Nhưng người có tín ngưỡng, mà không chịu học hỏi, si mê, vô trí, không phân biệt được chánh tà, pháp nên tu, pháp không nên tu…, thì dễ rơi vào cuồng tín, mê tín, tà tín, thường hay bị đám đông u mê lôi kéo, vô tình làm việc hại mình, hại người. Khi quả báo đến thì không thể không sầu than, bi khóc, sợ hãi.

Cho nên, tín cần phải đi với tuệ, với sự tư duy phân tích, hiểu biết đúng đắn, phù hợp với chân lí, tín ấy sẽ làm cho các thiện pháp khác phát sanh, làm cho tâm lắng trong, thanh tịnh, an lạc, sáng suốt. Tín như vậy được gọi là tịnh tín, chánh tín, tâm trừng, tâm tịnh, là bất hoại tín, là nguồn gốc của đạo, là mẹ của các công đức, là nơi nương tựa an ổn tối thượng. Như vậy, nhờ sự học hỏi Phật pháp với các bậc thiện tri thức bên ngoài, ta biết cách tu tập tâm, điều phục tâm mình, chuyển hóa nhận thức và hành vi của mình, trở về nương tựa nơi tự tâm thanh tịnh, Phật tánh, giác tánh thanh tịnh sáng suốt vốn có của mình.[19] Như kinh Pháp cú nói:

"Tự mình nương tựa mình
Nào có nương tựa khác,
Nhờ khéo tự điều phục
Được y chỉ khó được."[20]

Trong xã hội công nghệ hiện đại ngày nay, trước làn sóng thông tin đa chiều, với vô số tin tức, hình ảnh báo chí thật hư lẫn lộn, nhiều kẻ lừa đảo, mượn đạo tạo đời, tự đánh bóng mình bằng các chiêu trò lừa bịp tinh vi, nhắm vào tâm lí ủy mị, nhẹ dạ cả tin của quần chúng thiếu hiểu biết, để trục lợi. Do vậy, là người con Phật, hơn bao giờ hết, dù tại gia hay xuất gia, chúng ta cần phải thân cận, tham học với các bậc thiện tri thức, các bậc có giới-định-tuệ, chăm học Phật pháp, ghi nhớ tư duy, phân tích một cách đúng đắn, xem điều đó có phù hợp với chân lí, có làm cho tâm tư ta an bình, tĩnh lặng sáng suốt

---

蜜多, skt. *dāna-pāramitā*): Sự toàn hảo trong việc hiến tặng, xả li; 2. Giới ba-la-mật-đa (戒波羅蜜多, skt. *śīla-pāramitā*): sự toàn hảo trong việc chấp trì giới luật; 3. Nhẫn ba-la-mật-đa (忍波羅蜜多, skt. *kṣānti-pāramitā*): sự toàn hảo trong việc kham nhẫn, chấp nhận; 4. Tinh tấn ba-la-mật-đa (精進波羅蜜多, skt. *vīrya-pāramitā*): sự toàn hảo trong việc nỗ lực đoạn ác, tu thiện; 5. Thiền định ba-la-mật-đa (禪波羅蜜多, skt. *dhyāna-pāramitā*): sự toàn hảo trong lĩnh vực thiền định; 6. Trí huệ ba-la-mật-đa (慧波羅蜜多, skt. *prajñā-pāramitā*): sự toàn hảo trong lĩnh vực trí tuệ; 7. Phương tiện ba-la-mật-đa (方便波羅蜜多, skt. *upāya-pāramitā*): Sự toàn hảo trong lúc dùng các phương tiện (giáo hoá); 8. Nguyện ba-la-mật-đa (願波羅蜜多, skt. *praṇidhāna-pāramitā*): lòng quyết tâm, ý nguyện thực hiện toàn hảo; 9. Lực ba-la-mật-đa (力波羅蜜多, skt. *bala-pāramitā)*: sự toàn hảo của năng lực; 10. Trí ba-la-mật-đa (智波羅蜜多, skt. *jñāna-pāramitā*): sự toàn hảo của trí lực. Đây là mười ba-la-mật theo Phạn văn; ngoài ra, còn có mười ba-la-mật theo bản Pāli cũng gần tương đồng.

17 Mười địa (dasa-bhūmi): 1. Cực hoan hỷ địa (極歡喜地, skt. pramuditā-bhūmi), 2. Li cấu địa (離垢地, skt. vimalā bhūmi), 3. Phát quang địa (發光地, skt. prabhākarī bhūmi), 4. Diệm huệ địa (焰慧地, skt. arciṣmatī bhūmi), 5. Cực nan thắng địa (極難勝地, skt. sudurjayā bhūmi), 6. Hiện tiền địa (現前地, skt. abhimukhī bhūmi), 7. Viễn hành địa (遠行地, skt. dūraṅgamā bhūmi), 8. Bất động địa (不動地, skt. acalā bhūmi), 9. Thiện huệ địa (善慧地, skt. sādhumatī bhūmi), 10. Pháp vân địa (法雲地, skt. dharmameghā bhūmi).

18 Nhập Trung Luận Tự Thích của ngài Nguyệt Xứng (Chandrakīrti) và phẩm Thập Địa, kinh Hoa Nghiêm.

19 Kinh Tăng chi, chương một pháp, phẩm Búng ngón tay: *"Tâm này, này các Tỳ-kheo, là sáng chói. Và tâm này bị ô nhiễm bởi các cấu uế từ ngoài vào. Kẻ phàm phu ít nghe, không như thật rõ biết tâm ấy. Do vậy, Ta nói rằng tâm kẻ phàm phu ít nghe, không được tu tập."* (H.T Thích Minh Châu dịch). Accharāsaṅghātavaggo: *"Pabhassaramidaṃ, bhikkhave, cittaṃ. Tañca kho āgantukehi upakkilesehi upakkiliṭṭhaṃ. Taṃ assutavā puthujjano yathābhūtaṃ nappajānāti. Tasmā 'assutavato puthujjanassa cittabhāvanā natthī'ti vadāmī"ti. Paṭhamaṃ."*

20 Kinh Pháp cú, phẩm Tự ngã, câu 160. Hòa thượng Thích Minh Châu dịch.

không, hẳn rồi mới tin để không bị dẫn dắt, lầm đường lạc lối.

Với cuộc sống đầy biến động, vật dục ngày càng cao, càng hấp dẫn lôi cuốn các giác quan, làm cho người xuất gia dễ ngã lòng, đi lệch hướng, đánh mất sơ tâm bồ-đề cao quí của mình. Do vậy, các Tăng-Ni sinh trẻ hiện nay, chúng ta cần phải trang bị cho mình thật đầy đủ kiến thức đúng đắn cả pháp học lẫn pháp hành, định hướng rõ ràng con đường tu giác ngộ giải thoát, luôn nhớ lấy giới luật làm thầy, hỷ túc với tứ vật dụng, vui thích học pháp và hành pháp, làm cho tâm bồ-đề ngày càng tăng trưởng, không bị xói mòn, tiêu mất. Theo luật Tứ Phần, một người xuất gia, nếu chưa thấy pháp (kiến đế) thì chưa phải là người thừa hưởng gia tài của cha mẹ (Như Lai) để lại, mà chỉ là người đang vay mượn của đàn na tín thí để ăn, nhất định phải trả nợ cơm, áo... Nếu phạm giới, hoặc sống tà mạng, giả trang thiền tướng, cầu người cung kính, lừa đảo tín thí để ăn, ắt phải đọa vào ba đường ác. Để tránh rơi vào đường ác, sống theo tà mạng, hèn hạ, thấp kém, làm mất niềm tin của tín đồ, nhất định chúng ta phải tinh cần tu học, thực hành từ tâm, siêng năng tu tập chỉ quán, thường xuyên tư duy về sự hạ liệt, sự nguy hiểm của năm dục trần, hướng tâm đến cái vui an tịnh, tĩnh lặng, sự lợi ích to lớn do li dục sanh. Một khi tâm an tịnh, tĩnh lặng, trí tuệ sáng suốt, ắt sẽ thấy biết các pháp một cách như thật. Do thấy pháp một cách như thật, tâm sẽ li tham, từ bỏ, không chấp thủ, được an bình, giải thoát, tự tại ngay trong thế gian này. Có như vậy, chúng ta mới đem lại sự an ổn chân thật cho mình và người, làm cho người chưa có niềm tin Tam bảo liền phát sanh lòng tin Tam bảo, người đã có tín tâm thì được tăng trưởng. Như vậy, sự xuất gia của chúng ta không uổng phí, không trống không, không hổ danh là bậc xuất trần thượng sĩ, tiếp nối dòng Thánh, báo Phật ân đức, làm ngọn hải đăng cho thế gian này. Như kinh Pháp Cú nói:

"Tỳ-kheo tuy tuổi trẻ
Siêng tu giáo pháp Phật
Soi sáng thế gian này
Như trăng thoát mây che." [21]

(Long Sơn, mùa Sen nở, 2649 - Nguyên An)

---

21 Kinh Pháp cú, phẩm Tỳ-kheo, câu 382.

THƠ
Nguyễn Sĩ Long
MẸ BÂY GIỜ Ở ĐÂU

Mấy năm rồi lặng lẽ
Con lại trở về quê
Cửa nhà nay quạnh quẽ
Vườn rau thiếu nắng hè

Chuyến xe về thôn xóm
Trước mộ phần anh linh
Làn hương như mây khói
Tỏa khắp ngõ quê mình

Đôi lúc con tự nhủ
Bây giờ mẹ ở đâu
Nhiều đêm trong giấc ngủ
Mong được thấy phép màu

Những khi trên giường bệnh
Mẹ chẳng hề thở than
Biết làm sao cho cạn
Buồn vui với mẹ già

Ngày về thăm lần cuối
Mẹ quên hẳn nụ cười
Đôi mắt nhìn sâu thẳm
Tuổi đời ngoài chín mươi

Rồi một sáng trời thanh
Tin dữ đến rất nhanh
Mẹ ra đi thanh thản
Chẳng một lời trối trăng

Ngày con về thọ tang
Mùa đông gió mây ngàn
Huế vẫn buồn muôn thuở
Đêm dài ánh trăng tan

Nhớ thuở xưa có mẹ
Rộn rã tiếng cười vui
Nay mẹ đã xa rồi
Trái tim con rụng rời

Giờ giữa đồi sim tím
Hai phần mộ trước sau
Dù duyên tình không trọn
Kiếp này vẫn bên nhau.

(Huế, tháng 3.2025)

Tôn tượng Bồ tát Thích Quảng Đức tôn trí tại tượng đài Bồ tát ngã tư Phan Đình Phùng và Lê Văn Duyệt Sài Gòn

Gs. Nguyễn Đăng Thục

Giá Trị Của Một Cái Chết: Thích Quảng Đức

Lời Tòa Soạn: *Trong tâm nguyện bảo tồn và giới thiệu những bài viết quý báu của các học giả uy tín Phật giáo Việt Nam, Tạp chí Viên Giác phối hợp cùng Trang nhà Phật Việt (phatviet.info) đang sưu tầm và đánh máy lại các bài viết, khảo luận giá trị từng đăng tải trên các ấn phẩm Phật giáo xưa, tránh nguy cơ bị mai một theo thời gian.*

*Nhân mùa Phật Đản PL.2569, xin trân trọng giới thiệu bài viết của Giáo sư, Học giả Nguyễn Đăng Thục – nguyên Khoa trưởng Phân Khoa Văn Học và Khoa Học Nhân Văn, Đại học Vạn Hạnh. Bài này từng được đăng trên **Tạp chí Hoằng Pháp, số 2, năm 1973.***

Trong kinh Phật, có truyện cổ tích kể một nhà Vua hỏi một vị Sa-Môn, ở trong thiên hạ có truyện gì lạ. Vị Sa-Môn tâu rằng:

- Tâu Bệ hạ, trong giới Phật-giáo chúng tôi, có truyện này người ta cho là lạ nhất, ấy là ở đời này ai cũng đều phải chết cả, mà mọi người đều làm như mình không bao giờ chết!

Ở giới Phật-giáo chúng ta, tất cả Phật-tử đều ý thức vấn đề Sinh tử sự đại ấy cả, và ý nghĩa của sự sống chính là đi đến chỗ Liễu sinh tử, giải quyết sao cho không còn phân biệt Sống chết.

Thực ra ở đời ai cũng phải chết, nhưng chẳng mấy ai ý thức điều ấy, cho nên có kẻ chết khổ sở, chết ô nhục, chết đau đớn, chết vinh quang, chết sung sướng. Trên thế giới đã xảy ra có nhiều cái chết đáng chú ý, nhất là cái chết của một nhà đại quyền quý, Tổng-Thống của một Đại Cường-Quốc, chiến sĩ cho lý tưởng tự do bình đẳng trên chiến trường được thế giới tự do thương tiếc. Và cái chết của một người Việt bình dân, một nhà sư trước đây ít ai biết đến tên tuổi. Nhưng sau khi tự thiêu xong thì hình ảnh và danh tiếng chấn động toàn thể thế giới, thế giới Tự do cũng như thế giới Cộng-sản. Đấy là cái chết tự thiêu để cúng dường cho Phật-pháp, để tự dâng mình cho nhân loại, cho chân lý đại đồng.

> Đấy là hai cái chết, hai ý nghĩa khác nhau nhưng điều mà lịch sử thế giới trong năm 1963 đã chứng minh Tổng-Thống Mỹ Quốc Kennedy và nhà sư Việt-Nam Hòa-Thượng Quảng-Đức, Một đàng «bất đắc kỳ tử» một đàng «liễu sinh tử».

Tuy nhiên, sau đây có kẻ, nhất là ở Tây phương,

không hiểu văn hóa Đông phương đã lầm ý nghĩa *tự thiêu* gán cho cố Hòa-Thượng chúng ta là cuồng nhiệt hay bị xúi dục mà tự vẫn, hay yếm thế bỏ đời. Rồi tiếp theo cử chỉ của Ngài, có một số Phật tử Cao Tăng hay Cao Ni cũng noi gương vì Phật pháp. Và sau đây cũng có kẻ mượn ngọn lửa dầu xăng để kết liễu cuộc đời trong một phút chán nản, vì lý do kém phần chính đáng đến nỗi Giáo Hội phải lên tiếng cảnh giới. Ở tiếng Pháp người ta không biết phân biệt *sự tự vẫn với sự tự thiêu* để cúng dường, hai sự kiện hoàn toàn khác nhau, cho nên họ đã dùng chữ (Le suicide par le feu) (sự tự vẫn bằng lửa).

Để hiểu đúng giá trị cao cả sâu rộng, sự hy sinh trọng đại của cố Hòa-Thượng và các Tăng, Ni Việt-Nam về ý nghĩa chân chính của sự *hỏa thiêu*, chúng ta hãy tìm hiểu cái tinh thần truyền thống Á-Châu để định rõ vấn đề.

Lửa, xưa nay vẫn tượng trưng cho năng lực phá hủy, phá hủy cái gì ô-uế để cho cái gì không ô-uế còn lại, đốt sạch bụi nhơ đặng cho tinh hoa nẩy nở. Cái tinh hoa ấy là Phật-pháp, là tinh thần bất diệt, Diệu-Pháp Liên-Hoa ghi:

Sau khi Phật diệt độ
Người ở trong đời ác
Tạm đọc kinh Pháp-Hoa
Đấy thời mới là khó.
Giả sử gặp kiếp thiêu
Gánh mang những cỏ khô
Vào lửa không bị cháy
Cũng chưa lấy làm khó.
(Pháp-Hoa Kinh Phẩm Hiện Bửu Tháp)

Bởi vậy mà trong truyền thống nhà Phật, xưa nay vẫn có cái tục mượn ngọn lửa để thiêu hóa, vì mục đích cúng dường cho Chân-lý cao cả, thuần túy tinh khiết, bền vững như kim cương. Nhưng ý nghĩa (cúng dường) ấy cốt ở tấm lòng vô tư, thành tâm vì chính nghĩa, chẳng còn bợn chút lợi tâm thì mới mong có hiệu quả siêu thăng.

Trong truyện cổ tích Ấn-độ, ngày xưa, có một nhà vua, sau khi đi đánh trận trở về toàn thắng, có làm một buổi lễ cúng dường cho Thần linh. Ngài cho tổ chức hết sức long trọng dùng tất cả châu báu trong kho để sắm sửa không thiếu một vật xa hoa gì là không sắm. Lễ xong, có một con vượn con, nửa thân thể vàng ròng, nửa mình là lông nâu, đến trước bàn thờ lăn xuống đất mấy vòng, rồi đứng lên nói lớn: «Các người ở đây dối trá, không có cái gì là cúng dường cả». Mọi người đều sửng sốt lấy làm lạ mà đáp nó rằng: «Sao mi bảo không có cúng dường chi cả là nghĩa thế nào? Mi chẳng thấy biết bao đồ lễ xa hoa trang trọng đấy ư? Chẳng bố thí phát chẩn cho biết bao nhiêu kẻ đấy ư? Sao lại bảo là không có cúng dường?».

Con vượn bèn đáp:

«Ở một làng kia có một nhà Bà-La-Môn nghèo sống với vợ, con trai và con dâu. Họ sống nghèo đói quá, vì liền ba năm hạn hán mất mùa, mà là người Bà-La-Môn, người cha chỉ có việc đi dạy đạo cho dân để sinh sống vào đồ vật nhân dân đem cho. Nay nhân dân mất mùa đang đói khổ lấy gì mà trả công cho thầy.

Một bữa kia, sau ba ngày cả nhà người Bà-La-Môn nhịn đói. Ông già ở ngoài đem về một gói bột ngô, quấy nồi bánh đúc cả nhà sắp sửa vào ăn. Chợt có tiếng gõ cửa, Ông già vừa mở cửa thì thấy có một người khách lạ, lỡ độ đường xin vào nghỉ chân. Theo tục Ấn-độ, một người khách đến nhà là một sự hân hạnh cho chủ nhà, cả nhà được có dịp để tỏ bày lòng hiếu khách truyền thống của dân tộc. Ông già chủ nhà liền đem phần bánh của mình ra để mời khách. Khách đang đói ăn liền. Ăn xong phần bánh ấy, kêu lên: Trời ông giết tôi rồi, đã mười bữa nay tôi không có một miếng vào bụng, nay ông cho tôi miếng bánh ăn không đã, càng làm đói thêm. Thấy thế người vợ chủ nhà liền dâng phần bánh của mình cho khách. Khách ăn vẫn thiếu. Đến lượt người con trai cũng tự nghĩ cha mẹ đã làm bổn phận đãi khách, còn mình cũng phải nối theo, liền đem phần bánh của mình cho khách. Khách ăn vẫn thèm thèm. Người con dâu thấy chồng làm bổn phận của người con trong gia đình, cũng liền theo gương chồng mà làm bổn phận của người vợ, nghĩa là đem phần ăn của mình khách. Ông khách ăn xong vuốt bụng cảm ơn và từ biệt. Đêm ấy cả nhà người Bà-La-Môn chết đói hết. Dưới nền nhà có một số bánh vụn rơi vãi, khi tôi chơi lăn mình dưới sàn thì những bánh vụn dính vào mình tôi và biến thành vàng, như các người thấy, nửa mình tôi là vàng ròng. Nhưng ở đây, bảo là cúng dường, mà sao tôi lăn mình dưới bàn thờ, nhìn lại thân mình tôi chẳng thấy hóa vàng chi cả, cho nên tôi bảo ở đây không có cúng dường là thế».

Như thế, có nghĩa là hiệu quả của cúng dường không thể hình thức bề ngoài xa xỉ, mà cốt ở trong lòng có trong sạch hay không. **Bởi thế mà không phải ai cũng tự thiêu để thành Bồ-Tát, trở về Tịnh-thổ Cực-Lạc. Và cúng dường trọng đại nhất, lớn lao nhất là dùng thân cúng dường theo gương tu tập khổ hạnh của Hỷ-Kiến Bồ-Tát.**

Kinh Pháp Hoa nói:

«Ngài Nhất thiết Chúng sanh Hỷ kiến Bồ-Tát ưa

tu tập khổ hạnh ở trong Pháp hội của Đức Nhật Nguyệt Tịnh Minh Phật, tinh tấn kinh hành, một lòng cầu thành Phật, mãn một muôn ngàn năm đặng hiện nhất thiết sắc thân tam muội. Được tam-muội đó rồi lòng rất vui mừng, liền nghĩ: *«Ta đặng hiện nhất thiết sắc thân tam muội này đều là do sức được nghe kinh Pháp-Hoa, ta nay nên cúng dường Phật Nhật Nguyệt Tịnh Minh Đức và Kinh Pháp-Hoa. Tức thời nhập tam muội, ở giữa hư không tưới bông Mạn đa la, Ma ha Mạn đa la, cùng bột kiên hắc chiên đàn đầy trong hư không như mây tưới xuống. Lại rưới hương hải-thử-ngạn chiên đàn, sáu thù hương này giá trị cõi Ta-bà để cúng dường Phật. Cúng dường thế rồi, từ tam muội dậy mà tự nghĩ: Ta dầu dùng thần lực cúng dường nơi Phật, chẳng bằng dùng thân cúng dường. Liền uống các chất thơm chiên đàn, huân lục, đâu-lâu-bà, tất-lực-ca, trầm thủy giao hương, lại uống dầu thơm các thứ bông chiêm bặc v.v... mãn một nghìn hai trăm năm, rồi lấy dầu thơm thoa chân, ở trước Đức Phật Nhật-Nguyệt Tịnh-Minh-Đức, dùng áo quí cõi trời tự quấn thân, rưới các thứ dầu thơm, dùng sức nguyện thần-thông mà tự đốt thân".*

(Phẩm Dược-Vương Bồ-Tát Pháp-Hoa Kinh)

Ở Việt-Nam và Trung-Hoa tục tự thiêu để cúng dường xưa nay vẫn phổ thông, nhất là thời kỳ Phật-giáo mở mang, bên Tàu vào thời nhà Đường, Việt-Nam, vào thời nhà Lý, Trần. Cách đây không bao lâu, năm 1926, Thích Viên-Thành ở chùa Mật Sơn tức Trà Am ngày nay, khi xuất gia vào năm 20 tuổi có phát lời thệ nguyện, nguyện rằng đến năm 45 tuổi xin thiêu phần thân mình để nhập hóa. Nhưng ngày ấy, chính phủ Pháp bảo hộ Việt-Nam với Nam Triều không cho phép ông tự thiêu, vì lý do an ninh hay vì lý do gì khác không biết, Thích Viên-Thành vì đã có nguyện nên phải thủ tín, nhịn đói sau một tháng thì nhập tịch (24-6-1926)

Trước khi xin thị tịch có viết:

Hương Trà huyện, An cựu tổng, An Cựu xã, Tư Tây Ấp, Viên Thông-Tự, Tự trưởng Ngô Văn Phương hiệu Hoằng Nguyện, bái bẩm vi khất thẩm siêu. Sự duyên Tăng thập nhị tuế xuất gia thập cửu tuế thích độ thừa chư sơn tự liệt vị lân bảo Tăng vi bản tự, Tự trưởng, cư phụng tu trì chí nhị thập ngũ tuế thụ cụ túc giới, ư khứ niên lục nguyệt nhật, ngộ hữu trường kỳ thụ đệ lục Tôn chứng, vi phái diệp phân minh, Nhân tăng ư nhị thập tuế thời, hữu phát thệ nguyện, nguyện chí tứ thập ngũ tuế, trà tỳ thị tịch (tức thiêu phần hóa kỳ thân) Tư Tăng hiệu trí thập thất tuế, nguyện dĩ mãn công dĩ thành, bản tự, tự sự Tăng nghiệp sính chư sơn liệt vị, lân trí Tăng đệ tử Bùi Xuân-Thái, Pháp danh Thị-Bình, thập cửu tuế, Nam Phổ Trung xã nhân, tính hạnh chuyên cần, kế vị bản tự, tu chủ trụ phúng tự sự: Tăng cầu quyền dĩ tứ nguyệt thập ngũ nhật thời tí thị tịch».

Dịch nghĩa:

"Tôi Ngô Văn Phương hiệu Hoằng Nguyện, sư Trưởng chùa Viên-Thông, ấp Tư-Tây xã An-Cựu.

Tổng An-Cựu, Huyện Hương-Trà, bái bẩm xin xét cho việc thiêu thân sau đây: Duyên vì sư năm 12 tuổi xuất gia, 19 tuổi thí phát độ làm Tăng. Các vị trong sơn tự chọn tôi làm sư trưởng cho chùa này. Tôi trụ trì ở đây đến 25 tuổi thì được thọ cụ túc giới. Năm vừa qua gặp vào ngày 6 tháng 6 có thi trường kỳ được liệt vào hàng Tôn chứng thứ sáu, có giấy tờ môn phái phân minh. Nhân vì sự năm tôi 20 tuổi có phát thệ nguyện đến khi 45 tuổi thì xin thiêu thân thị tịch. Nay 47 tuổi sở nguyện đã mãn, công đã thành, các công việc của chùa này tôi đã trình lên các vị trong Sơn môn đặt giao cho người đệ tử của tôi là Bùi Xuân Thái, pháp danh Thị Bình người xã Nam Phổ Trung, 19 tuổi tính hạnh chuyên cần được kế tiếp tu trì ở ngôi chùa này. Sư tôi xin chọn ngày rằm tháng tư để thị tịch"

Nhưng hồi bấy giờ Triều-Đình Huế không cho phép nhà sư Viên-Thành chùa Viên-Thông là Ngô Văn-Phương được tự thiêu cho nên nhà sư đã phải nhịn ăn để thực hiện lời thề nguyện bình sinh của mình.

Đây là lời tường thuật của phóng viên Báo «Extrême Asie 1926» đã theo dõi tại chỗ đến phút cuối cùng của nhà sư Thích Viên Thành.

«Theo lời của một người tôi gặp ở đây là ông X... thì Ngô-văn-Phương đã có lời nguyện đến năm 45 tuổi lên đài hỏa thiêu. Chắc hẳn đến năm ấy ông ta tự nhận thấy chưa đủ với lời nguyện, nên ông ta chờ đến hai năm nữa là năm nay mới thi hành. Rồi ông ta bảo trước vào ngày 25-6 này ông ta sẽ tự thiêu. Các vị sư đã khuyên giải không được, nhưng yêu cầu ông ta xin phép Cơ-mật-viện. Cơ-mật-viện trả lời không đủ thẩm quyền và chuyển lời thỉnh cầu sang bên Bộ-Lễ. Bộ-Lễ lại hồi cho Cơ-Mật. Ngày 26 đã tới nơi. Ông X bèn đi đến tìm vị sư và bảo ông ta rằng đạo Phật cấm không cho xem tuồng trò và nếu nhà sư đòi tự thiêu là làm trò cho phụ nữ. Nhà sư nghe ra, liền về quyết định để chết đói. Nhà sư chắc chắn đã thành công, vì sức gầy yếu đã tỏ ra rõ rệt khác với hình ảnh của ông ta thuở trước nhiều ».

Huế, ngày 9 tháng 6 năm 1926.

«Chúng tôi cũng đã phỏng vấn một bà già 70 tuổi, rất sùng tín và rất dơ bẩn, ở chùa này đã hơn

ba mươi năm rồi và phục dịch bên cạnh sư Ngô văn Phương suốt một đời. Đây là những điều bà ta kể lại:

"Ngô-văn-Phương khác hẳn với số đông các nhà sư, không phải là một kẻ mồ côi do vì đại đức cưu mang.

Ông ta là con một nhà Hương-Hảo nhỏ ở làng Bảo-La, huyện Quảng Điền. Khi 11 tuổi cha mẹ ông ta có tiếp một bà Cô dì ở chùa Viên Thông. Bà nầy thuyết phục được đứa trẻ theo bà về chùa được sư Trưởng của chùa mến vì nết na. Nhưng không phải vì hiểu biết giáo-lý hay vì có tài thần thông pháp thuật mà Ngô-văn-Phương đã thành công. Ông ta là người nhũn nhặn, ít nói. Chung quanh chùa có 4 mẫu ruộng đem lại hoa lợi nuôi nhà chùa. Nhà sư luôn luôn săn sóc ruộng vườn và còn khai khẩn đất hoang miền lân cận. Có lẽ công nghiệp của sư là đã tăng hương hỏa của chùa từ 4 mẫu lên đến 7 mẫu. Ở Trung-Kỳ việc ấy không phải không đáng kể. Người khẩn hoang được đồng bào tôn trọng kính thờ như một Thần hoàng.

Cho đến ngày sư 25 tuổi được ấn chứng chánh thức, nhà sư trẻ kia cũng chỉ đem hết tâm lực vào công việc đồng áng trên. Và sau đây nhà sư cũng vẫn tiếp tục cuộc đời cần cù như thế. Nhà sư không tỏ ra có những đức hạnh đặc biệt chi khác, trước sau chỉ chăm trì giới để thành Phật. Nhà sư không tỏ ra có tài chữa bịnh, hay tiên tri pháp thuật chi khác cả. Những câu kinh kệ hằng ngày nhà sư tụng niệm cũng chỉ là những lời phổ thông người ta tụng đọc ở các chùa. Không có gì tỏ ra nhà sư thuộc về dòng đặc biệt chuyên về môn tự thiêu, sư suốt đời chỉ tụng có bộ kinh Pháp-Hoa và Niết-Bàn thôi.

Cái chết của nhà sư thực là kết thúc một đời kín đáo.

Đáng lẽ lên lễ đài hỏa thiêu đã tắt thở vì ngạt khói, vì nhà sư đã yếu lắm, nhưng nhà sư kéo dài sự hấp hối giữa sự vô tâm quên lãng hoàn toàn. Hôm qua tôi lại thăm một lần nữa. Nhà sư được trùm một cái áo cà sa vàng, nằm co quắp nghiêng mặt vào trong tường. Chúng tôi chỉ nhìn thấy mắt có châu và gáy gầy giơ cả xương. Đã một tháng rưỡi nay, nhà sư không ăn một hạt cơm, bây giờ thì trái cây cũng không và đã một tuần lễ nhà sư không uống một giọt nước. Nhà sư vẫn theo giờ lễ của chùa bằng lời cầu nguyện, đôi môi mấp máy câu Nam-mô A-Di-Đà Phật. Lời cuối cùng là thuộc về nghi lễ thắp đèn gõ mõ.

Nhân dân ở đây đã có cái vẻ bình thản lãng quên như là những người khách vô tình trông nom một người chết".

Ngày 24 tháng 6 năm 1926.
"Nhà sư Viên-Thông đã trút hơi thở bữa qua"
(Lược thuật theo Extrême Asie)

Theo lời tường thuật trên đây về Thích Viên-Thông chúng ta nhận thấy việc tự thiêu của nhà sư vốn là truyền tục của Phật-giáo, nói chung không phải là một tác phong đặc biệt để tạo ra kỳ tích pháp thuật. Đấy là một nhà sư hoàn toàn quê mùa chất phác, chỉ biết cần cù phụng sự và giữ giới như hệ thống triết lý Phật giáo đã trình bày. Đấy là một nhà sư ngoan đạo, cho nên cái việc đòi tự thiêu của sư là một hành động để giải kết cho lời nguyện thuở nhỏ và cũng để chứng nghiệm cho sự giải thoát đối với hệ lụy tham sanh đời hiện tại.

Ngược dòng lịch sử Phật-giáo Việt-Nam, chúng ta cũng thấy các tục thiêu thân hoặc để cúng dường hoặc để phát nguyện, như ở sách *Thiền - Uyển truyện đăng tập* có chép: "Thiền sư Tín-Học" (1190) ở chùa Quán-Đính núi Không-Lộ là người Hạt Chu Minh phủ Thiên-Đức:

"Thường ư Phật tiền nhiên chỉ phát đại nguyện viết, hủy kiếp trần lao, đoạn bất phục tác, chuyên vụ Viên - Giác tam-quán, nhật duy nhất thực, hình dạng khô tụy, như thử cửu niên tuyệt vô yếm sắc thâm đắc tam quán chính thư"

Nghĩa là: "Thường đến trước bàn thờ Phật đốt ngón tay mà phát thề đại hoằng thệ nguyện rằng: Những trần tục truyền kiếp quyết không lại tác động, sự chuyên tập phép quán của kinh Viên - Giác, ngày ăn một bữa, hình dung khô héo như thế hàng năm không có vẻ chán, hiểu thấu được môn chính tam-quán".

(Thiền-Uyển truyền đăng)

Lại trong "Tam Tổ thực lục" có chép về nhà sư Trí- Thông đời Trần-Nhân Tông như sau:

"Sơ Nhân-Tông xuất gia thời, Loại siêu tự, tăng Trí-Thông nhiên tý tự chưởng chí nhập trửu, nghiễm nhiên vô biến dung. Nhân-Tông lâm quan, Trí-Thông thiết tọa nhi bái viết! Thần tăng nhiên đăng dã! Đăng tất hồi viện thục thụy, giác hỏa sũng toàn dũ. Chỉ thị Nhân-Tông băng nãi nhập An tử sơn phụng thị xá lị bảo tháp. Minh-Tông thời siêu thân tử".

(Đệ nhất tổ Thực lục thập ngũ).

Dịch nghĩa: "Khi vua Nhân-Tông mới xuất gia ở chùa Siêu-Loại Bắc-Ninh có nhà sư Trí-Thông đốt cánh tay từ bàn tay đến khủy tay, sắc mặt điềm nhiên không thay đổi. Vua Nhân-Tông đến xem, sư Trí-Thông mời ngồi và bái mà rằng: Sư bầy tôi xin đốt đèn đây! Đèn tắt nhà sư về phòng ngủ say, đến khi tỉnh dậy thì chỗ lửa bỏng cũng hết. Đến khi Nhân-Tông nhập tịch ở núi Yên-Tử, nhà sư Trí-Thông liền vào núi để trông nom thắp xá lị của Ngài.

Đến thời Trần Minh-Tông nhà sư ấy tự thiêu thân mà tịch».

(Sách Tam Tổ thực lục; Tổ thứ nhất, số 15)

Đây là lược qua một vài thành tích hỏa thiêu rải rác trong sử sách Phật-giáo Việt-Nam kể từ thời Lý cho đến gần đây. Hỏa thiêu để chứng thực cho lòng thành tín của mình đối với nguyện vọng thiết tha thâm sâu, và đối với chân lý mà đức Phật là hiện thân. Hỏa thiêu còn hiển lộ những ý niệm trong lòng được thanh khiết, đồng thời thanh khiết thế-giới đầy dơ bẩn, con người đầy bụng dục tà dâm gian ác ô uế. Nhưng ngoài những ý niệm trên, hỏa thiêu trong tinh thần Phật-giáo còn có ý-nghĩa «Di thân» như trường hợp Hòa-Thượng Quảng-Đức ở Saigon năm 1963. Di thân theo ý nguyện trước khi thiêu còn là một bằng chứng cụ thể cho chân lý để cảnh tỉnh quần chúng ngu mê, để tỏ cái đức tính thánh hóa. Trong Cao Tăng truyện Tàu, có kể sự tích Thiền sư Tịnh-Giới, sau khi hỏa thiêu, chỉ còn lại trái tim đốt mãi không cháy, hay là như Thiền sư Vũ-khắc-Minh tại chùa Dâu Bắc-Việt tự thiêu không phải bằng lửa thật mà bằng lửa tam-muội, để lại cả thân hình nguyên vẹn trải qua bao nhiêu đời (18 đời) mà vẫn không tiêu. Như thế đủ tỏ rằng các vị Thiền sư có đầy công phu tu luyện mới có thể di thân được. Và việc di thân để chứng minh với đời cái chân lý giản dị này là tinh thần làm chủ thể, và thân thể vật chất này có thể tu luyện để hóa thành thân thể Thánh linh, tinh khiết mầu nhiệm để độ chúng sinh ra khỏi mê lầm đau khổ.

Giáo lý cổ điển Ấn-Độ đã dạy:

> «Mỗi thế giới đầy tội ác, đạo lý điêu tàn, ta xuất hiện để cứu vớt nhân loại» (gita).

SỰ XUẤT HIỆN Ở VIỆT-NAM

«Ta» nói ở đây là hiện thân của chân lý, hiện vào thân hình của một người để thức tỉnh lòng tin ở quần chúng ngu mê, ở kẻ táng tận lương tâm coi đồng loại như cỏ rác. Chính tại đây, ở cái ngôi chùa lụp xụp xứ này, trong chỗ hẻo lánh quê mùa đất Gia-định nầy đã xuất hiện vị Bồ-Tát, mà trước ngày hỏa thiêu không mấy ai đã biết tên tuổi. Vị Bồ-Tát ấy là Hòa-Thượng Quảng-Đức, đã rọi chiếu một sáng chói giữa bầu trời đen tối phủ kín góc trời Việt-Nam, trong ấy một dân tộc đang quần quại đau khổ vì chiến tranh chống bạo lực ròng rã hơn 20 năm nay. Hơn hai mươi năm bị chà đạp dưới gót sắt bạo tàn, tối dã man của quyền thế ngoại lai, tìm hết cách để tiêu diệt một dân tộc hơn hai mươi triệu, tiêu diệt về vật chất, tiêu diệt cả linh hồn. Giữa lúc ấy Hòa-Thượng đã đến, và Ngài đã đem tính mạng một đời, hy sinh vì lòng từ bi bác ái với đồng bào để cúng dường Tam Bảo, cúng dường Phật Pháp. Vì Phật Pháp với linh hồn dân Việt là một, lịch sử đã chứng minh. Ở thời kỳ Phật Pháp lãnh đạo tinh thần dân tộc, thì nước mạnh dân an, Quốc - gia phú - cường thịnh vượng, trên dưới đoàn kết một lòng kim cương để bảo vệ sống còn. Từ khi Phật Pháp mất địa vị lãnh đạo Quốc-gia dân tộc, thì đất nước phân chia trên dưới lục đục, Nguyễn-Trịnh phân tranh Bắc Nam chia rẽ.

Và ngọn lửa tự thiêu ấy để «Cúng dường» Chân lý của Phật-giáo Việt-Nam ngày nay trong khoảnh khắc đã tỏa khắp thế-giới, kêu gọi nhân loại mau sớm tỉnh ngộ, trước cái họa quyền năng nguyên tử đang đe dọa diệt vong.

Phật đã dạy:

«Chẳng phải hận thù trừ được hận thù. Tình yêu mới trừ được hận thù, đấy là Pháp vĩnh cửu".

A.- Đây là ý nghĩa **Cúng dường** cao cả của Hòa-Thượng Quảng Đức, suốt trong 15 phút, báo Mỹ đã đăng: Ngài ngồi yên lặng trong ngọn lửa, vẻ mặt điềm tĩnh không chút thay đổi, cho đến lúc tắt thở đủ chứng minh công phu tu luyện của Ngài, đã đạt đến điểm tối cao là:

Tinh thần di tạo hóa
Sống là còn mà chết cũng như còn.

(P. B. C.)

B.- Ngoài cử chỉ **Cúng dường** với tất cả lòng đối với Phật-pháp Việt-Nam, đối với Quốc dân chìm đắm đau khổ, Ngài cũng hoàn thành lời «**Thệ Nguyện**»:

Gấp sửa thân tâm nhìn đại cuộc
Ngàn năm sử Việt vẫn Phật-gia
Thân tôi dù cháy linh thiêng máu
Thần thức tôi luôn giúp đạo nhà.

C.- Kèm theo lời thệ nguyện cuối cùng ấy là thành tích «**Di thân**» của trái tim không cháy, trái tim bất diệt cũng là bằng chứng cụ thể của một đời hơn 70 năm phụng sự cho tình yêu vô bờ bến đối với dân tộc, nhân loại cùng chúng sanh, kết tinh của lòng «Từ bi bác ái» hoạt động. Với trái tim nồng nhiệt ấy Ngài đã kêu gọi:

«Tôi tha thiết kêu gọi chư Đại-Đức Tăng-Ni, Phật-tử nên đoàn kết nhất trí hy sinh để bảo tồn Phật - giáo» và để thực hiện lời: Cầu nguyện cho đất nước thanh bình, Quốc dân an lạc của Ngài vậy.

Trở lên, chúng ta đã xem thấy ở việc trà-tỳ thị-tịch, hay thiêu hóa của Hòa-Thượng Quảng-Đức gồm đủ ba đặc tính điển hình của một công cuộc tự thiêu.

1.- Là để cúng dường
2.- Là để thành tựu lời thệ nguyện.
3.- Là để di thân lại trái tim bất diệt «dĩ thân vi đăng» «lấy thân làm đèn soi đường cho hậu thế».

Cả ba phương diện đã đầy đủ viên mãn để chứng tỏ đường lối sống còn tương lai và hiện tại của Quốc dân và của thế giới: *Chân lý là tình thương yêu hoạt động bất diệt, không giới hạn vào địa phương Nam Bắc, Quốc gia và chủng tộc, hay giai cấp xã hội*, đúng như tám thế kỷ trước đây nhà vua Anh quân đất Việt Trần-Thái-Tông từng chiến thắng quân Nguyên bảo toàn Quốc-gia dân-tộc đã tuyên bố:

"Phật vô Nam Bắc, quân khả tu cầu, tính hữu trí ngu, đồng tư giác ngộ".

- Nghĩa là: Lòng từ bi của đức Phật tuyệt đối không phân chia biên giới Nam hay Bắc, tính bẩm sinh của người ta có kẻ thông minh có kẻ ngu độn, nhưng đều bình đẳng về khả năng giác ngộ.

Bởi tình yêu từ-bi bác-ái của Phật không có biên giới, nhân loại hay thiên nhiên, mà phổ cập khắp cả chúng sinh, bởi chân lý và công lý Phật-giáo là tuyệt đối siêu thời gian và không gian, không làm chi có Nam hay Bắc cho nên cái chết tự thiêu của Hòa-Thượng Quảng-Đức tại ngã tư Phan-đình-Phùng Lê-văn-Duyệt (SAIGON) ngày 11.6.1963 đã làm chấn động thế giới từ Đông sang Tây từ Nam chí Bắc, vượt lên trên cả biên giới chính trị, từ Hoa-Thịnh-Đốn đến Mạc-Tư-Khoa, bất phân chủng tộc hay màu da, khiến cho nhà Đông-phương bác học trứ danh trường E.F. E.O. là Jean Filliozat mở đầu bài «La mort volontaire par le feu et la Tradition Bouddhique indieme» bằng một xác nhận rằng:

«Un tel acte accopmli à Saigon par un moine bouddhiste Vietnamien vient à peine de susciter l'étonnement et l'émotion».

«Một hành động như thế do một nhà sư Phật-giáo Việt-Nam đã thành tựu còn đang khích động sự kinh ngạc và hồi hộp». ∎

[Bài đăng tạp chí HOẰNG PHÁP, Đặc san 2 Vu-Lan Pl.2517-Dl.1973, Phật tử Quảng Hạnh Tuệ sưu lục và đánh máy tái đăng báo Viên Giác, Phật đản Pl. 2569 -Dl. 2025]

«Tôi tha thiết kêu gọi chư Đại-Đức Tăng-Ni, Phật-tử nên đoàn kết nhất trí hy sinh để bảo tồn Phật - giáo» và để thực hiện lời: Cầu nguyện cho đất nước thanh bình, Quốc dân an lạc của Ngài vậy.

- *Gs. Nguyễn Đăng Thục*

Gs. Nguyễn Đăng Thục đứng trước cửa thư viện Đại học Vạn Hạnh nhân buổi triển lãm các tác phẩm của Giáo sư - Tháng 5 năm 1974 (Hình do Hội Ái hữu Cựu sinh viên Đại học Vạn Hạnh cung cấp)

Nguyên Cẩn

Đản sinh ngày xưa, Đản sinh hôm nay

Đức Phật để lại gì?

Đã hơn 26 thế kỷ trôi qua từ khi Ngài ra đời, mở ra chân trời chánh pháp cho nhân loại đi về thênh thang trên những nẻo đường tư duy tự do vô tận… Thế nhưng nhân loại vẫn cứ quay cuồng theo những giấc mộng phù hoa của mình, để rồi tình hình thế giới ngày một hỗn loạn, xã hội ngày một suy đồi, nhân tâm ly tán, hố thẳm giàu nghèo ngày một sâu rộng hơn, nhân loại hầm hừ trên bờ vực chiến tranh, khủng bố diễn ra khắp nơi, đầy rẫy những mưu đồ xưng bá, độc chiếm biển cả trời cao, khuynh loát thiên hạ, nuốt gọn tài nguyên của những nước nhỏ hơn mình…

Chúng ta nói gì về ngày đản sinh Phật lịch 2569, ngày mà "Một hiện thể độc nhất, một nhân thể phi thường trác việt xuất hiện ở thế gian vì phúc lợi cho nhiều sinh thể, vì hạnh phúc cho nhiều sinh thể, phát xuất từ lòng từ bi đối với thế gian, vì sự lành thiện, vì sự lợi ích và vì sự hạnh phúc cho chư thiên và cho loài người. Hiện thể độc nhất ấy là ai. Đó là đấng Như Lai, Tathagata, Ứng cúng, Chánh đẳng, Chánh giác" (Anguttara Nikaya)? Hay phải nói như cố giáo sư Phạm Công Thiện rằng ngày Phật đản chỉ đúng nghĩa là ngày Phật đản khi mỗi ngày trong đời chúng ta đều là ngày Phật đản từ giây phút này đến giây phút khác, để "Mỗi đêm và mỗi ngày đức Phật đều giáng sinh trong lòng chúng ta, mỗi khi lòng chúng ta là lòng Bồ-đề" *(Từ bát nhã đến Pháp Hoa – Phạm Công Thiện)*? Đức Phật để lại gì cho nhân gian? Phải chăng đó là lòng từ bi vô hạn, lòng hỷ xả vô biên khi tôn vinh sự bình đẳng giữa con người, khẳng định tình yêu dành cho chúng sinh, cây cỏ, thiên nhiên, và trên hết chính là sự sống đáng trân trọng từng giây phút, từng sát na sinh diệt vào ra…? Phật đã dạy: "Không có giai cấp trong dòng máu cùng mặn". Khi các giai cấp Sát-đế-ly, Bà-la-môn, Phệ-xá, Thủ-đà-la theo Pháp và Luật của đức Như Lai đã mất đi địa vị khác biệt của chúng và mọi người trở thành những phần tử đồng đẳng trong xã hội thì thợ hớt tóc Upali hay tướng cướp Angulimala ở Sàvatthi cũng trở thành những vị tỳ kheo hiền hòa, cũng hệt như Unita người gánh phân ở thành Vương xá, khi tu tập cũng sánh ngang hàng với các tỳ kheo khác…

Chính tinh thần khoan dung vô chấp đã giải thích tại sao Phật giáo không bao giờ gây thánh chiến, không làm hoen ố tinh thần hiếu hòa trong suốt hơn 25 thế kỷ qua. Đức Phật đã vạch ra tám con đường tinh tấn, giải trừ tham dục, đã khơi mở nẻo đường thoát khỏi ngục tù của từng người khi bị vô minh, sân si trói buộc, gây ra bao phiền não, khổ đau. Trong kinh Samannaphala, đức Phật ví một người phiền não như một người mắc nợ, như người bị bệnh áp bức, như người bị nhốt trong tù ngục, như người nô lệ không được tự chủ, như người giàu có đi qua một bãi sa mạc đầy những hiểm nguy. Đức Phật cũng gửi lại cho nhân gian bài học vỡ lòng về chủ nghĩa nhân bản với tứ vô lượng tâm nguồn cội của hạnh phúc miên viễn và là cứu cánh của việc tu tập để vượt lên mọi phiền não, bất công, oan trái bế tắc của từng cá nhân và rộng ra, của toàn xã hội. Để làm được những điều ấy, người con Phật hôm nay phải đi theo lộ trình thực hành Bồ tát đạo để tịnh hóa lòng mình trước khi lao vào cuộc kiến tạo tịnh độ giữa nhân gian.

Tứ vô lượng tâm và hạnh nguyện Bồ Tát

Một phẩm tính cao quý mà người học Phật, dù là tu sĩ hay cư sĩ, phải có là phải sống hòa hợp cùng xã hội, với tha nhân, bất kể nghèo hèn hay sang quý, thiện hay ác… vì dù ở trong hình hài nào, hạnh nguyện của Bồ Tát là suy nghĩ và việc làm lúc nào cũng vì tha nhân, hy sinh bản thân vì cuộc đời và những người cùng khó, và luôn sống theo những thệ nguyện cao cả thì người đó đang thực hành Bồ Tát đạo. Điều này cũng có thể nhìn thấy nơi kinh "Duy Ma Cật", trong đó chúng ta nhận ra lý tưởng Bồ Tát được thể hiện sống động cùng với phương tiện: "Ông chấp trì luật pháp, duy trì trật tự dưới trên. Hợp tác hài hòa trong tất cả sự nghiệp buôn bán, tuy cũng gặt hái những tài lợi thế tục, ông không lấy đó làm mừng. Rong chơi trên các ngõ đường để giúp ích mọi người. Vào chốn công đường để bảo vệ kẻ thế cô. Tham gia các luận nghị để đưa người vào "Đại Thừa". Đến các trường học để khai sáng tâm mọi người. Vào nơi kỹ viện để cho thấy tai họa của dục vọng. Vào trong tửu lâu để khiến mọi người giữ vững ý chí". Và hơn thế nữa: "Bằng gia sản bất tận của mình, ông bao bọc người cùng khổ. Bằng giới thanh tịnh, ông bao bọc người hủy phạm cấm giới. Bằng sự nhu thuận của nhẫn, ông bao bọc người sân hận hung dữ. Bằng đại tinh tấn, ông bao bọc người biếng nhác. Bằng nhất tâm, thiền định, tịch tĩnh, ông bao bọc những kẻ có tâm ý tán loạn. Bằng tuệ quyết định, ông bao bọc những hạng vô tri". *(Huyền Thoại Duy Ma Cật – Tuệ Sỹ).*

Kinh điển "Đại Thừa" phác họa hình tượng Bồ Tát dấn thân vào đời hoằng hóa bằng nhiều phương tiện, hình ảnh khác nhau. Theo phẩm phổ môn của kinh "Pháp Hoa", Bồ Tát có thể có nhiều hóa thân thị hiện khác nhau để cứu độ chúng sanh. Bồ Tát có thể là nữ hay nam, cư sĩ hay tu sĩ, vua quan hay thứ dân… Phạm vi hoạt động vô cùng phong phú. Ở thời hiện đại, nhiệm vụ của Bồ Tát càng trở nên phức tạp, đa dạng hơn trong một xã hội với nhiều mâu thuẫn nội tại và tác động mạnh mẽ từ bên ngoài. Sự nghiệp của một vị Bồ Tát, do đó không chỉ giới hạn trong những bài thuyết pháp nhẹ nhàng trong những thiền đường rộng rãi, tăng chúng đong đầy, ung dung niệm Phật cầu kinh. Làm sao yên khi bên ngoài còn vô số con người đang gánh chịu những oan trái nhọc nhằn từ thể xác đến tâm hồn. Thế nên Bồ Tát không bao giờ được thoát ly thực tại xã hội, như lời nguyện của hoàng hậu Shrimala trong kinh "Thắng Man": "Nếu tôi nhìn thấy những người cô độc bị cầm tù một cách bất công và đánh mất sự tự do, những người khổ đau vì bệnh tật, tai ách và đói nghèo, tôi sẽ không rời bỏ họ. Tôi sẽ đem lại cho họ sự an ổn cả vật chất lẫn tinh thần".

Một ẩn dụ trong kinh "Pháp Hoa" nói đến hoa sen trắng thanh khiết mọc lên từ bùn lầy cho ta thấy để đạt trạng thái tâm thanh tịnh giữa cuộc đời này, hay ngay giữa xã hội loài người là một việc rất khó. Qua đó, ta hiểu Bồ Tát không bao giờ chạy trốn thực tại, và không bao giờ rời bỏ muôn triệu chúng sanh đang trầm luân đau khổ trong cuộc đời, cũng như con đường Bồ Tát không dành riêng cho những con người cao quý, xa lánh nhân gian, đi tìm sự tĩnh tại tâm hồn của riêng mình. Trong mười hạnh nguyện của Bồ Tát Phổ Hiền, hạnh thứ chín nói đến việc "hằng thuận chúng sanh", là tùy thuận theo chúng sanh, là tùy theo căn cơ, nghiệp lực, hoàn cảnh của mỗi chúng sanh để tùy nghi hóa độ. Bằng tứ vô lượng tâm, từ bi hỷ xả chúng ta thực hiện mọi hạnh nguyện để tự hoàn thiện mình và hoằng hóa Phật pháp. Với Phật giáo, hành động cứu giúp tha nhân phải được tiến hành song song với sự chuyển đổi tâm thức cá nhân. Việc huấn tập và chuyển hóa tâm là việc hết sức quan trọng trên đường tu học. Nhờ thế, chúng ta có thể đối phó với những bất trắc, nghịch cảnh bằng tâm bồ đề, tâm mong cầu giác ngộ, là tâm phát nguyện cứu giúp chúng sanh, và cũng có thể gọi là những trạng thái tâm tịnh hóa, gạn lọc những suy nghĩ tiêu cực, phiền muộn, trạo cử. Thiếu tâm bồ đề mà làm việc thiện thì chỉ là hành vi xuất phát từ động cơ thiếu trong sáng và đầy toan tính che lấp những chủ đích mờ ám khác, điều mà ta có thể bắt gặp nhiều trong đời sống xã hội hiện nay, qua những chương trình "từ thiện" ồn ào, như một hình thức quảng cáo cho những quan chức hay đại gia đánh bóng tên tuổi.

Kiến tạo hạnh phúc giữa nhân gian

Con người hôm nay đang bị vướng vào những hệ thống kinh tế – chính trị do chính họ tạo ra, thậm chí đó còn là những lực cản khống chế sự tự do và sáng tạo của họ khi không còn làm chủ được cuộc chơi theo ý mình. Với chiêu bài xây dựng một xã hội lành mạnh, họ đã để quên "quyền con người" phía sau những biện pháp ràng buộc, răn đe, áp đặt cá nhân dưới sức mạnh tập thể, nhân danh nguyên lý chính trị, giáo điều, cơ chế... Người ta vẫn ca ngợi "Con người là nguyên nhân và là kết quả của những cuộc cách mạng" nhưng quên rằng trong bất kỳ cuộc cải tổ, hay "cách mạng" nào, cũng như trong chiến tranh, con người vẫn là nạn nhân đầu tiên phải hy sinh! Nói như một nhà tôn giáo rằng nếu con người bị hoàn cảnh sai sử và lôi kéo thì không còn có khả năng chủ động được tình trạng và cải tạo được xã hội mà "chỉ là cái nút chai cá nhân trôi nổi bồng bềnh trên sóng nước xã hội… Con người đã trở nên nạn nhân yếu đuối". Chỉ có một cách giúp con người phục hồi được sức mạnh tâm linh và tự chủ của mình là bằng tu dưỡng. Người ta đã tranh luận nhiều về vấn đề bản thân hay xã hội, cái nào cần phải được cải tạo trước. Theo đạo Phật, con người không thể tách khỏi xã hội, nên sự cải tạo phải được thực hiện song hành. Con người là chính báo (nghĩa là quả báo chính) và xã hội là y báo (tức là quả báo hoàn cảnh). Cả hai thứ chính báo và y báo đều thuộc về sự sống của con người cho nên đều phải được cải tạo song hành. Sự tu dưỡng này không thể được thực hiện hoàn toàn trong một môi trường khép kín, hay trong tháp ngà tu viện mà ngay trong đời sống xã hội, trong tiếp xúc, va đập cả bên trong và bên ngoài, thử thách độ bền vững của việc hình thành tính cách, phẩm chất.

"Bạn càng cảm thấy thân thiết với chúng sinh thì sẽ càng dễ dàng hơn trong việc khởi sinh tâm trạng (thương cảm) đến mức không sao chịu nổi trước những khổ đau của họ… Trước hết bạn phải khởi tâm bình đẳng mạnh mẽ với mọi chúng sinh…" *(Three Principal Aspects of the Path – Đạt Lai Lạt Ma).*

Tâm ý của con người đóng một vai trò chủ yếu trong các thay đổi hay cách mạng, nhất là đối với những ai muốn đổi mới cuộc đời, xây dựng hạnh phúc cho gia đình, cho làng xóm và cho xã hội cần phải thấy rằng sự tu dưỡng tâm ý là cần thiết bởi vì nó đem lại cho ta sức mạnh tâm lý, nghị lực và nguồn hạnh phúc. Chúng ta hãy nhớ nguyên lý "Lục hòa". Khi đức Phật còn tại thế, Ngài đã thiết lập sáu nguyên tắc sống chung hòa hợp cho đoàn thể tăng sĩ của Ngài. Sáu nguyên tắc này có thể vận dụng làm nền tảng căn bản cho một đời sống gia đình hạnh phúc và tiến bộ hôm nay, nhất là khi chúng ta đang chứng kiến sự đổ vỡ tâm linh ngay trong những "tế bào gia đình" vẫn diễn ra hàng ngày với tốc độ chóng mặt:

1. THÂN HÒA ĐỒNG TRÚ: Cùng chia sẻ với nhau một mái nhà hay một hoàn cảnh sinh hoạt cộng đồng, chấp nhận một cách hoan hỷ sự có mặt của nhau.

2. GIỚI HÒA ĐỒNG TU: Cùng học tập và giữ gìn với nhau những kỷ luật đã được chấp nhận như là nguyên tắc hướng dẫn đời sống của cộng đồng.

3. KIẾN HÒA ĐỒNG GIẢI: Chia sẻ và trao đổi với nhau những ý kiến và những nhận thức của nhau. Những ý kiến và nhận thức này có thể trái chống nhau, nhưng nếu mọi người đều biết cởi mở, lắng nghe và phá chấp thì họ có thể hiểu rõ được quan điểm kẻ khác, học được những điều mới lạ.

4. LỢI HÒA ĐỒNG QUÂN: Tài sản của chung mọi người đều có quyền sử dụng và chia sẻ tùy theo nhu yếu của mình. Mọi người có trách nhiệm giữ gìn bồi đắp những tài sản chung đó.

5. KHẨU HÒA VÔ TRÁNH: Giữ gìn lời nói từ tốn, không cãi cọ, tranh chấp và giận hờn với những người khác. Nói lời xây dựng và bồi đắp, không gây chia rẽ, không làm tan rã đoàn thể.

6. Ý HÒA ĐỒNG DUYỆT: Biết dung hòa những ý kiến khác nhau để chấp nhận nhau và sống an vui với nhau.

Sáu nguyên tắc sống chung gọi là "LỤC HÒA" này được áp dụng cách đây gần 2.600 năm, bây giờ vẫn có thể là căn bản để thiết lập một đời sống cộng đồng rất thích hợp. Áp dụng vào đời sống làng xã, thành thị và quốc gia, chúng ta có đủ điều kiện thiết lập được một thể chế xã hội nhân bản, và tự do, qua đó phát dương tinh thần từ bi và bình đẳng của đạo Phật.

Mẫu số chung của Tổng Hạnh phúc Quốc gia (GNH)

Chúng ta thử đi tìm một mẫu số chung cho GNH

(Gross National Happiness), và chúng ta bắt gặp nhiều quan điểm, có khi trái ngược. Có người cho rằng cứ lo cho dân cơm no áo ấm là sẽ có hạnh phúc hay chỉ cần phát triển kinh tế thì đâu sẽ vào đấy vì "vật chất quyết định ý thức", nhưng cũng có quan điểm lấy Bhutan, đất nước Phật giáo có chỉ số GNH cao nhất thế giới, làm tấm gương soi chiếu khi người dân ở đấy không biết đến những từ như "hôi của", "giật dọc", "bôi trơn", "chung chi"… thậm chí du khách cho "tip" thì anh hầu phòng hay chị lao công cũng không lấy, còn đạo đức quan chức thì chắc phải cao hơn dân rồi! Nhận định theo cố HT. Thích Minh Châu thì: "Một nội tâm xấu xa, ly loạn làm thế nào không tác thành một xã hội hỗn độn phức tạp… Chỉ có những cải thiện cấp thời hiện tại đối với nội tâm và đối với xã hội mới có giá trị thiết thực canh tân xã hội hiện tại và xây dựng xã hội tương lai"(Chiến Thắng Ác Ma – Thích Minh Châu). Điều đó cho chúng ta thấy rõ rằng chỉ có sự cải thiện nội tâm từng con người, sau đó là nền tảng đạo đức xã hội, chúng ta mới hy vọng thay đổi tình trạng văn hóa xuống cấp, luân lý suy đồi hiện tại và xây dựng một nước Việt Nam an lạc và phồn thịnh về nhiều phương diện trong tương lai. Ở trên chúng ta đã nói đến hạnh nguyện Bồ-tát dấn thân vì người, vì đời. Qua đó lại thấy cần phải cải tổ lại nội dung giáo dục từ mầm non đến đại học về phương diện "học làm Người" khi cái ác đang hoành hành khắp nơi, trong mỗi con người, mỗi gia đình. Phải chấm dứt việc sử dụng bạo lực trong ứng xử cha con, chồng vợ, bè bạn và ở mọi quan hệ khác.

Trở lại ẩn dụ trong kinh "Pháp Hoa", đóa sen vươn lên từ bùn vì chỉ có trong cùng tận đáy sâu kia, chúng ta sẽ thấy sự hiện diện và tồn tại những chủng tử Phật. Chúng ta phải xây dựng xã hội trên nền văn hóa, đạo đức mới, trên ước vọng về chân, thiện, mỹ, hiện phôi pha, nhợt nhạt hoặc chưa sinh ra, cũng như có thể đang hoài thai. Nhưng ta phải nhớ: "Cái mới ra đời trên nền cái cũ, thối nát, hôi tanh và mục đổ. Phật ở trong chốn hồng trần mà ra, đóa hoa sen của tứ vô lượng tâm vươn lên qua giằng xé, đấu tranh, hy sinh để vững mạnh.

Ánh sáng chánh pháp sẽ long lanh trên những hạt sương mai thấm đẫm ánh bình minh của ngày mới, mùa mới, dào dạt lòng người". Để vẫn thấy: **"Mỗi đêm và mỗi ngày đức Phật đều giáng sinh trong lòng chúng ta, mỗi khi lòng chúng ta là lòng bồ đề".**

THƠ
Tùy Anh
Qua Ngõ Phù Vân

Này em, thế sự đổi thay
Trăm sông ngàn suối nào quay về nguồn?
Bâng khuâng nhìn giọt mưa tuôn
Ngẩn ngơ cảm những giọt buồn thế nhân!

Em về qua ngõ phù vân
Buồn vui thôi cũng chỉ ngần ấy thôi!
Vinh hoa để lại cho đời
Thị phi cũng để cho người thị phi!

Thương làm chi, ghét làm chi
Hơn thua thêm nặng chu kỳ hóa thân!
Em đi vào cuộc hồng trần
Anh về lãng đãng mấy tầng mây xa

Quê hương từ cuộc phong ba
Những người thương, giờ hóa ra quên mình!
Ngậm ngùi từ cuộc phù sinh
Bơ vơ phận bạc, phiêu linh phận người.

Em về, bóng núi tả tơi
Dáng sông khép kín, tình đời nhạt phai!
Thôi em! Quên những quan hoài
Ngày qua hư huyễn, đêm dài hư vô…

Bác sĩ Đỗ Hồng Ngọc

Một ngày kia… đến bờ

> Tùy bút gồm 26 tiểu mục *"Một Ngày Kia… Đến Bờ"* là những bài Pháp thoại giá trị dễ hiểu & lý luận khoa học (NXB Đà Nẵng, 2023). Tất cả sẽ được dịch sang tiếng Đức và lần lượt trích đăng song ngữ ở Báo Viên Giác, với sự đồng ý của tác giả - BBT VG.

➢ Con đường khổ hạnh của Đạo sĩ Gotama (Cồ Đàm)

Kinh Maha Saccaka Sutta mô tả hạnh "tinh tấn" của Đạo sĩ Gotama (Cồ Đàm, lúc chưa thành Phật) sai lầm như thế nào:

Đạo sĩ Gotama nghĩ:

„*Hay là ta cắn chặt răng lại, ép lưỡi sát vào nắp vọng, rồi dùng tâm (thiện) đè nén, chế ngự, và tiêu diệt những tư tưởng (bất thiện)!*

„Rồi tôi cắn chặt răng lại, ép lưỡi sát vào nắp vọng, và nỗ lực đè nén, chế ngự, và tiêu diệt những tư tưởng (bất thiện) bằng tâm (thiện). Lúc tôi chiến đấu như vậy thì mồ hôi từ trong nách chảy tuôn ra…Như người mạnh nắm lấy đầu hay hai vai một người yếu rồi đè xuống, dùng sức cưỡng bách và khắc phục, không cho ngóc lên…

„Sự tinh tấn của tôi quả thật kiên trì và bất khuất. Tâm niệm của tôi thật là vững chắc và không hề chao động. Tuy nhiên, thân tôi mòn mỏi và không an lạc sau khi cố gắng một cách đau khổ -- thể xác phải chịu khuất phục trước sự nỗ lực kiên trì…

Rồi Đạo sĩ Gotama nghĩ *„Hay ta thử trau giồi pháp hành thiền nín thở!*

„Rồi tôi kiểm soát chặt chẽ hơi-thở-vô và hơi-thở-ra, từ miệng và mũi. Khi tôi kiểm soát hơi-thở-vô, thở-ra, ở miệng và ở mũi, thì có luồng hơi thoát ra từ lỗ tai, tạo nên một thứ âm thanh to lớn khác thường, như từ hai ống thụt của anh thợ rèn. „Dẫu sao, hạnh tinh tấn của tôi vẫn kiên trì và bất khuất. Tâm niệm của tôi vẫn vững chắc và không hề chao động. Tuy nhiên, thân tôi mòn mỏi và không an lạc sau khi cố gắng một cách đau khổ -- thể xác phải chịu khuất phục trước sự nỗ lực kiên trì.

Lúc ngừng thở bằng miệng, mũi và tai thì hơi (bị dồn ép) đập mạnh trong đầu tôi. Như có người thật mạnh khoan vào sọ tôi một lưỡi khoan thật bén, khi tôi ngừng thở, hơi đập vào đầu tôi cũng làm đau đớn như vậy.

„… lúc tôi ngừng thở, đầu tôi nghe đau bưng lên. Trạng thái đau đớn kinh khủng lúc bấy giờ giống như có một lực sĩ dùng dây thừng siết chặt đầu tôi lại.

„… cảm giác một luồng hơi mạnh thọc xuyên qua bụng tôi, như dùng dao bén rạch một đường trên bụng, làm đau đớn thế nào thì luồng gió mạnh thọc xuyên qua bụng làm tôi đau đớn dường ấy.

„…cảm giác như có một ngọn lửa to khủng khiếp bừng lên và bao trùm lấy tôi. Như có người mạnh nắm chặt một người yếu và đặt lên ống lửa than đang cháy đỏ cho đến lúc hoàn toàn thiêu rụi, lửa thiêu đốt thân tôi lúc ngừng thở cũng nóng dường thế ấy.

Đạo sĩ Gotama lại nghĩ:

„*Hay ta thử dùng chút ít vật thực, mỗi lần chỉ một chút thôi, một ít nước đậu xanh hay rau cỏ, hay đậu đỏ, hay đậu trắng.*

„Khi mà tôi chỉ dùng thật ít vật thực như thế, ở thể đặc hay thể lỏng, thì thân tôi trở nên cực kỳ gầy yếu. Vì thiếu vật thực, những bộ phận lớn và nhỏ trong thân tôi ốm gầy không khác nào những cọng cỏ ống hay những cây đăng tâm thảo. Bàn tọa của tôi chỉ còn bằng cái móng của con lạc đà. Xương sống tôi cũng như một xâu chuỗi dựng đứng lên và cong vào. Xương sườn tôi tựa như một cái sườn nhà bị sụp đổ. Trong mắt tôi không khác nào hình ảnh của những ngôi sao mà ta có thể thấy dưới một cái giếng sâu. Trái mướp đắng cắt ra lúc còn tươi rồi đem phơi, gió và nắng làm da mướp teo lại, nhăn nhó và héo tàn thế nào thì da đầu tôi lúc ấy, vì thiếu chất dinh dưỡng, cũng nhăn nhó và héo tàn như thế ấy. Khi muốn rờ da bụng thì tôi đụng nhằm xương sống. Và khi muốn rờ xương sống thì tôi lại đụng nhằm da bụng. Vì thiếu vật thực, da bụng tôi ép sát vào xương sống và, lúc muốn đứng dậy đi tiểu tiện, thì tôi luống cuống té ngã xuống. Tôi đập nhẹ trên chân, tay để làm cho thân mình sống lại. Than ôi, lúc đập như thế, lông trên mình tôi lả tả rơi xuống đất vì đã chết gốc…

Ép xác khổ hạnh dưới đủ hình thức, Đạo sĩ Gotama vẫn không thu hoạch được kết quả cứu cánh, mà chỉ kiệt sức. Máu cạn, gân rút, thịt teo, mắt thụt và mờ dần. Ngài chỉ còn là một bộ xương có sự sống. Nhưng cái chết đã gần kề. (Đức Phật và Phật Pháp, Narada Maha Thera). ∎

(còn tiếp số tới)

Eines Tages… das andere Ufer erreichen

Übersetzt ins Deutsche von Nguyên Đạo & Prof. Beuchling

Diese 26 Essays in „Eines Tages… das andere Ufer erreichen" sind wertvolle, leicht verständliche und wissenschaftlich fundierte Dharma-Vorträge. Sie werden mit Zustimmung des Autors alle ins Deutsche übersetzt und zweisprachig in der Zeitschrift Viên Giác veröffentlicht – Die Redaktion.

➢ **Der Pfad des asketischen Leidens von Asket Gotama (Siddhartha Gautama). - [Con đường khổ hạnh của Đạo sĩ Gotama (Cồ Đàm)]**

Das Maha Saccaka Sutta beschreibt, wie die „strenge Askese" von Asket Gotama (Siddhartha Gautama, bevor er zum Buddha wurde) fehlgeleitet war:

Asket Gotama dachte:

„Was, wenn ich meine Zähne zusammenbeiße, meine Zunge an den Gaumen drücke und dann mit meinem Geist (guten Willens) alle schlechten Gedanken unterdrücke, bezwinge und vernichte!"

„Dann biss ich meine Zähne zusammen, drückte meine Zunge an den Gaumen und bemühte mich, alle schlechten Gedanken mit meinem Geist (guten Willens) zu unterdrücken, zu bezwingen und zu vernichten. Während ich so kämpfte, brach der Schweiß unter meinen Achseln hervor… Wie ein starker Mann, der den Kopf oder die Schultern eines schwachen Menschen packt, ihn niederdrückt, mit Gewalt unterwirft und überwältigt, um ihn nicht aufstehen zu lassen…

„Meine Askese war wirklich beharrlich und unnachgiebig. Mein Geist war wirklich stabil und unerschütterlich. Jedoch wurde mein Körper durch diese schmerzhafte Anstrengung erschöpft und fand keine Ruhe – der Körper musste der beharrlichen Anstrengung nachgeben…

Dann dachte Asket Gotama: „Was, wenn ich die Atemkontrolle übe!"

„Dann kontrollierte ich sorgfältig meinen Ein- und Ausatem, sowohl durch den Mund als auch durch die Nase. Als ich meinen Ein- und Ausatem durch Mund und Nase kontrollierte, entwich die Luft aus meinen Ohren und erzeugte einen ungewöhnlich lauten Ton, ähnlich dem Geräusch aus den Blasebälgen eines Schmiedes.

„Trotzdem war meine Askese weiterhin beharrlich und unnachgiebig. Mein Geist war stabil und unerschütterlich. Jedoch wurde mein Körper durch diese schmerzhafte Anstrengung erschöpft und fand keine Ruhe – der Körper musste der beharrlichen Anstrengung nachgeben.

Als ich aufhörte, durch Mund, Nase und Ohren zu atmen, schlug die aufgestaute Luft heftig gegen meinen Kopf. Es war, als würde jemand mit einem scharfen Bohrer in meinen Schädel bohren, als ich aufhörte zu atmen, schlug die Luft genauso schmerzhaft gegen meinen Kopf.

„… als ich aufhörte zu atmen, fühlte sich mein Kopf furchtbar schmerzhaft an. Der schreckliche Schmerz in diesem Moment war, als würde ein starker Mann meinen Kopf mit einem Strick fest zusammenziehen.

„… das Gefühl eines starken Luftstroms, der durch meinen Bauch stach, war, als würde man mit einem scharfen Messer einen Schnitt über meinen Bauch ziehen, der Schmerz des starken Luftstroms, der durch meinen Bauch stach, war genauso schmerzhaft.

„… das Gefühl, als würde ein schreckliches großes Feuer entflammen und mich umhüllen. Als würde ein starker Mann einen schwachen Menschen packen und in glühende Kohlen legen, bis er vollständig verbrannt ist, der Schmerz des Feuers, das meinen Körper verbrannte, als ich aufhörte zu atmen, war genauso heiß.

Asket Gotama dachte weiter:

„Was, wenn ich nur eine kleine Menge Nahrung zu mir nehme, jedes Mal nur ein wenig, etwas grüne Bohnen oder Kräuter, oder rote Bohnen, oder weiße Bohnen."

„Als ich so wenig Nahrung zu mir nahm, wurde mein Körper extrem mager und schwach. Durch den Mangel an Nahrung wurden die großen und kleinen Teile meines Körpers so dünn wie Binsen oder Dornengras. Mein Sitzkissen war nur noch so dick wie das Huf eines Kamels. Mein Rückgrat war wie eine aufrecht stehende Schnur und bog sich ein. Meine Rippen waren wie die Seiten eines eingestürzten Hauses. In meinen Augen sah es aus, als ob man Sterne in einem tiefen Brunnen sehen könnte. Eine frische Bittermelone, die geschnitten und dann in der Sonne getrocknet wird, schrumpft und wird runzlig und welk – so wurde meine Kopfhaut, durch den Mangel an Nährstoffen, runzlig und welk. Wenn ich meinen Bauch berühren wollte, berührte ich stattdessen meine Wirbelsäule. Und wenn ich meine Wirbelsäule berühren wollte, berührte ich stattdessen meinen Bauch. Wegen des Mangels an Nahrung presste sich meine Bauchhaut an meine Wirbelsäule und beim Aufstehen, um Wasser zu lassen, stolperte ich und fiel hin. Ich klopfte leicht auf meine Beine und Arme, um meinen Körper wiederzubeleben. Oh je, als ich so klopfte, fielen die Haare von meinem Körper, weil sie abgestorben waren...

Durch solche extremen Formen der körperlichen Askese erzielte Asket Gotama keine endgültigen Ergebnisse, sondern wurde nur erschöpft. Das Blut trocknete aus, die Sehnen schrumpften, das Fleisch schwand, die Augen versanken und wurden trüb. Er war nur noch ein lebendiges Skelett. Aber der Tod war nah. (Aus: *Buddha und die Lehren des Buddhismus*, Narada Maha Thera). ∎

(fortsetzen in der nächsten Ausgabe)

Tịnh Ý Giới thiệu

TRUYỆN CỔ PHẬT GIÁO
SONG NGỮ VIỆT – ĐỨC

KHÔNG CÓ GÌ QUÁ NHIỀU, KHÔNG CÓ GÌ QUÁ ÍT

Câu chuyện này xảy ra tại tu viện Kỳ viên, liên hệ đến cư sĩ A-tu-la.

A-tu-la (Tu-lại) là một thiện tín sống ở Xá-vệ và có một nhóm bạn năm trăm Phật tử. Một ngày nọ ông dắt cả năm trăm người đi đến Tịnh xá nghe pháp. Đầu tiên họ đến bên Tôn giả Ly-bà-đa (Revata) cung kính đảnh lễ và ngồi một bên. Tôn giả là người thích độc cư, yêu thích cô độc như con sư tử yêu thích cô đơn, nên ngài không nói gì với họ.

Tu-đà-la nghĩ thầm: „Tôn giả chẳng nói năng chi". Cả nhóm đứng dậy đi đến Tôn giả Xá-lợi-phất và cung kính đứng bên. Tôn giả hỏi:

- Các ông đến gặp ta có chuyện gì?

Tu-lại thưa:

- Con đưa các bạn đến nghe pháp và đã gặp ngài Ly-bà-đa nhưng ngài chẳng nói gì nên con bất mãn và đến đây. Xin Tôn giả thuyết pháp cho chúng con.

- Tốt lắm, các ông hãy ngồi xuống.

Và Tôn giả Xá-lợi-phất giảng giải cho họ tạng A-tỳ-đàm.

Tu-lại nghĩ rằng: A-tỳ-đàm khó hiểu. Tôn giả giảng giải pháp ấy cho ta quá dài, điều đó đâu có ích lợi gì? Và ông bực bội dẫn chúng bạn đi tới chỗ của Tôn giả A-nan. Tôn giả hỏi: Có việc gì thế, cư sĩ?

Tu-lại thưa: Chúng con đi đến chỗ Tôn giả Ly-bà-đa mong được nghe pháp, nhưng Tôn giả chẳng nói một lời nào. Chúng con đến chỗ Tôn giả Xá-lợi-phất và ngài dạy quá nhiều về A-tỳ-đàm với tất cả chi tiết. Chúng con chẳng hiểu gì cả và buồn bực tôn giả ấy nên đến đây. Xin Tôn giả thuyết pháp cho chúng con.

- Tốt lắm, hãy ngồi xuống và lắng nghe.

Tôn giả nói pháp cho họ, ngắn gọn và dễ hiểu. Nhưng họ cũng bực tức bỏ đi và đến chỗ Thế tôn đảnh lễ rồi lui ngồi một bên. Phật hỏi:

- Vì sao các ông đến đây?

- Bạch Thế tôn, chúng con muốn nghe Pháp.

- Nhưng các ông đã nghe rồi!
- Bạch Thế tôn, Tôn giả Ly-bà-đa chẳng nói lời nào. Tôn giả Xá-lợi-phất giảng dạy quá nhiều. Tôn giả A-nan lại nói ngắn quá. Chúng con không vui nên đến đây.

Phật nghe xong và quở:

- Tu-lại. Từ xưa đến nay, người ta luôn chê bai. Người không nói, người nói nhiều người nói ít đều bị chê. Không ai hoàn toàn được khen, cũng không ai hoàn toàn bị chê. Ngay cả các bậc đế vương cũng được người khen, kẻ chê. Ngay cả đại địa, mặt trời, mặt trăng, ngay cả một vị Phật ngồi giữa tứ chúng mà thuyết pháp cũng có người khen, kẻ chê. Lời khen chê của người ngu không quan trọng. Nhưng khi người học thức, thông minh khen chê… đó mới là đích thực.

Ngài nói bài Kệ:

"A-tu-la nên biết
Xưa vậy, nay cũng vậy.
Ngồi im, bị người chê
Nói nhiều, bị người chê
Nói vừa phải bị chê
Làm người không bị chê
Thật khó tìm ở đời…"

(Trích Truyện Pháp Cú. Tập III. Phẩm 19 - Thiền Viện Viên Chiếu dịch).

Lời Bàn:

1. Là một Phật tử, dốc lòng cầu học Pháp như ông Tu-lại và năm trăm người bạn của ông quả thật đáng khen. Nhưng Pháp như trận mưa lớn (Pháp Vũ) cho mọi cỏ cây, chim chóc và cả con người… Cùng một bài Pháp, thích hợp cho người này nhưng quá sức cho người khác. Thế nên chư Tổ đặt ra học Pháp và giảng Pháp vừa "Khế lý" nhưng còn phải "Khế cơ".

Phật giảng kinh Pháp Hoa mà hằng trăm thính chúng phải bỏ ra về… không phải vì họ không tôn trọng Phật hay dốc lòng nghe Pháp mà vì họ không thể lãnh hội được tính "thậm thâm vi diệu" của Kinh.

2. Ông Tu-lại và các bạn hữu không thể chịu được pháp Tĩnh mặc "Vô ngôn" của Tôn giả Ly-bà-đa; ta có thể thông cảm. Không thể ngồi nghe ngài Xá lợi phất giảng "A-tỳ-đàm tràng giang đại hải" ta có thể hiểu. Nhưng đến khi Tôn giả A-nan giảng ngắn gọn, dễ hiểu thì vẫn chưa bằng lòng… Vậy thì, gốc không phải ở Pháp khó hay dễ, dài hay ngắn, cạn hay sâu mà từ Tâm của họ: Tâm "lăng xăng" cầu đạo, chạy tới, chạy lui… qua chùa này, đến Thiền đường nọ, nếm nơi đây một chút, ngắm chỗ kia một chút tưởng rằng mình biết, mình hiểu, mình chưa hài lòng, mình chê… Và cuối cùng không vẫn hoàn không!

3. May mắn cho ông Tu-đà ngày đó còn có Phật để ông tìm đến hỏi đạo, và đức Thế Tôn đã không giảng Pháp như các Tôn giả mà Ngài đã chỉ thẳng cơn bệnh của Ông và các bằng hữu trong việc nghe Pháp: Nghe bằng Tâm so sánh, phán xét thì Pháp không vào Đất Tâm được, khác nào mưa xuống mà bị tấm ni-lông che, nước không tiếp xúc được với cây. Đó là căn bệnh xưa nay của Thế gian: "bệnh Chê":

"Người không nói, người nói nhiều người nói ít đều bị chê. Không ai hoàn toàn được khen, cũng không ai hoàn toàn bị chê. Ngay cả các bậc đế vương cũng được người khen, kẻ chê. Ngay cả đại địa, mặt trời, mặt trăng, ngay cả một vị Phật ngồi giữa tứ chúng mà thuyết pháp cũng có người khen, kẻ chê."

Thế gian có câu: Ở sao cho vừa lòng Người. ∎

Alte buddhistische Geschichten

Tịnh Ý stellt vor – Mỹ Đình überträgt ins Deutsche

Nichts ist zu viel
Nichts ist zu wenig

Diese Geschichte ereignete sich im **Jetavana-Kloster** (Kỳ-viên-Kloster) und bezieht sich auf den Laienanhänger *Asura* (A-tu-la oder Tu-lại genannt) war ein gläubiger Laienanhänger, der in der Stadt **Sāvatthī** (Xá-vệ) lebte und eine Gruppe von fünfhundert buddhistischen Freunden hatte. Eines Tages führte er alle fünfhundert Menschen zum Kloster, um die Lehre des Buddha zu hören.

Zuerst gingen sie zum Ehrwürdigen Revata (Ly-bà-đa), verneigten sich ehrfürchtig vor ihm und setzten sich zur Seite. Der Ehrwürdige war jemand, der die Zurückgezogenheit liebte, Einsamkeit so sehr schätzte wie ein Löwe seine Einsamkeit liebt, daher sprach er kein Wort zu ihnen.

Asura dachte bei sich: „Der Ehrwürdige sagt kein einziges Wort."

Die ganze Gruppe stand auf und ging zum Ehrwürdigen Śāriputra (Xá-lợi-phất) und stellte sich respektvoll neben ihn. Der Ehrwürdige fragte:

– Was führt euch zu mir?

Asura antwortete:

– Ich habe meine Freunde mitgebracht, um die Lehre zu hören. Wir sind zu Ehrwürdigen Revata gegangen, aber er sagte kein Wort, daher war ich enttäuscht und kam hierher. Bitte, Ehrwürdiger, belehre uns.

– Sehr gut, setzt euch bitte.

Und der Ehrwürdige Śāriputra begann, ausführlich über den Abhidhamma zu lehren, so tiefgründig wie ein großer, weiter Ozean...

Asura dachte: Der Abhidhamma ist schwer zu verstehen. Der Ehrwürdige erklärt diese Lehre viel zu ausführlich – was nützt uns das?

Verärgert führte er seine Gefährten weiter zum Ehrwürdigen Ananda.

Der Ehrwürdige fragte:

– Was ist los, ehrwürdiger Laienanhänger?

Asura antwortete:

– Wir sind zum Ehrwürdigen Revata gegangen in der Hoffnung, die Lehre zu hören, aber er sagte kein einziges Wort. Dann gingen wir zum Ehrwürdigen Śāriputra, und er unterrichtete uns sehr ausführlich über den Abhidhamma mit all seinen Einzelheiten. Wir haben nichts verstanden und waren enttäuscht – deshalb sind wir nun hier. Bitte, Ehrwürdiger, lehren Sie uns die Lehre.

– Sehr gut, setzt euch und hört zu.

Der Ehrwürdige Ananda lehrte sie die Lehre – kurz und leicht verständlich.

Doch auch darüber waren sie verärgert, verließen ihn und gingen zum Erhabenen (dem Buddha), verneigten sich und setzten sich zur Seite.

Der Buddha fragte:

– Warum seid ihr hierher gekommen?

– Ehrwürdiger Weltverehrter, wir möchten die Lehre hören.

– Aber ihr habt sie doch bereits gehört!

– Ehrwürdiger Weltverehrter, der Ehrwürdige Revata hat kein Wort gesagt. Der Ehrwürdige Śāriputra hat zu viel erklärt. Der Ehrwürdige Ananda wiederum hat zu kurz gesprochen. Wir waren unzufrieden – deshalb sind wir hier.

Der Buddha hörte sich alles an und tadelte:

– Asura, seit jeher neigen die Menschen dazu, zu kritisieren.

Jene, die nichts sagen, werden kritisiert.

Jene, die viel sprechen, werden kritisiert.

Und auch jene, die wenig sagen, werden kritisiert.

Niemand wird nur gelobt, und niemand wird nur getadelt. Selbst Könige werden von manchen gelobt und von anderen geschmäht. Sogar die große Erde, die Sonne, der Mond – selbst ein Buddha, der inmitten der vier Versammlungen die Lehre verkündet – wird sowohl gelobt als auch kritisiert. Das Lob oder der Tadel von Unwissenden ist unbedeutend. Aber wenn Gelehrte und Weise urteilen – das ist es, was zählt.

Daraufhin sprach der Buddha folgenden Lehrvers:

„Asura, erkenne dies:
Schon früher war es ebenso,
und auch heute ist es so:
Wer schweigt, den tadeln sie.
Wer viel redet, den tadeln sie.
Wer maßvoll spricht, den tadeln sie.
Es gibt auf Erden keinen Menschen,
der völlig frei von Tadel ist."

(Aus: *Dhammapada-Geschichte, Band III, Kapitel 19* – übersetzt vom Zen-Kloster Viên Chiếu).

Anmerkung:

1. Als Buddhist ist es zweifellos lobenswert, wenn man – wie Asura und seine fünfhundert Gefährten – mit ganzem Herzen die Lehre (Dharma) zu studieren sucht. Doch die Lehre des Buddha gleicht einem großen Regen (Pháp Vũ), der alle Pflanzen, Vögel und auch die Menschen erreicht…

Ein und dieselbe Lehrrede kann für den einen passend sein, für den anderen jedoch zu schwer verständlich. Deshalb legten die ehrwürdigen Meister der Überlieferung Wert darauf, dass das Lehren des Dharma nicht nur „der Wahrheit entspricht" (Khế lý), sondern auch „den Fähigkeiten und Umständen der Zuhörer angemessen ist" (Khế cơ).

Als der Buddha das Lotos-Sutra (Pháp Hoa) lehrte, verließen hunderte Zuhörer die Versammlung – nicht etwa, weil sie dem Buddha keinen Respekt entgegenbrachten oder nicht aufrichtig zuhören wollten, sondern weil sie die tiefe und wunderbare (thậm thâm vi diệu) Natur dieser Lehre nicht erfassen konnten.

2. Asura und seine Freunde konnten die stille, wortlose Lehre („Vô ngôn" – das Schweigen) des Ehrwürdigen Revata nicht ertragen – das kann man nachvollziehen.

Dass sie auch den ausufernden, ozeangleichen Abhidhamma-Vortrag des Ehrwürdigen Śāriputra nicht aushalten konnten – auch das ist verständlich.

Aber als selbst der ehrwürdige Ananda kurz und verständlich lehrte – und sie trotzdem nicht zufrieden waren –, wurde deutlich: Das Problem liegt nicht an der Lehre selbst – ob schwer oder leicht, lang oder kurz, tief oder oberflächlich –, sondern in ihrem eigenen Geist.

Es ist ein unruhiger, flatterhafter Geist, der ständig auf der Suche nach dem Weg ist, aber rastlos hin- und herläuft: Von diesem Tempel zum nächsten Meditationshaus, hier ein wenig kosten, dort ein bisschen betrachten, und meinen: „Ich weiß, ich verstehe, aber ich bin noch nicht zufrieden… das gefällt mir nicht." Und am Ende? Alles bleibt leer. Man kehrt mit leeren Händen zurück.

3. Asura hatte damals das Glück, dass es noch den Buddha gab, zu dem er gehen konnte, um den Weg zu suchen.

Und der Erhabene (Thế Tôn) erklärte ihm den Dharma nicht wie die Ehrwürdigen zuvor – sondern zeigte direkt auf die eigentliche „Krankheit", die Asuraund seine Gefährten beim Hören der Lehre hatten:

Wenn man mit einem Geist hört, der vergleicht und urteilt, dann kann die Lehre nicht in den Boden des Herzens eindringen. Es ist, als würde Regen fallen – doch eine Plastikplane deckt den Boden ab, sodass das Wasser die Pflanzen nicht erreicht.

Das ist eine uralte Krankheit der Welt: die „Krankheit des Kritisierens".

„Wer schweigt, wird kritisiert; wer viel redet, wird kritisiert; wer wenig redet, wird ebenso kritisiert. Niemand wird nur gelobt, niemand wird nur kritisiert. Selbst Könige werden gelobt und getadelt.

Selbst die Erde, die Sonne, der Mond – und selbst ein Buddha, der inmitten der vier Versammlungen die Lehre verkündet – wird von manchen gelobt, von anderen getadelt."

So heißt es auch im Volksmund: „Wie kann man leben, um es allen recht zu machen?" ∎

THƠ
Tịnh Bình
TRÁI TIM TƯỢNG ĐÁ

Đậu trên tượng đá vô tri
Chú chim thầm nguyện điều gì sáng nay
Lời chim nho nhỏ tỏ bày
Trái tim Bồ Tát liệu Ngài cảm nghe?!
*

Vườn chùa khẽ ngọn gió se
Bạch y phơ phất chở che con khờ
Trái tim Bồ Tát vô bờ
Biết đâu ngần mé bến bờ đại dương
*

Từ bi hỷ xả yêu thương
Không hình không tướng mà dường kề bên
Đôi khi con dại trót quên
Sông mê bể khổ nổi nênh gọi Người
*

Hoa thơm chợt hé môi cười
Ngàn lời cây lá xanh tươi nhu mì
Chú chim vỗ cánh bay đi
Trái tim tượng đá thầm thì nam mô...

Tranh: Cát Đơn Sa

Chuyện Ngắn Thiếu Nhi

Thi Thi Hồng Ngọc

GIA ĐÌNH MÌNH LÀ CON PHẬT

DẠY THIỀN

Hôm nay đi học về Thảo An hớn hở khoe mẹ bài luận văn đạt điểm cao nhất lớp của mình. Mẹ vui vẻ hỏi về đề tài mà cô giáo ra là gì, Thảo An kể:

- Cô giáo bảo cả lớp viết về việc học tập và làm cách nào để mình có niềm vui trong việc học. Các bạn của con chia xẻ rất nhiều phương pháp cũng hay lắm mẹ ơi! Riêng con thì ngoài việc chăm chỉ, lập thời khóa biểu rồi cố gắng thực hiện đúng như vậy, việc làm bài tập phải hoàn tất xong rồi mới nghĩ đến việc khác. Những điều này thì rất nhiều bạn cũng có thể làm được nhưng cô cho con điểm cao nhất lớp chỉ vì… con áp dụng THIỀN trong việc học.

Mẹ cũng ngạc nhiên khi nghe đến vấn đề mới mẻ này nên vội hỏi:

- Thế con làm như thế nào mà mẹ cũng chẳng hay biết gì cả?

Thảo An ra vẻ bí mật, mỉm cười tiết lộ:

- Mẹ cũng biết là thầy Bổn Đức, trụ trì chùa Viên Thành đã dạy nhóm Phật Tử thiếu nhi học Thiền. Các bạn khác thì học cho biết, học để tĩnh tâm, còn con thì còn học để… làm bài tập ở nhà cho nhanh nữa. Mẹ biết không? Có một lần sau khi ngồi thiền, con cảm thấy không căng thẳng nữa, con liền lấy bài tập về nhà ra thì thấy mình làm xong rất nhanh. Từ đó con nghĩ ra muốn xong việc gì đó khó khăn, trước hết mình phải ngồi thiền cho đến khi mình hết "căng cái đầu" thì mình sẽ tìm ra cách làm cho công việc dễ dàng hơn.

Mẹ thích thú lắng nghe rồi hết lời khen ngợi cô bé, Thảo An chợt thở dài hạ giọng:

- Nhưng bây giờ con lại có việc khó khăn mới đây mẹ ơi!

- Gì vậy con?

- Dạy Thiền cho cô giáo và các bạn!

CÂU CHUYỆN CÁI LY

Trong khóa tu học mùa hè của lớp trẻ em độ mười đến mười lăm tuổi có khoảng hai mươi thiếu nhi, thầy Tịnh Hòa phụ trách hướng dẫn việc học Phật Pháp của nhóm này. Suốt bao ngày sinh hoạt, thầy để ý chị em nhà Thảo An, Thảo Mai và Thảo Hiền mỗi người chỉ dùng một cái ly và viết tên của mình trên cái ly, ngay cả chai nước suối cũng chỉ dùng một lần, uống hết rồi đổ nước lọc vào chai dùng tiếp. Buổi sinh hoạt cuối cùng, thầy mời cả ba lên trước cả nhóm rồi kể lại những gì mình chú ý, thầy ân cần gợi ý ba chị em nhà Thảo An vui lòng kể ra lý do về những hành động này. Ngập ngừng một lát Thảo Mai nói trước:

- Ở nhà ba mẹ dạy chúng con bất cứ đồ dùng hay thức ăn dù mình mua nhưng cũng là công lao cực khổ của biết bao nhiêu người mới có, mình không nên phí phạm là có lỗi.

Thảo An tiếp lời em gái:

- Còn ở chùa thì mình càng nên tiết kiệm dù mình không phải trả tiền nhưng những gì mình có là do nhiều người khác đóng góp vào, mình không nên dùng một nửa, bỏ một nửa, điều này không tốt, không có lòng từ bi.

Thảo Hiền nhỏ nhẹ nói:

- Những đồ nhựa này nếu mình dùng nhiều, trái đất sẽ có nhiều rác độc, con xem trong tivi có mấy con cá ăn trúng mấy cái đồ nhựa mà chết hết.

Cô nhỏ chợt oà khóc:

- Con thương mấy con cá đó lắm, tại sao mình dùng đồ nhựa làm nó phải bị chết?

TIẾNG VIỆT CỦA ÔNG NỘI

Ba vừa đi làm về nghe trong phòng các cô con gái có tiếng của ông nội, ba ngạc nhiên ngó vào thì thấy các cọn đang mở phôn có cả hình để trò chuyện với ông nội:

- Ông ơi! Kỳ trước ông nói chuyện về mèo mun hay quá! Hôm nay ông nói tiếp tiếng Việt có gì hay để tụi con học đi ông?

- Ông ơi! Ba mẹ nói "ông nội Internet" là tốt nhất, an toàn nhất.

- Ông ơi! Hôm nay con làm được thơ bằng tiếng Việt đấy.

Ông nội vui vẻ nghe các cháu tranh nhau trò chuyện, đợi tất cả bớt lăng xăng, ông nhẹ nhàng nói:

- Tiếng Việt hay lắm đấy! Thí dụ như: Ấm và lạnh là chữ khác nhau nhưng áo ấm và áo lạnh lại đồng nghĩa là áo mặc vào mùa đông. Thắng và bại là hai nghĩa đối nhau nhưng đánh thắng và đánh bại đều có nghĩa là chiến thắng. Đêm và ngày rõ ràng là khác nhưng các cháu nói: suốt đêm ngày hay suốt ngày đêm đều có nghĩa là không ngưng nghỉ.

Thảo Hiền chợt nhìn ra cửa và reo lên khi thấy ba về, cô bé nắm tay ba kéo vào đứng trước màn hình rồi trịnh trọng nói:

- Ba cũng phải học đấy! Ông nội dạy tiếng Việt vui lắm, "tiếng Việt của ông nội" thật là hay!!! ∎

Thi Thi Hồng Ngọc
Unsere Familie sind Buddhisten

Kinderkurzgeschichten
Mỹ Đình überträgt ins Deutsche

MEDITATION LEHREN

Nach der Schule kam Thảo An heute ganz aufgeregt nach Hause und prahlte freudig mit ihrer Mutter: Sie hatte für ihren Aufsatz die beste Note der Klasse bekommen.

Die Mutter freute sich und fragte neugierig, was das Thema war. Thảo An erzählte:

– Die Lehrerin hat uns aufgetragen, über das Lernen zu schreiben und darüber, wie man Freude am Lernen finden kann.

Meine Mitschülerinnen und Mitschüler haben viele interessante Methoden geteilt, Mama!

Ich selbst habe – neben Fleiß, einem festen Stundenplan und der Gewohnheit, die Hausaufgaben immer zuerst zu erledigen, bevor ich etwas anderes mache – noch etwas Besonderes getan.

Diese Dinge können viele Kinder schaffen. Aber weißt du, warum mir die Lehrerin die beste Note gegeben hat?

Weil ich MEDITATION beim Lernen anwende.

Die Mutter war erstaunt, als sie von diesem neuen Thema hörte, und fragte sofort:

– Wie hast du das gemacht? Ich habe doch gar nichts davon mitbekommen!

Thảo An lächelte geheimnisvoll und verriet:

– Du weißt doch, dass Thầy Bổn Đức, der Abt der Viên-Thành-Pagode, unserer buddhistischen Kindergruppe Meditation beigebracht hat.

Die anderen Kinder haben meditiert, um einfach mal zur Ruhe zu kommen oder es einfach auszuprobieren.

Aber ich… ich habe es auch genutzt, um meine Hausaufgaben schneller zu schaffen.

Weißt du, Mama?

Einmal, nach einer Meditationssitzung, fühlte ich mich gar nicht mehr gestresst.

Ich habe dann sofort mit meinen Hausaufgaben angefangen – und plötzlich war ich ganz schnell fertig!

Seitdem habe ich mir gedacht:

Wenn ich etwas Schwieriges erledigen will, sollte ich zuerst meditieren – bis der „Druck im Kopf" weg ist.

Dann finde ich meistens einen Weg, wie ich es leichter schaffen kann.

Die Mutter hörte fasziniert zu und lobte ihre Tochter über alle Maßen.

Doch plötzlich seufzte Thảo An und sagte leise:

– Aber Mama, jetzt habe ich ein ganz neues, schwieriges Problem…

– Was denn, mein Schatz?

– Ich muss meiner Lehrerin und meinen Klassenkameraden Meditation beibringen.

DIE GESCHICHTE VOM BECHER

Im Sommerretreat für Kinder im Alter von zehn bis fünfzehn Jahren nahmen etwa zwanzig Kinder teil. Thầy Tịnh Hoà war für den buddhistischen Unterricht dieser Gruppe verantwortlich.

Während der gemeinsamen Tage fiel dem Lehrer auf, dass die drei Schwestern – Thảo An, Thảo Mai und Thảo Hiền – jede nur einen einzigen Becher benutzten, auf dem sie ihren Namen geschrieben hatten. Selbst bei den Wasserflaschen: Wenn sie eine ausgetrunken hatten, füllten sie sie einfach mit Leitungswasser auf und benutzten sie weiter.

Beim letzten gemeinsamen Treffen bat der Lehrer die drei Schwestern nach vorne, erzählte der Gruppe, was ihm aufgefallen war, und bat sie freundlich, den anderen zu erklären, warum sie sich so verhielten.

Nach kurzem Zögern begann Thảo Mai:

– Unsere Eltern haben uns beigebracht: Auch wenn wir etwas selbst gekauft haben – sei es Essen oder Dinge zum Gebrauch –, steckt viel Arbeit vieler Menschen dahinter. Wenn wir etwas verschwenden, ist das nicht richtig, das wäre undankbar.

Thảo An ergänzte ihre Schwester:

– Und im Tempel sollten wir erst recht sorgsam mit allem umgehen. Auch wenn wir dafür nichts bezahlen, ist es doch das Ergebnis vieler Spenden und Mühen anderer. Wenn wir etwas nur halb verbrauchen und den Rest wegwerfen, dann fehlt es uns an Achtsamkeit und Mitgefühl.

Thảo Hiền, die Jüngste, sagte leise:

– Wenn wir zu viel Plastik benutzen, entsteht viel Müll, und das schadet der Erde. Ich habe im Fernsehen gesehen, wie Fische gestorben sind, weil sie Plastik gefressen haben…

Und plötzlich brach das kleine Mädchen in Tränen aus:

– Ich habe die Fische so lieb! Warum müssen sie sterben, nur weil wir Plastik benutzen?

DAS VIETNAMESISCH VON OPA

Papa war gerade von der Arbeit nach Hause gekommen, als er im Zimmer seiner Töchter plötzlich Opas Stimme hörte. Verwundert schaute er hinein – und sah, dass die Kinder übers Handy mit Opa sprachen, sogar mit Bild.

– Opa! Letztes Mal hast du so toll über die schwarze Katze erzählt! Erzähl uns heute wieder was Schönes auf Vietnamesisch, damit wir was lernen!

– Opa! Mama und Papa sagen, du bist der beste und sicherste „Internet-Opa" überhaupt!

– Opa! Ich hab heute sogar ein vietnamesisches Gedicht geschrieben!

Opa hörte seinen Enkelkindern fröhlich zu, wie sie alle durcheinander redeten. Als es etwas ruhiger wurde, sprach er mit sanfter Stimme:

– Die vietnamesische Sprache ist wirklich wunderbar!

Zum Beispiel: „ấm" (warm) und „lạnh" (kalt) sind Gegensätze, aber „áo ấm" und „áo lạnh" bedeuten beides: eine Jacke für den Winter.

Oder: „thắng" (siegen) und „bại" (verlieren) sind Gegensätze – doch sowohl „đánh thắng" als auch „đánh bại" bedeuten Sieg.

Und: „đêm" (Nacht) und „ngày" (Tag) sind ganz verschieden – aber wenn ihr sagt „suốt đêm ngày" oder „suốt ngày đêm", meint ihr: ohne Unterbrechung, rund um die Uhr.

Plötzlich blickte Thảo Hiền zur Tür, rief aufgeregt und strahlte:

– Papa ist da!

Sie zog ihn an der Hand vor den Bildschirm und sagte ganz feierlich:

– Papa, du musst auch mitlernen! Opa bringt uns Vietnamesisch ganz toll bei – „Großvaters Vietnamesisch" ist einfach wunderbar! ∎

Tình cờ tìm được một quyển thơ cũ trong tủ sách, ông Lý cao hứng ngâm nga:

- Từ Ô Y hạng rẽ rè sang,
Bóng lẩn đêm thâu tiếng rộn ràng.

Ông chợt ngẩn người vì nghe ngoài cửa có tiếng xướng họa:

- Trời bến Phong Kiều sương thấp thoáng,
Thu sông Xích Bích nguyệt mơ màng.

Ngó ra thì thấy ông Tư tươi cười nói vọng vào:

- Chà chà! Hôm nay bác lại hứng thú với tập thơ "Mùa Cổ Điển" của Quách Tấn cơ đấy.

Ông Lý vừa mở cửa cho bạn vừa hớn hở nói:

- Bài thơ "Đêm sương nghe quạ kêu" của thi sĩ Quách Tấn thật tuyệt, nhất là chỉ có bốn câu thôi mà đã có đến ba "điển tích" hay rồi.

Hai ông thong thả vào nhà vừa đi vừa chuyện vãn. Ông Tư nhã nhặn hỏi:

- Hai điển tích "Xích Bích" và "Phong Kiều" thì tôi đọc qua nhiều rồi nhưng còn Ô Y Hạng nghe sao là lạ phải không bác?

Ông Lý mỉm cười giải thích:

- Ấy là lấy từ điển tích thời Đông Tấn có hai nhà danh gia vọng tộc họ Tạ và họ Vương thường có mối giao hảo mật thiết, họ ở trong cùng một ngõ (hạng), hai nhà này hay mặc áo đen (Ô Y), cũng như nhà tôi với nhà bác trong cùng khu phố chỉ có khác là mình không mặc áo đen và không nổi tiếng thôi.

Ông Tư bật cười sảng khoái vì câu nói đùa của bạn:

- Ừ đúng đấy! Nhưng nói về điển tích tôi rất thích nghe, sách xưa rất ưa đọc, kinh điển rất ham nghiên cứu.

Ông Lý gật gù tiếp lời:

- Tôi cũng như bác vậy, nên tôi mới tìm thấy có chút ít khác nhau giữa Điển, Kinh và Sách.

Ông Tư thích thú vội vàng hỏi:

- Ồ! Vậy bác nói luôn về việc ấy đi! Tôi thật sự rất muốn biết những điều này.

Ông Lý điềm đạm nói:

- Điển thuộc văn tự cổ đại, mang nghĩa hội ý, sớm xuất hiện trên Giáp cốt văn vào đời Ân Thương. Nghĩa gốc của chữ Điển có hai cách giải thích:

* Điển 典 có hình dạng, trên là "giản sách" 簡 冊 (chữ viết trên thẻ tre), dưới là song thủ 雙手 (hai tay cung kính dâng lên). Một nữa, Điển có hình dạng trên là chữ Sách 冊, dưới là chữ Đại 大 (to lớn). Từ đó, có thể biết rằng Điển hay Sách này rất quan trọng, được xem là văn hiến, điển phạm tiêu chuẩn, mẫu mực phải tuân theo. Sang đến triều đại nhà Châu (khoảng thế kỷ 11 TCN – 771 TCN), trên Kim Văn có hình dạng chữ Sách 冊 đặt trên chữ Cơ 丌, Cơ là một dạng hộc kệ (tủ) chuyên dùng để lưu trữ thư tịch, sử sách có giá trị.

Lâm Minh Anh

ĐIỂN, SÁCH & KINH

* Thuyết văn giải tự, Hứa Thận dựa theo nghĩa Tả truyện Chiêu công năm thứ 12 viết: Thị năng độc tam phần Ngũ điển 是能讀三墳五典 rồi mở rộng: Điển, ngũ đế chi thư dã. Tùng sách tại cơ thượng, tôn các dã, điển đại sách dã 典, 五帝之書也, 從冊在丌上, 尊閣也, 典大冊也 (Điển là sách mà Tam hoàng Ngũ đế[1] viết ra căn cứ những điển tịch xưa áp dụng để trị quốc, được tôn trọng đặt vào kệ học vì đó là những bộ sách quý giá).

* Nhĩ nhã, phần Thích ngôn: Điển, kinh dã 典, 経也. (Điển là kinh sách có giá trị đặc thù được soạn ra như một mô phạm đạo đức cho con người, theo đó học hỏi và thực hành để hướng đến chân thiện mỹ). Nhĩ Nhã lại viết: Điển, pháp dã 典, 法也 (Điển là sách viết về pháp chế).

* Kinh Lễ, phần Chu lễ, Thiên quan: Đại tể chi chức, chưởng kiến bang chi lục điển, dĩ tả vương trị bang quốc 大宰之職掌建邦之六典, 以佐王治邦國 (Chức quan đại tể có trách nhiệm coi giữ và lập nên sáu pháp điển để giúp vua trị quốc). Cũng trong Chu lễ, phần Đại tư quán: Chưởng kiến bang chi tam điển, khinh điển, trung điển, trọng điển dã 掌建邦之三典, 輕典, 中典, 重典也 (Chưởng quan khi lập pháp quy gồm có ba bậc: đơn giản, chừng mực, trọng yếu).

* Kinh Thượng Thư, thiên Ngũ tử chi ca: Hữu điển hữu tắc 有典有則 (Hễ có điển sách là có quy chế, phép tắc), thiên Nghiêu điển: Mệnh nhữ điển nhạc 命汝典樂 (Nhận mệnh lệnh vua ban, quan chủ trì điển nhạc triều đình phải soạn nhạc với lời ca trang nghiêm, thanh nhã, không pha trộn dung tục).

* Từ ngữ "Điển đang" 典當, Điển ở đây hàm nghĩa tín dụng, như những đồ vật quý giá có thể đem thế chấp trong Điển phô (phố) 典鋪 nay gọi là tiệm cầm đồ. Theo nghĩa này Đỗ Phủ trong "Khúc Giang" kỳ hai, diễn tả cách sống phóng khoáng, điển nhã qua lời thơ:

朝田日日典春衣
每日江頭盡醉歸
酒債尋常行處有
人生七十古來稀

Triêu hồi nhật nhật điển xuân y,
Mỗi nhật giang đầu tận tuý quy,
Tửu trái tầm thường hành xứ hữu,
Nhân sinh thất thập cổ lai hy.

Tạm dịch:
Thường ngày tan triều đem áo xiêm cầm cố,
Mỗi ngày bên sông luý túy say,
Thói thường nợ rượu ai chẳng có,
Đời người bảy chục hiếm xưa nay.

Điển trong văn chương dùng những từ ngữ để miêu tả hình dung về ngữ cảnh, ngữ vật, ngữ ngôn… thí dụ như:

* Điển lệ: Cái đẹp cổ kính. Điển lệ duật hoàng 典麗喬皇, Tán dương văn hay chữ tốt.

* Điển lệ hoa (khuê) tảo: Tán dương cái hay đẹp trong văn chương, thi phú.

* Điển quang minh mị: Ca ngợi cảnh sắc thiên nhiên tươi đẹp.

Mã Dung thời Đông Hán trong "Trường Địch Phú" mô tả: Bác lãm điển nhã, tinh hạch số thuật 博覽典雅, 精核數術 (Ca ngợi sự uyên bác, kỹ năng khéo léo trong học thuật và nhã nhạc).

Tào Phi cuối thời Đông Hán diễn đạt trong "Dữ Ngô Chất Thư": Thành nhất gia chi ngôn, từ nghĩa điển nhã 成一家之言, 詞義典雅 (Trong thư lời lẽ trở thành uyển chuyển, thanh cao, nhã nhặn, chân thật).

Thật ra, xưa kia mỗi triều đại đều có chức quan chuyên trách ghi chép, lưu trữ điển tịch, gọi là "Tư điển" 司典, là một trong những chức sử quan quan trọng. Khi họ ghi chép văn điển của chính điển quốc gia, gồm có: Pháp điển, Phật điển, Điển văn, Điển ký…, Riêng trong Phật điển lại có phần Dược điển, Ngữ điển, Thích điển…. Sau này, khi người viết trích dẫn một số điển tích trên thì gọi là điển.

---
[1] Tam Hoàng: Phục Hy, Thần Nông, Hoàng Đế. Ngũ Đế: Vũ, Thang, Văn Vũ, Thánh Vương, Chu Công.

Nghĩa chính của Điển là việc hay xưa cũ đáng lưu truyền cho đời sau học hỏi.

Ông Tư rót trà cho bạn, ân cần mời thêm chút kẹo gừng thấm giọng rồi nhẹ nhàng hỏi:

- Bác đã giải thích khá nhiều về chữ Điển, bây giờ bác có thể thuật vài điển tích đáng suy ngẫm chăng?

Ông Lý gật đầu:

- Xét trong văn học thôi đã có nhiều "điển" rồi, nhưng trước hết cần phân biệt giữa Điển tích và Điển cố: Điển tích là câu chuyện trong sách xưa được dẫn lại, viết rất cô đọng. Điển cố là sự việc, sự vật hay câu chữ trong sách được đúc kết lại.

Tuy nhiên hai khái niệm này gần giống nhau vì thế được gọi chung là Điển. Như vậy, nội dung Điển bao gồm các câu chuyện, sự kiện lịch sử, ngôn từ trong văn thơ, nhân vật nổi tiếng trong quá khứ... Điển hình như: Cử Án Tề Mi, Ngu Mỹ Như Thảo, Vận Cân Thành Phong, Nam Nữ Thọ Thọ Bất Tương Thân, Mây Tần ... Ở đây, tôi chỉ thuật lại Điển cố "Vận Cân Thành Phong", cũng là một thành ngữ, vốn trích từ Nam Hoa Kinh của Trang Tử là " Từ Vô Quỷ":

Một người đất Dĩnh (nước Sở) chót mũi dính cục đất sét trắng bằng cánh con ruồi, nhờ người thợ mộc tên Thạch dùng lưỡi rìu đẽo đi, Thạch múa rìu vù vù như tiếng gió, đẽo văng cục đất sét mà không đụng tới mũi, và người kia không hề thất sắc hay bị thương. Vua Tống Nguyên Quân hay chuyện đó, vời Thạch tới bảo làm lại cho ông xem. Thạch thối thác: "Thần không thể thực hiện được nữa vì người kia đã chết lâu rồi". Ngụ ngôn của điển cố này bao hàm hai ẩn nghĩa. Một là tỷ dụ về thủ pháp thuần thục, kỹ năng, xảo thuật xuất quỷ nhập thần. Một nữa là diễn đạt câu thành ngữ "Hồng hoa hoàn như lục diệp phù", nghĩa là hoa hồng dù đẹp đến mấy, nếu không có lá xanh điểm xuyết thì cũng không thể hiện lộ hết vẻ đẹp ấy. Cũng như ông thợ múa rìu sở dĩ thi thố được tài năng là do người kia bình tĩnh đứng yên không sợ hãi, người khác thì không được như thế. Thời nhà Đường có Ngô Đạo Tử đã vẽ "Địa Ngục Biến Tướng (tương) Đồ", bức họa này làm chấn động cả kinh thành Trường An. Tô Đông Pha trong "Thư Ngô Đạo Tử Họa Hậu" đã khen ngợi tài năng hội họa xuất thần ấy chẳng khác nào nhân vật múa rìu trên. Điển tích Ngô Đạo Tử này được ghi trong "Đường Triều Danh Họa Lục" rằng: Hai khu chợ lớn ở kinh thành trong vài ngày bỗng không bán được thịt cá, những người đến xem tất cả đều sợ hãi, bắt đầu sám hối, hướng thiện.

Ông Tư xen lời:

- Tôi cũng biết một điển tích mà ngày nay không được xem trọng lắm, đó là "Nam nữ thọ thọ bất tương thân": Ngũ Tử Tư vì oán hận Sở Bình Vương giết chết cha và anh mình, nên bỏ nước Sở ra đi tìm cách trả thù. Vua Sở biết Tử Tư có tài, sợ di họa về sau, bèn cho người truy sát. Ông nhiều lần cải trang để tránh nạn. Lần nọ một quả phụ vô tình thấy ông sức cùng lực kiệt nằm xỉu bên bờ sông, bà liền ra tay nâng giấc cho ăn uống, cứu giúp ông tỉnh lại. Sau đó, bà than: "Tôi góa chồng đã 10 năm, luôn một lòng thủ tiết, chưa hề đụng chạm hay nói chuyện với bất cứ người đàn ông nào. Nay vì thương xót tình cảnh của ông mà thất tiết, đành lấy cái chết để tạ lỗi với chồng". Nói xong quả phụ ôm đá trầm mình xuống sông tự vẫn. Tôi xin kể tiếp điển tích "Mây Tần" nói về sự mong nhớ quê nhà của Thúy Kiều, có câu: "Đoái trông² muôn dặm tử phần. Hồn quê theo ngọn mây Tần xa xa". Cụ Thanh Hiên đã lấy ý từ hai câu thơ của Hàn Tương Tử tặng Hàn Dũ, đời Đường: "Vân hoành Tần Lĩnh gia hà tại? Tuyết ủng Lam Quan mã bất tiền". Bùi Khánh Đản dịch: "Mây ngang Tần Lĩnh nhà đâu tá? Tuyết phủ Lam Quan ngựa khó qua".

Thấy ông Tư nói xong thì có vẻ buồn, ông Lý liền lảng qua chuyện khác:

- Thôi mình nói về chữ Sách mà bác chắc hẳn cũng muốn biết. Sách 冊 cũng là văn tự xưa, sớm xuất hiện trên Giáp cốt văn, sang đến Kim văn cũng không có gì thay đổi. Ngày xưa người ta lấy dây bằng gai hay bằng tơ bện lại buộc các thẻ tre liền với nhau thành bó (quyển) gọi là "giản sách".

Chữ Giản khi đứng riêng có nhiều nghĩa cần giải thích:

* Nhĩ Nhã, phần Thích Hỗ: Giản, đại dã 簡大也 (Giản là to lớn). Cũng trong Nhĩ Nhã, phần Thích Nhạc khí: Giản vị chi tất 簡謂之畢 (Giản là những thẻ tre xâu các loại thịt để đem cúng tế)

* Với sự việc nhỏ viết trên thẻ tre, và thư tín viết trên vải lụa gọi là Giản. Sự việc lớn viết trên nhiều thẻ tre ghép lại thành miếng to gọi là Sách³ 策. Chữ viết trên gỗ bảng gọi là Trát 札. Cả ba lối viết này đều gọi là Sách 冊.

* Chữ viết trên thẻ tre hoặc gỗ bảng gọi là Thiên 篇, còn viết trên vải lụa gọi là Quyển 卷. Loại chữ

---

2 Truyện Kiều bản gốc, Lê Văn Hoè chú giải 1952 viết: Đoái trông. Sau này, có sách viết: Đoái thương…

3 Chữ Sách 策 trên, xưa kia được dùng thay thế chữ sách 冊 này, nhưng ngày nay chỉ dùng trong thể loại văn sách 文策 mà thôi.

trước thời Tiên Tần⁴ viết trên thẻ tre tức Thiên. Loại chữ Triện, Lệ viết trên Quyển.

* Phàm bài văn viết có đầu có cuối gọi là Thiên 篇, trong một Thiên, phần trên gọi là Tiên 箋, phần cuối gọi là Giản 簡. Tiên, sách xưa thường dùng để chú giải nên gọi là Tiên chú 箋注.

Về phần Sách:

* Sau khi Thái Luân, thời Đông Hán sáng chế ra giấy, chữ viết trên giấy gọi là Thư Sách 書冊 để phân biệt với chữ viết trên thẻ tre mà xưa kia gọi là Giản Sách 簡冊. Nhưng các nhà khảo cổ lại cho biết giấy đã xuất hiện từ 200 năm trước đó.

* Thuyết văn giải tự: Sách, phù mệnh dã, chư hầu tiến thụ ư vương dã tượng kỳ trát nhất trường nhất đoản trung hữu nhị biên chi hình. Nghĩa là: Sách là thẻ bài lệnh, chư hầu tiếp nhận từ thiên tử, có hình dạng một bó thẻ tre buộc lại hai đầu. Phù 符 ở đây là "phù hiệu" bằng tre để làm tin, viết chữ lên đó rồi xé làm đôi, mỗi người giữ một mảnh, khi nào ghép vào nhau mà ăn khớp thì coi như đúng. Thời cổ, khi phong chức hay thưởng công…cho chư hầu, vua phái các đại thần đi và dùng "Phù" này thay cho ấn tín.

* Sách cũng chỉ cho một chức quan, chẳng hạn Tác Sách 作冊 là người phụ trách trông coi, lưu giữ, biên soạn văn thư ký sự, sách mệnh của triều đình. Sách mệnh 冊命 cũng được coi như là chiếu chỉ hoặc là văn thư của vua để tế tự.

Những loại sách cổ xưa quan trọng:

+ Tác sách đại phương đỉnh 作冊 大方鼎: Viết về lịch sử điển tích lớn dân gian.

+ Tác sách triết tôn 作冊 折尊: Viết về tín ngưỡng thần linh.

+ Xứng sách 稱冊: Viết về nghi thức triều đình thời Ân Thương.

+ Kinh Thư, thiên Kim Đằng, viết: Sử nãi sách chúc…史乃 冊祝: Viết về những chúc từ tế tự. Chẳng hạn, trong Nam Hải Thần Miếu Bi đời Đường, Hàn Dũ viết: Do thị tôn sách Nam Hải Thần vi "Quảng Lợi Vương", chúc hiệu tế thức… tưởng hạ chúc sách tự kinh sư chí, lại dĩ thời cáo… (Ý là: Vào mùa hè tới, triều đình sẽ sai người mang chiếu chỉ (chúc sách) cho quan lại địa phương tổ chức tế tự Nam Hải thần (Quảng Lợi Vương).

+ Cũng trong Kinh Thư, thiên Đa Sĩ, Chu Công nói: Hữu sách hữu điển 有冊有典. (Hễ có sách thì mới có điển). Cổ nhân mở rộng ý: Nhờ có sách nên lưu giữ được những điển tích, điển cố… Sách còn chứa đựng những giá trị văn hoá của các hình thái xã hội và nghệ thuật. Lại nữa, sách tất phải cần bút mực để viết lên. Theo truyền thống, bút lông, mực châu sa (đỏ) và mực xạ ín (đen) được sáng chế từ đời nhà Tần (221 TCN) để viết trên thẻ tre, vải lụa hoặc gỗ bảng.

Ông Lý ngừng lời uống chút trà, ông Tư vừa cười vừa đùa:

- Tôi nhớ trong truyện "Nhị Độ Mai" có câu: Thanh nhàn khi tựa hiên tây/ Vui lòng đèn sách nghỉ tay văn bài. Sách ở đây có lẽ làm bằng giấy chứ đâu phải thẻ tre nữa, phải không bác?

Ông Lý mỉm cười nói:

- Thôi thì mình cũng "nghỉ tay" chữ Sách để chuyển qua chữ Kinh vậy.

Chữ Kinh theo phép Lục Thư thuộc hình thanh kiêm hội ý. Chữ này tìm thấy xuất hiện sớm nhất trên Kim văn đời nhà Tây Chu bên trái bộ Mịch 糸 (sợi tơ nhỏ), bên phải chữ Kinh 坙 (chữ xưa) =巠 (mạch nước). Theo Quách Mạt Nhược trong "Kim văn tùng khảo" cho rằng: Kinh 坙 trong sơ văn vốn chữ gốc của Kinh 經. Kinh 坙 trong Kim văn, phần trên ba khúc dệt tơ giống như đường chỉ dọc của tấm vải dệt, hai gạch ngang trên và dưới giống như cái khuông móc được sợi chỉ xuyên qua, dưới cùng là cái giá của máy dệt lụa.

• Thuyết văn giải tự: Kinh, chức dã, Tùng ty dã 經, 織也, 從絲也 (Kinh là đường chỉ dệt từ sợi tơ tằm mà thành). Hứa Thận còn trích dẫn từ "Đại Đới Lễ Ký", Dịch Bổn Mệnh: Phàm chức viết kinh, hoành viết vĩ 凡織曰經, 橫曰緯 (Dệt vải hễ đường dọc (bắc nam) gọi là kinh, đường ngang (đông tây) gọi là vĩ).

• Quảng Vận: Kinh, kính dã 經, 徑也 (Kinh là con đường nhỏ hoặc đường tắt).

• Quảng Nhã: Kinh, vân dã 經, 絞也 (Kinh là đường hoa văn trên vật thể).

• Tiểu Nhĩ Nhã: Kinh, quá dã 經, 過也 (Kinh là con đường đã từng trải qua, đạt tới).

• Ngọc Thiên từ điển: Kinh, thường dã 經, 常也 (Kinh là Đạo Ngũ thường) và Kinh, nghĩa dã 經, 義也, là dựa theo Tả Truyện, Chiêu Công năm thứ 25 (519 TCN): Thiên chi kinh dã, địa chi nghĩa dã, diễn biến nghi xuất (Xưa nay giữa trời đất, đạo thường không dễ chuyển dịch), sau trở thành thành ngữ thiên kinh địa nghĩa 天經地義.

Từ những nghĩa trên, trong "Đoạn Hình Luận", đời Đường, Liễu Tông Nguyên đã đúc kết với nhận định: Kinh giả dã, thường dã; Quyền giả dã, đạt kinh dã 經者也, 常止權者也, 達經也 (Luận về Kinh là nói đến đạo lý Ngũ thường; Có thẩm quyền bàn

---

4 Loại chữ trước thời Tiên Tần: Đào văn, Giáp cốt văn, Kim văn, và Chung đỉnh văn nói chung.

về Ngũ kinh tức đã có sự hiểu biết thông đạt). Ông còn đề cập chữ Kinh 經 (Kính 徑) qua lời thơ trong Giang Tuyết 江雪 (Tuyết trên sông):

Thiên sơn điểu phi tuyệt 千山鳥飛絕
Vạn kính nhân tung diệt 萬徑人蹤滅

Tạm dịch:
Giữa ngàn non không vết chim bay,
Vạn nẻo đường chẳng một bóng người.

Ông Tư hào hứng góp lời:

- Tôi cũng có tìm hiểu qua chút ít, trong sách Cựu Đường Thư, Kinh Tịch Chí Thượng viết gồm 12 loại:

1. Kinh Dịch: Ghi sự chuyển hoá âm dương, thông qua bói toán để đoán việc tương lai, cũng là tư tưởng về triết học và vũ trụ quan.

2. Kinh Thư: Ghi điển phạm, truyền thuyết, biến cố, tổ chức chính trị của các đời vua xưa.

3. Kinh Thi: Ghi chép sáng tác thi ca dân gian được lưu truyền trong xã hội bấy giờ.

4. Kinh Lễ: Ghi thể chế, văn vật, phép tắc, lễ nghi thời xưa.

5. Kinh Nhạc: Ghi chép thang âm, thanh luật, tiết điệu.

6. Kinh Xuân Thu: Ghi những biến cố xảy ra ở nước Lỗ, kèm theo lời bình để giáo dục vua quan.

7. Hiếu Kinh: Luận về lòng hiếu thảo, phương cách ứng xử với bậc trưởng thượng.

8. Luận Ngữ: Ghi những vi ngôn, lời dạy của các bậc tiên thánh, tiên hiền.

9. Đồ vĩ: Ghi lời tiên tri, điềm báo, sấm truyền.

10. Kinh Giải: Giảng giải những lời tiên tri, sấm truyền trong kinh sách.

11. Huấn Hỗ: Chú sách, giải nghĩa văn chương và cách dùng ngôn từ cổ xưa.

12. Tiểu Học: Ghi chép minh họa hình tượng văn tự, thanh vận xưa nay.

Nhưng sang đến đời Tống liệt kê đến 13 gọi là Thập Tam kinh, cũng gọi là "kinh thư", có sự thay đổi: 1/Kinh Dịch, 2/Kinh Thư, 3/Kinh Thi, 4/Chu Lễ, 5/Nghi Lễ, 6/Đại Học và Trung Dung, 7/Xuân Thu Tả truyện, 8/Công Dương truyện, 9/ Lương Cốc truyện, 10/ Luận Ngữ, 11/ Hiếu kinh, 12/ Nhĩ nhã, 13/ Mạnh tử.

Ông Lý tiếp lời:

- Kinh theo bác nói trên, là chỉ về Kinh, Sử, Tử, Tập, theo truyền thống phân loại của Nho gia thuộc lãnh vực luân lý, đạo đức, chính trị, xã hội, học thuật…Nếu thế trong phần Tử, Trang Tử, Tạp Thiên, chương Thiên Hạ nói: Nam phương chi Mặc giả nhược hoạch. Câu tụng "Mặc Kinh" 南方之墨者若獲. 俱誦墨經 (Ở phương nam, học trò của Mặc Tử đều đọc Mặc Kinh).Theo nghĩa này, sau đó theo truyền thống của Đạo gia, sách của Trang Tử gọi là Nam Hoa Kinh, của Lão Tử gọi là Đạo Đức Kinh, của Liệt Tử gọi là Xung Hư Chân Kinh… Trong văn học Đông phương, những loại sách này được gọi là "Đại Thuyết" mang tính triết học rất khó đọc để hiểu, và gần như là chân lý để phân biệt với "Trung Thuyết" như Sử Ký Tư Mã Thiên, hoặc với "Tiểu Thuyết" như Hồng Lâu Mộng của Tào Tuyết Cần. Thực ra, kể từ nhà Đường mới khởi sự phân loại rõ ràng: Sách trước thuật bởi Tiên Thánh gọi là Kinh[5], sách trước thuật bởi tiên Hiền gọi chung là Sách, lập ngôn bởi Hiền giả gọi là Truyện. Ngoài ra, nhà Đường còn phân biệt Kinh Giáo để chỉ riêng các loại sách về Tôn giáo, loại Kinh này chỉ về thần tính cụ thể. Riêng về Kinh Phật mà thời xưa gọi là Chúng Kinh, Nhất Thiết Kinh, Khế Kinh… Đó là khái niệm chỉ toàn bộ hệ thống kinh điển, kinh tạng ghi chép Pháp ngữ, Pháp thoại của Phật giáo, và bởi vì Kinh Phật là môn học vấn truy cầu về tâm tính bên trong nên gọi là Nội Điển 內典 để phân biệt với Kinh của các tôn giáo khác gọi là Ngoại Điển 外典. Như sách Nam Sử Hà Phong truyện viết: Nhập Chung sơn Định Lâm tự, thính nội điển, kỳ nghiệp giai thông 入鐘山定林寺, 聽內典, 其業皆通 (Vào chùa Định Lâm ở Chung sơn, nghe Nội điển (Kinh Phật), liền thông suốt về nghiệp quả).

Nghe ông Lý nói đến hai chữ Kinh Điển, ông Tư liền ngỏ ý:

- Trở lại các chữ Sách. Điển và Kinh, bác có thể giải thích thêm chút nữa về sự khác biệt không?

Ông Lý từ tốn nói:

- Điển theo cổ đại với từ ngữ tế tự chúc lễ quỷ thần… công năng từng văn tự như Tế 祭, Chúc 祝, Lễ 禮, Vu 巫, Đế 帝, Thần 神… này, hàm ý con người chân thành tín ngưỡng sùng kính thần linh. Khi đến thời Ân Thương, điển và sách khởi sự đều ghi tải những kinh nghiệm chính trị, văn hiến của sự kiện lịch sử. Lúc sang thời Tây Chu, Điển được hiểu là trứ tác thâm sâu về thể chế, đáng được tôn trọng, phụng hành, là biểu trưng văn hoá của một dân tộc. Sách là ký lục hiện thực để cung cấp kiến văn, kiến thức cho người đọc tham khảo, học hỏi. Điển đúc kết những tinh hoa từ Sách để làm nên khuôn mẫu có giá trị cho mọi người nương theo. Điển và Kinh cũng từ Sách mà ra cho nên được gọi là Kinh Điển. Có những Điển về lâu dài không còn

---

[5] Kinh còn dùng để chỉ loại sách chuyên ngành, như Thuỷ Kinh, Trà Kinh, Sơn Hải Kinh, Biển Thước Nội Kinh và Ngoại Kinh…

thích hợp nữa hay mai một, nhưng Kinh thì mang nội dung có tính cách trường tồn.

Ông Lý ngưng lời với tay rót tách trà mời bạn. Ông Tư, ngắm nghía bài thơ "Phong Kiều Dạ Bạc" của Trương Kế được viết trên đó và giật mình khi nhìn thấy chữ Hàn Sơn Tự 寒山寺, hóa ra từ bấy lâu nay ông cứ nghĩ chữ Hàn 韓 này mới đúng, bởi hai từ đồng âm. Sau một lúc trầm ngâm, ông Tư nhẹ nhàng nói:

- Cuộc đàm luận đã làm tôi nhớ đến câu nói của Đào Uyên Minh "Giác kim thị nhi tạc phi" 覺今是而昨非, khi tôi vỡ lẽ ra những gì mình biết hôm nay là ngày trước tôi đã hiểu sai. Tôi có thể kết luận như sau: "Điển" là những tinh hoa văn hiến được đúc kết trong suốt chiều dài lịch sử, "Sách" là kiến văn, tri thức của biết bao cổ đức tiên hiền viết ra, "Kinh" mang nội dung quý báu, chân lý của các bậc giác ngộ. Thế nên, Điển, Sách và Kinh hiện ra những hoạt cảnh nhân văn với hình ảnh sống động khiến con người có hiểu biết quá khứ, hiện tại tịnh hoá thân tâm, ngưỡng vọng về tương lai tốt đẹp. ■

Viết nhân sinh nhật lần thứ 76 (tuổi Tây), 28.06.2025 của Hòa Thượng Thích Như Điển
釋如典

THƠ
Nguyễn An Bình

CÓ MỘT MÙA HOA CẢI

Ngày về qua bến sông
Rợp vàng mùa hoa cải
Sóng mang theo nỗi lòng
Triền đê chiều tê tái.

Mẹ có còn ngồi trông
Con đành xa ngàn dặm
Cây mai già trổ bông
Thèm đưa tay mẹ nắm.

Hạt bụi nào bay qua
Vô tình rơi vào mắt
Hay vì bóng chiều tà
Làm tim con quay quắt.

Mơ một thời sấp ngửa
Mẹ ấp yêu vào lòng
Ấm nồng dòng sữa ngọt
Thơm suốt cả đời con.

Chiều nay trời trở lạnh
Mùa xuân đã về chưa
Ước ao thời trẻ dại
Mừng tấm áo mẹ mua.

Mẹ hóa thành cánh hạc
Bay về chốn vô cùng
Nhớ thương màu tóc bạc
Mây trắng buồn cuối đông.

Trôi về đâu con nước
Vẫn nhớ về bến sông
Nhớ ngày xưa mẹ tiễn
Hoa cải vàng mênh mông.

Ngày về ngàn lau trắng
Nào thấy tóc mẹ bay
Áo sờn trong mưa nắng
Lòng con quá ngậm ngùi.
./.

Thái Công Tụng

Một ngàn ngày trên triền núi Hy Mã Lạp Sơn

Tác giả bài này trước đây bắt đầu dạy tại trường Cao đẳng Nông Nghiệp Sài Gòn vào năm 1965. Môn dạy là Thổ Nhưỡng học và còn nhớ khoá đó bắt đầu giảng dạy ở khu Thành Cộng Hòa cũ, nơi trú đóng của Lữ đoàn Liên Binh Phòng vệ Phủ Tổng Thống.

Sau năm 1963, Thành Cộng Hòa này được giao lại cho dân sự và là nơi có các phân khoa đại học như Đại học Dược, Đại học Văn Khoa và Nông Nghiệp

Tôi bắt đầu dạy từ khoá 5 nên vẫn còn nhớ một số danh tánh vài sinh viên:

Khóa 5: Trần Văn Đạt, Trần Lệ Chi, Võ Anh Hào, Trương Văn Tấn, Nguyễn Xuân Sơn, Châu Cự Xu, Hồ Văn Lâm, Nguyễn Bá Khương, Trần Thị Mai v.v.

Khóa 6: Hàng Ngọc Ẩn, Lê thị Châu, Nguyễn Thị Đấu, Trương Đức Bảo, Nguyễn thị Diệu Hồng, Đặng Đức Bích, Nguyễn thị Phụng, Võ Thị Hải v.v.

Khóa 7: Lý Tững (Nông Khoa) - đã mất cách đây vài năm.

Cao Minh Thư (Lâm Khoa), Phạm Ngọc Hiệp (Súc Khoa) - sau này đổi ngành và đã làm việc với CIMMYT.

Khóa 8 có: Nguyễn thị Mỹ, Hồ Thị Bích Thoa, Nguyễn văn Ngưu có lúc làm ở Nigeria, sau làm cho FAO ở Roma, Phan Hiếu Hiền, chuyên ngành Nông Cơ.

Khóa 9 có: Nguyễn Trọng Thu, Nguyễn Lương Duyên, Nguyễn Đức Chí (sau này có lúc là Phó Tỉnh Trưởng Bạc Liêu), Võ văn Sơn, Lê Văn Hạt, Trần văn Hào ...

Khóa 10 có Lê thị Hoàn...

18 năm sau khi bắt đầu dạy Cao đẳng thì năm 1983, thời thế đưa đẩy tôi có dịp ở trên triền núi Himalaya, ở một xứ mệnh danh là xứ mái nhà thế giới.

Nhiều bạn hỏi ngay mái nhà thế giới ở đâu?

Xin thưa ngay đó là xứ Nepal, một xứ nằm giữa Ấn Độ và Tây Tạng và vì xứ có độ cao rất lớn - dưới chân núi Everest - nên ai cũng gọi đó là *the roof of the world!*

Phần lớn người ta thường qua Nepal là để du ngoạn, đi bộ dọc các đường mòn lên núi xuống đèo (trekking), đi chừng 10 ngày lại về nước, hoặc có thể đi hành hương xứ Phật vì Đức Phật sinh ra đó tại vườn Lâm-tỳ-ni, tức Lumbini, một tỉnh của Nepal giáp ranh với Ấn Độ.

Riêng người viết bài này qua Nepal không phải đi du ngoạn trekking như những thanh niên lực lưỡng, chán cảnh nhà cao ốc beton, chán cảnh ô nhiễm tiếng động của các đô thị để muốn tìm về rừng, tìm lại cảnh thiên nhiên, nhìn cảnh mặt trời ửng sáng từ từ chuyển màu từ chân núi Everest... Kẻ viết bài này qua Nepal cũng không phải đi hành hương xứ Phật nhưng thật ra qua đó là để đi làm việc.

Thực vậy, tác giả không phải ở Nepal 5-10 ngày như phần đông các du khách mà gần 1000 ngày, từ 1983 đến 1986, vì có dịp làm chuyên viên nông nghiệp tại xứ đó. Nhưng cũng trong khoảng thời gian đó, vào mùa đông 1984, tôi có dịp trở về Canada và khi trở lại Népal làm việc sau kỳ nghỉ thường niên, tôi về Népal qua ngã Thái Bình Dương chứ không phải qua ngã Âu Châu như mọi lần, do đó có ghé lại Los Angeles trước khi về Manila và Bangkok để đi Kathmandu, thủ đô Nepal .Vẫn còn nhớ ở Los Angeles, có một số anh em Nông Nghiệp mời cơm tối tại nhà hàng; thoáng nhìn trong bàn tiệc tối hôm đó thấy toàn 'chức sắc' của Hội Nông Nghiệp như *Châu Cự Xu, Phạm Văn Bách., Bùi Bình Bán, Chu Quang Cẩm* v.v. Ngày hôm sau, tôi phải rời Los Angeles để đi Manila, thăm viếng IRRI; ở Manila, có dịp gặp lại *Trần thị Lệ Chi* đang làm cho một dự án bảo vệ thực vật của chính phủ Đức tài trợ cho chính phủ Phi luật Tân, còn chồng cũng là người Đức, kinh tế gia ở Asian Development Bank. Rời Manila bằng Japan Airlines để đi Bangkok, tôi bồi hồi từ khung cửa chỗ ngồi trên máy bay nhìn xuống không phận Đà Nẵng: các năm đó, Việt Nam bế quan toả cảng không có ai thăm viếng được chứ không như ngày nay.

Vào thời điểm 1983-86, tôi là người Việt duy nhất sống và làm việc ở Nepal.

Địa lý: Nhỏ bằng nửa nước Việt, vì diện tích là 147.181 km2 (so với nước Việt là 330.000 km2) và dân số quãng 20 triệu người (nước mình là 80 triệu). Nằm giữa Ấn Độ phía Nam và Tây Tạng phía Bắc, nên trải qua hàng ngàn năm, đây là nơi hội tụ của hai làn sóng di dân: một của người Ấn Độ-Aryan từ phía Nam và một từ những dân bán du mục gốc Tây Tạng và Mông Cổ đến. Những tộc người Ấn-Aryan đến ở tại những núi đồi, lập thành nhiều tiểu quốc. Năm 1768, thủ lãnh vương quốc nhỏ Gurkha xâm chiếm được quyền hành các tiểu quốc lân cận kia và thống trị thống nhất sơn hà, tạo nên nền móng Nepal ngày nay.

Tại Nepal, ngoại trừ một dãy đồng bằng phù sa của sông Hằng dọc theo biên giới với Ấn Độ mà người ta thường gọi là TERAI, còn ra là những dãy núi cao và càng gần dãy Himalaya thì núi càng vươn cao chừng nấy. Vì dân đông so với diện tích đất nông nghiệp vốn rất ít ỏi nên người ta phải tận dụng đất, làm ruộng bậc thang từ chân núi lên tận đỉnh núi cao.

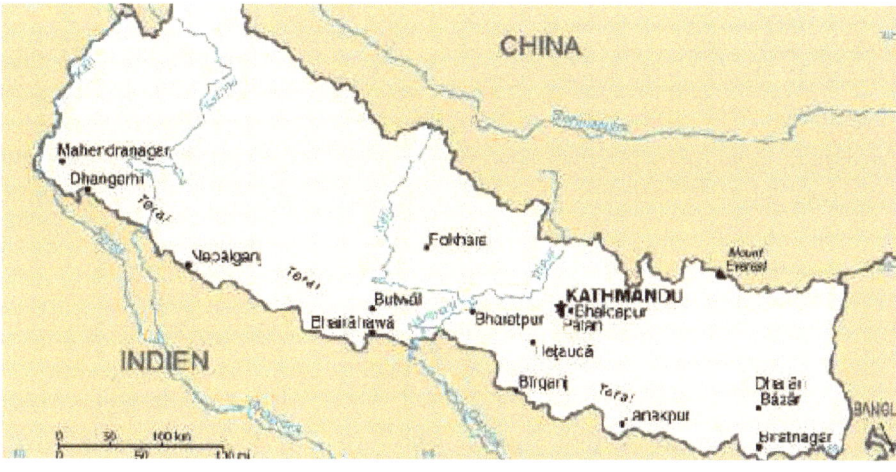

Vì ít khi các hãng hàng không quốc tế có máy bay đến thẳng Kathmandu, nên thông thường là tới New Delhi trước rồi từ đó mới lấy máy bay hãng Ấn Độ Air India hoặc Indian Airlines đi đến Kathmandu.

Đáp máy bay từ Paris đi New Delhi, nơi tôi phải đến trình diện toà Đại sứ Canada trước khi đến Kathmandu, tôi đã thấy nhiều chuyện lạ. Trên máy bay, thức ăn là thịt gà không có thịt bò, không có jambon thịt heo vì Ấn Độ cử kiêng thịt bò (họ thờ bò) mà cũng kiêng thịt heo vì trong xứ Ấn Độ cũng có người Hồi giáo chứ không phải chỉ Ấn Độ giáo. Báo chí trên máy bay cũng toàn báo chí Ấn Độ, không có các tạp chí các nước khác để đọc.

Công việc: Dự án có tên là K-BIRD. Và cũng xin bạn đọc đừng nghĩ chắc tôi lo bảo tồn chim chóc gì đó trong cái dự án có tên như vậy! Thật ra, chữ K-BIRD toàn chữ là Karnali-Bheri Integrated Rural Development. Karnali và Bheri chỉ là tên hai dòng sông lớn ở phía Tây Nepal và dự án này nằm trong bồn lưu vực (watershed) của hai sông này nên có tên đó

Trước khi bắt tay vào công việc, họ cho tôi học một tháng tiếng Nepali do một thầy còn trẻ dạy qua tiếng Nepali, chỉ nói với tôi bằng tiếng Nepali, lúc đầu không hiểu, nhưng từ từ hiểu dần. Học một tháng chỉ biết nói qua loa cảm ơn, chào ông, chào bà, anh ăn cơm chưa v.v. nhưng khi gặp nói vài câu như vậy cũng cho dân họ biết mình muốn cố gắng hòa đồng mà thôi. Họ cũng chỉ cho cách chào hỏi như chắp tay trước ngực và nói Namaste! Ngoài tiếng Nepali, ngôn ngữ chính thức là Anh ngữ.

Sau đó là phải đi làm việc. Dự án bao gồm 3 quận Surkhet, Dailek và Jumla và xem như thuộc vùng Trung du và Thượng du Nepal, nằm về phía Tây xứ này, cách Kathmandu hơn 1 giờ bay.

Chức vụ của tôi gọi là Natural resources advisor tức cố vấn tài nguyên thiên nhiên. Chức năng này có một nội hàm rộng lớn vì bao gồm cả nông, lâm, súc. Nhưng vì là cố vấn (tôi còn nhớ chữ Nepali gọi là salahaka) nên chỉ giúp ý kiến và theo dõi sự thực hiện, còn thực hiện các hoạt động hoàn toàn do các Ty sở địa phương (line agencies) ở 3 quận trên trông nom.

Về nông thì ngoài lúa trồng miền Terai và trong các thung lũng, người Nepal còn trồng lúa từ chân núi lên đỉnh trên ruộng bậc thang, nhờ nước suối chận lại.

Nepal còn nhiều hoa màu nhiệt đới như bắp nhưng cũng có khoai tây, lúa mì, lúa mạch, mạch ba góc (sarrasin). Trên các thung lũng cao về phía Bắc, họ cũng trồng lúa mạch, kê, táo. Trong vùng dự án cũng có vài Trung Tâm Thực Nghiệm Nông Nghiệp rải rác.

Về lâm thì nhiều vấn nạn hơn: nào là xói mòn, phá rừng, nạn dê thả rông phá cây con, đốn lá cây cho bò ăn, bồn lưu vực bị thoái hoá.

Về súc thì có trâu bò nhưng nuôi bò chỉ để cày cấy chứ không được ăn thịt; trâu cái để cho sữa uống. Uống nước trà thì phải pha thêm sữa trâu. Còn bò cái địa phương giống không cải thiện nên sữa chỉ vừa đủ cho con bê bú mà thôi, không dư cho người.

Trụ sở chính của dự án là ở Surkhet, một quận ly nằm vùng Trung du, cao độ 700 mét. Surkhet, chỗ tôi ở nao nao giống làng quê tôi ở miền duyên hải Trị Thiên. Đêm khuya, nghe tiếng chày giã gạo như tôi đã từng nghe những năm tháng thời tiền chiến thuở còn nhỏ học tiểu học trường làng, vì vùng này cũng chưa có máy xay lúa xát gạo, buổi trưa cũng có thể nghe tiếng gà gáy sau lũy tre, sáng cũng nghe tiếng gà gáy vì vùng này không có nuôi gà công nghiệp. Chợt nhớ những vần thơ:

Ao sâu nước cả khôn chài cá,
Vườn rộng rào thưa khó đuổi gà

Thỉnh thoảng cũng phải đi lên núi, trèo đèo, lội suối vì đọc phúc trình các nơi gửi về thì nhiều, nào *inception report, semestrial report, monthly report, progress report*. Đi tại chỗ có lợi là nắm vững tình hình hơn và thăm dân cho biết sự tình luôn. Đi công tác toàn đi bộ, vì không có đường xe chạy. Tôi có dịp đi công tác tại cả 3 quận miền núi. Núi non Nepal hiểm trở nguy hiểm hơn ở Việt Nam nhiều. Thực vậy, dãy Trường Sơn ở Việt Nam chỉ là đàn em của dãy Himalaya.

Đúng như Tản Đà đã viết, *'non cao tuổi vẫn chưa già'*, dãy núi Himalaya tuy cao chót vót vậy mà tuổi đời còn trẻ lắm vì mới phát sinh chỉ cách đây vài chục triệu năm mà thôi, so với nhiều sơn khối cổ cả hàng trăm triệu năm như giãy Rocky Mountain hay giãy Appalachian của Bắc Mỹ. Những vách núi, những thung lũng, những đồi vắt vẻo bên sườn núi dựng đứng. Đó là chưa kể vào mùa đông gặp tuyết rơi trên núi, nhiều đường lách núi bị bít luôn. Tôi nhớ một hôm nọ sau nhiều ngày đi miền núi, trước cảnh một vực đá thăm thẳm nguy hiểm bắt buộc phải vượt qua, một chuyên viên Canada khác phải thốt ra: Bây giờ tôi mới hiểu tại sao Anh không muốn xâm chiếm xứ này! Quả thực, người Anh đến Ấn Độ, Hồi Quốc chứ không bao giờ chiếm Nepal cả.

Tuy vậy, cũng có nhiều đoạn đường rất đẹp trên vùng núi. Không có những nấm mộ lồng bàn, *'sè sè nấm đất bên đường, rầu rầu ngọn cỏ nửa vàng nửa xanh'* bởi một lẽ rất đơn giản là xứ này như Ấn Độ chỉ đem xác người và lượm củi đốt cạnh bờ suối, bờ sông rồi liệng tro xuống nước chảy trôi ra sông, rồi ra biển cả. Nhiều nơi *'nao nao dòng nước uốn quanh, nhịp cầu nho nhỏ cuối ghềnh bắc ngang'* với nhiều rừng thông, rừng sồi, rừng dẻ cùng những loài chim lạ góp nhạc về trời. Một vài nhà sàn cheo leo bên sườn núi dưới ánh chiều tà. Trên núi nhà sàn rất nhiều, nuôi gia súc dưới sàn nên không vệ sinh.

Máy bay trong nước phần lớn là máy bay Twin Otter (19 chỗ ngồi) của Canada bán. Đây là loại STOL nghĩa là short take-off and landing, có thể cất cánh hạ cánh xuống phi đạo ngắn vì nước Nepal toàn đất núi nên phi đạo thường rất ngắn ở các thung lũng xung quanh núi và không phải quận nào cũng có sân bay. Các phi công Nepal lái máy bay Twin Otter đều có đi học lái tại British Columbia, vì tiểu bang này có địa hình địa vật như Nepal, nghĩa là có thung lũng hẹp, có sườn núi dốc đứng.

Thiên nhiên khắc nghiệt: Thiên nhiên khắc khổ dĩ nhiên tác động đến tính con người: chịu thương chịu khó, tiết kiệm, cần cù. Người Anh vốn biết như vậy nên tuyển mộ lính tại Nepal. Họ có cả một Trung Tâm ở phía Đông Nepal, tại Dharan chuyên môn tuyển lựa những thanh niên thuộc các bộ lạc Gurung, Tamang có khuôn mặt tương tự như người Việt, người Tàu; đó là loại lính thiện chiến, đi hàng đầu trong mọi trận mạc hay nơi hiểm yếu. Trước kia họ đóng ở HongKong, Singapore, Brunei. Mà không phải chỉ nước Anh mới tuyển mộ lính Gorkha này mà ngay cả Ấn Độ cũng vậy.

Buôn bán trao đổi hàng hoá: Có sự hỗ tương giữa các vùng trong nước: người miền Jumla gần Tây Tạng chở len xuống đồng bằng, vì miền núi và cao nguyên Tây Tạng có nuôi nhiều cừu và chở bằng lừa ngựa xuống và khi chở lên thì phải chở muối vì trên núi không có muối. Đặc biệt tại miền núi Jumla không xa Tây Tạng bao lăm có một loại trâu gọi là yak, rất chịu lạnh và rất mạnh; dân chúng thồ hàng miền núi cao toàn bằng loại trâu yak này.

Kinh tế và viện trợ quốc tế: Vì là xứ toàn núi đồi, địa hình quá sức hiểm nghèo nên đường giao thông trên núi rất hiếm. Cũng may là Trung Quốc làm cho đường xuyên núi từ Kathmandu đi Pokhara, đường từ Kathmandu đến cửa ải Tây Tạng ở Kodari, Ấn Độ cũng giúp làm đường. Tuy nhiên chẳng thấm vào đâu so với nhu cầu giao thông của xứ này. Vì cái khó bó cái khôn, tài nguyên tài chính không thể nào thỏa mãn các nhu cầu quá lớn lao về đủ mọi mặt như giáo dục, y tế, phát triển hạ tầng nên Nepal kêu gọi và được nhiều xứ đáp ứng: viện trợ song phương thì viện trợ của nhiều nước, đặc biệt là Nhật cho nhiều tiền nhất, sau đó là Ấn Độ rồi mới đến Đức, Anh, Mỹ, Trung Quốc; viện trợ đa phương thì các ngân hàng phát triển như Asian Development Bank cho vay lãi suất thấp; đó là chưa kể nhiều tổ chức phi chính phủ như Peace Corps, thiện nguyện Nhật Bản, Anh, Đức, Thuỵ sĩ muôn màu muôn vẻ...

Nepal là xứ rất nghèo vì tài nguyên không có bao nhiêu, không có dầu hỏa như Việt Nam, không ăn thông ra biển như Việt Nam, không có than đá như Việt Nam, không có mỏ hột xoàn như ở Nam Phi hoặc mỏ đồng như Congo (Zaire). Mọi việc xuất nhập đều phải qua hải cảng Calcutta của Ấn nên nếu Ấn Độ không cho quá cảnh thì Nepal rất kẹt. Do đó, chính sách đối ngoại của Nepal thường nương nương với chính sách Ấn Độ.

Ăn uống: Tại sao thức ăn Nepal nghèo nàn? Là vì trái với người Việt nhiều tài nguyên hồ ao, biển cả, không kiêng cữ, ăn đủ thứ còn người Nepali kiêng không ăn thịt bò vì thờ bò như Ấn Độ, không nuôi heo vì cũng chịu ảnh hưởng Hồi giáo, không biển nên không có cá, sông ngòi chỉ là thác ghềnh. Thỉnh thoảng giết dê mà thôi. Thức ăn quanh quẩn chỉ cơm món đậu, khoai tây... Kathmandu thì gì cũng có vì là thủ đô, có khách sạn Sheraton, có trường học quốc tế. Đặc biệt ở các siêu thị tại Kathmandu, người ta bán bufsteak (từ trâu) chứ không phải beefsteak.

Họ ăn bốc, không dùng đũa (như ở Ấn Độ vậy), ẩm thực có thể kể món dhal bhaat tarkaari, nghĩa là đậu, cơm, rau cải pha cari, achaar (gia vị hơi cay), momos (một loại bánh bao)...

Chữ viết: Chữ viết căn cứ vào chữ Phạn nghĩa là viết chỉ cần vài chục chữ là đánh vần viết được ngay, không phải như tiếng Tàu mà mỗi tiếng phải có mỗi chữ, nên phải thuộc cả vài ngàn chữ mới đọc được chữ Hán.

Còn tiếng Nepali chỉ cần học chừng vài tháng là đọc được viết được ngay. Chữ Phạn chính là nguồn gốc của các chữ Thái lan, chữ Miên, chữ Lào.

Tôn giáo: Tôn giáo thì 88% là theo Ấn Độ giáo, 8% theo Phật giáo, Hồi giáo quảng 3%. Nepal vì nhiều di sản văn hoá tôn giáo nên cũng là nơi hành hương hàng năm của hàng chục ngàn người mộ đạo như người Nhật, Đại hàn, Thái Lan và gần đây hơn là Phật tử Việt Nam ở nhiều nơi trên thế giới tụ tập về Vườn Lâm Tỳ Ni, chỗ đức Phật sinh ra đời.

Gần Kathmandu cũng có nhiều đền thờ như Pashupatinath, Godnath và Swayambhunath. Một vài đền cổ thờ các vị nữ thần ở Patan, ở Bhaktapur không xa Kathmandu bao nhiêu.

Ngoài Ấn Độ giáo, Nepal sau này được tiếp xúc với thêm Phật Giáo Tây Tạng vì có nhiều nhà sư Tây Tạng đã thoát chạy tỵ nạn khi Trung Quốc tấn công Tây Tạng khiến Đức Dalai Lama 14 phải băng đồng, băng núi trốn qua Nepal rồi từ đó qua Ấn Độ. Hiện có nhiều người tị nạn Tây Tạng ở Nepal, trong đó nhiều tu sĩ.

Leo núi: Núi Everest là núi phía Đông Bắc Kathmandu, ngoài leo núi, còn có thể đi thăm bằng máy bay nhỏ lượn quanh núi để quay phim, chụp hình. Cao gần 8000m, núi Everest là đỉnh nhìn về Bắc là Tây Tạng, nhìn về Nam là Nepal. Những dân Sherpa chuyên làm nghề cửu vạn, tải sau lưng những gùi vật dụng cho nhiều đoàn thám hiểm lực lưỡng leo núi: có đoàn từ Âu Châu, có đoàn Mỹ, có đoàn Nhật... Có nhiều người chết khi leo núi Everest, có khi vì không quen với những vấn đề không khí rất loãng, thiếu oxy ở cao độ, có khi chết vì nạn chuổi tuyết lăn; tóm lại không phải leo núi là thành công đâu. Lúc tôi ở Nepal, có cựu Tổng Thống Carter cũng có lần leo núi, nhưng không thành công, nhà vua Nepal phải cho trực thăng lên đón về cùng với đám cận vệ! (Nhà vua này sau bị con giết và người con cũng tự vẫn bằng súng luôn).

Ngoài núi Everest ra, còn có núi Annapurna, gần Pokhara. Pokhara cũng là một thành phố quan trọng của Nepal. Thành phố này có nhiều dân tị nạn Tây Tạng và vì qua đây từ những đợt đầu di cư tị nạn từ những năm 1957 nên họ đã có vài cơ sở kinh doanh như khách sạn ở đây

Chủng tộc: Nepal có nhiều chủng tộc: chủng tộc Newar ở thung lũng Kathmandu.

Tộc Gurung sống trên các ngọn đồi phía Tây Nepal, quanh núi Annapurna, Gorkha. Họ nói ngôn ngữ gốc Tạng-Miến, và dạng gốc Mông cổ. Các đoàn lính Gurkha đóng quân ở Brunei, Ấn Độ là người Gurung. Họ thiện chiến, có kỷ luật. Theo truyền thống, anh chị em trong họ có thể lấy nhau. Một định chế đặc thù của người Gurung này có tên là rodi, một loại câu lạc bộ trong đó, trai gái khi quá 12 tuổi phải sống tập thể làm việc đồng áng chung. Cuộc sống như vậy tạo cơ hội cho con em họ hàng gặp gỡ, tiến đến hôn nhân.

Tộc người Rai ở các ngọn đồi phía Đông Nepal, quanh Dhankuta, Bhojpur. Trồng lúa trên ruộng bậc thang. Họ cũng thiện chiến, can đảm như người Gurung nên cũng đi lính Gurkha và nhờ đó gửi tiền về cho thân nhân ở nhà quê

Tộc Limbu ở cực đông đồng bằng Terai và phần đông làm ruộng. Họ không ra đồng áng những ngày mồng 1 và rằm (kiêng cữ)

Còn nhiều tộc người khác như tộc Magar dân số gần nửa triệu cũng nói ngôn ngữ gốc Tạng-Miến, khuôn mặt như người Việt; tộc Tamang, tộc Sherpa ở chân núi Everest chuyên làm nghề hướng dẫn du khách leo núi Everest.

Trong dự án tôi làm có vài nhân viên thuộc các tộc người Rai, người Tamang.

> Tuy có đến 36 tộc người khác nhau, có tộc gốc Tây Tạng-Mông cổ (Tạng Mông) chiếm 20% dân số, có tộc gốc Ấn-Aryan chiếm 80% dân số và có phong tục tập quán khác nhau trong quan, hôn, tang, tế nhưng các điều kiện địa lý đặc thù của Nepal đã làm các tộc người này có một hồn riêng biệt, đặc trưng cho căn tính (identity) Nepal.

Nếp sống thường nhật: Đại đa số nhân dân cũng nghèo như bên Việt Nam vậy; vì ăn uống thiếu thốn mà làm việc lam lũ, đầu tắt mặt tối, leo núi, tìm củi, cày cấy nên tuổi thọ thấp, dưới 50 tuổi. Vì vậy, họ lấy vợ sớm để có con nối dõi: tục tảo hôn là vì vậy. Một hôm, tôi đang đi công tác với một đối tác viên cũng chuyên viên nông nghiệp người Nepalais thấy một em bé xem chừng 15 tuổi dắt một con dê, đi sau là người cha; anh Nepali giải thích với tôi là dê là lễ vật trình nhà gái đó lúc xin hỏi. Gia đình Nepal chỉ thích đẻ con trai, không thích sinh con gái, hầu như đó là đặc trưng văn hoá của họ (và Ấn Độ cũng vậy) vì con gái khi lấy chồng phải đem nhiều hồi môn cho bên chồng và khi già yếu, con trai mới tiếp tục công việc đồng áng được. Người Tây Tạng còn có tục đa phu, vì không đủ đàn bà.

Di dân: Có lần tôi bị đánh cắp passeport nên phải qua New Delhi làm sổ thông hành lại. Nhiều công chức Canada lo về Di Trú ở đây rất bận rộn vì rất đông dân Ấn Độ muốn xin qua Canada lập nghiệp. Người Sikh được nhập vào rất đông; họ là người luôn luôn chít khăn trên đầu. Và vì tôi cũng có dịp đi Ấn Độ để tổ chức khóa tu nghiệp cho những chuyên viên Nepali trong dự án K-BIRD sang đó tu nghiệp, nên tôi có để ý là tiểu bang Ấn Độ có người Sikh (tiểu bang Punjab) là giàu nhất. Thì ra, họ chuyển tiền từ ngoại quốc về cho thân nhân.

Tòa Đại Sứ Canada ở Ấn luôn luôn bận rộn và là nơi bận rộn thứ nhì sau Hongkong. Dạo đó, Hongkong chưa chuyển giao quyền hành lại cho Trung Quốc nên dân HongKong ào ào nối đuôi nhau xin visa vào Canada.

Dân số và kiểm soát sinh đẻ: Dân số là vấn đề trọng tâm hàng đầu của Nepal. Tôi còn nhớ, tờ báo hàng ngày Nepal Times cứ mỗi ngày, ghi dân số Nepal trên một tít trang đầu, như nhắc nhở mọi người thấy dân số cứ tăng mỗi ngày. Tôi nghĩ Việt Nam cũng nên làm như vậy, thay vì chỉ trong thống kê mỗi năm.

Nhiều khi đi núi, gặp các bác sĩ, các y tá cắm lều, dựng trại, khuyến khích thanh niên các xã lân cận đến thắt ống dẫn tinh. Các công chức cũng được khuyến khích đi thắt ống dẫn tinh (vasectomy) sau đó được nghỉ thêm nhiều tuần và có cho thêm vài trăm roupie. Roupie là tiền Nepal, một USD bằng 20 roupie. Tôi hỏi Bác sĩ gặp miền núi tại sao không cột buồng trứng cho đàn bà thì họ trả lời miền núi không đủ phương tiện vệ sinh vì cột buồng trứng cho phụ nữ đòi hỏi điều kiện sát trùng tinh vi hơn so với đàn ông.

Tuy nhiên, số đi thắt ống dẫn tinh và cột buồng trứng không nhiều so với dân số. Nạn nghèo đói, nạn mù chữ, giao thông khó khăn cũng là những yếu tố trở ngại cho chương trình.

Năng lượng: mặt trời, nước. Tại phi trường Surkhet, người ta sử dụng năng lượng mặt trời để cho chạy các máy truyền tin. Nhờ năng lượng mặt trời chuyển hoá thành điện. Cũng tại Surkhet, vì cách xa giao thông nên không có nhà máy nhiệt điện dùng dầu cặn chạy máy mà có một đập thủy điện nhỏ để phát điện. Các tuabin điện tuy nhỏ nhưng cũng giúp cho thành phố có ít điện; tuy nhiên, vào những tháng cuối mùa nắng (3-4). thì nước trong hồ cạn dần nên không có điện, phải dùng đèn dầu hay thắp đèn manchon. Tại vài nơi thuận tiện, nông dân cũng tận dụng một sự chênh lệch mực nước để cho chạy cái cối xay, phần lớn xay bột bắp, bột gạo, bột mì

Nepal có tài nguyên nước phong phú và có nhiều nơi dễ xây đắp đập thủy điện để xuất cảng điện sang Ấn Độ

Liên lạc: Liên lạc thì dạo đó làm gì có Internet và điện thoại di động như bây giờ. Phải viết thư ra bưu điện mua tem. Tuy nhiên, hằng đêm, dù ở Surkhet rất xa Kathmandu, tôi vẫn được nghe tiếng Việt qua làn sóng BBC, Tiếng nói Hoa Kỳ và nhất là Đài tiếng Việt phát thanh từ Melbourne của Úc vì Nepal nằm trong khu vực phát tuyến, gần Việt Nam nên bắt đài rất dễ

Thời điểm du lịch: Thuận lợi nhất là từ tháng 11 đến tháng 3 vì sau đó mưa to, gió lớn, mây mù dày đặc, máy bay đáp xuống phi trường Kathmandu rất khó khăn và cách đây mấy năm, báo chí đăng tin máy bay Thái Lan chở hành khách từ Bangkok đâm đầu vào núi bao quanh thung lũng này.

Lời kết.

Từ ngày dạy ở cao đẳng cũng tưởng cuộc đời mình chỉ gắn bó với nước Việt thế mà thời cuộc đưa đẩy, tôi lại đi làm việc ở xứ đèo heo hút gió này nhưng bù lại biết thêm cả một nền văn hoá sâu sắc Ấn Độ, thấy được bằng mắt trần những ngọn núi cao như Annapurna, Everest mà lâu nay chỉ nhìn qua hình carte postale.

> Trải qua bao thăng trầm của lịch sử, bạn bè Nông Nghiệp giờ đây chân trời góc biển, người miền băng tuyết, kẻ ở trời Âu, người rừng già Phi châu, kẻ còn ở lại, người đã đi vào thế giới vĩnh hằng thật là:

Trải qua một cuộc bể dâu
Những điều trông thấy mà đau đớn lòng

Trong thời gian làm việc ở Nepal tôi có dịp đi Calcutta ở Ấn Độ và có ghé thăm trại người cùi của bà mẹ Teresa và thấy trên bức tường các dòng chữ sau đây:

Cuộc sống như một nỗi buồn, hãy vượt qua nó
Cuộc sống như một cuộc tranh đấu, hãy chấp nhận nó
Cuộc sống như một sự phiêu lưu, hãy can đảm lên
Cuộc sống như một thử thách, hãy đáp ứng nó
Cuộc sống như một cơ may, hãy nắm lấy nó

Mẹ Teresa đã dâng hiến trọn cuộc đời mình cho tình thương.

Xin thắp nén hương lòng cầu nguyện cho những bạn bè, sinh viên cũ, sống khôn thác thiêng hộ trì cho những kẻ còn sống.

Xin nguyện cầu cho những người còn trên cõi đời này nối lại tình thâm trên quãng đời trước mắt rất ngắn ngủi còn lại, *dẫu lìa ngó ý còn vương tơ lòng.* ∎

THƠ
Nguyễn Chí Trung

SỬ THI KHÔNG CỐT TRUYỆN (CHƯƠNG LXIV)

Sử thi của Thi Ca: của Cuộc Sống, Tình Yêu, Đau Khổ và sự Hết...

Xa em lòng tự hỏi lòng
Một tuần lễ chết, ta không gặp người
Đêm lên ngày xuống không nguôi
Hồn ta ngắt lịm trôi xuôi dòng buồn
Nửa đêm nhớ nổi cuộn cuồn
Nhớ em và nhớ Cội Nguồn Xa Xưa
Nhớ em đã từ buổi trưa
Đến đêm sâu vẫn còn chưa thấy tàn
Giường sầu nằm dọc trở ngang
Mà sao vẫn thấy mênh mang cái giường

Ngoài kia phố đã xa phường
Đêm mưa rỉ rả còn thương trưa Hè
Bật đèn, thân thể máu me
Tình Yêu Nỗi Chết, một Khe Hẹp này
Đi vào là để đi đầy
Là Cư Lưu ở Phút Giây Cuối Cùng
Là như con cá vẫy vùng
Mong lưới nghiệt ngã đừng mong ra ngoài

Một mình ta chiếc giường dài
Một mình ta nỗi sầu dài... dài hơn
Một mình ta giường trống trơn
Biết đâu gối đã cô đơn không mền

Giấc ngủ ôi để ta quên
Âm u ra rả tiếng rên dế mèn
Bật lên hay tắt đi đèn
Một mình ta vẫn nằm bên Nỗi Sầu
Chờ đêm đêm vẫn còn lâu
Nghe trong đầu óc con sâu đo dài
Sao ta cứ phải chờ hoài
Chờ ai hồn đã chảy dài như sông

Thị Tâm Ngô Văn Phát

TU TÂM - DƯỠNG TÁNH

Đạo Phật là đạo của Tâm, tu Phật là tu Tâm. Người Phật tử muốn thay đổi những hành động bất chánh nơi thân mình, thì trước hết phải tu sửa cái Tâm mình được đoan chánh, ngay thẳng; tức là làm cho cái Tâm mình được thanh tịnh.

Con người, dù ai cũng có Phật tánh nhưng không phải ai cũng là Thánh, là Phật. Vì sao? Vì nghiệp thức và công năng tu tâm dưỡng tánh mà có Thánh có Phàm. Người có tâm tánh rộng lớn, có lòng thương xót, làm lợi ích cho chúng sanh muôn loài thì sẽ trở thành Thánh. Ngược lại, người có tâm tánh nhỏ hẹp, chỉ biết ôm chặt cái tính ích kỷ, chỉ lo làm lợi cho mình, coi thường những tổn hại đến người và mọi loài khác thì thuộc loại phàm phu. Do vậy muốn đạt được cái Tâm Tánh sáng suốt như Phật thì phải quyết tâm lau chùi hết bụi phủ trên gương.

Nghĩa của 4 chữ Tu Tâm Dưỡng Tánh:

Tu là sửa đổi, sắp đặt lại cho tốt hơn trước…

Người tu tập phải nhận biết sự vật đúng như tự tánh của nó đó là Chánh Tâm. Đối nghịch với Chánh Tâm là Tà Tâm, là điên đảo, lợi mình hại người. Đức Phật đã chỉ cho chúng ta biết phương thức đi vào Chánh Tâm bằng con đường Bát Chánh Đạo là: (1) Chánh kiến: thấy đúng; (2) Chánh tư duy: nghĩ đúng; (3) Chánh ngữ: nói đúng; (4) Chánh nghiệp: làm đúng; (5) Chánh mạng: sống đúng; (6) Chánh tinh tấn: siêng cần đúng; (7) Chánh niệm: tư tưởng đúng; (8) Chánh định: chú ý đúng.

Trong pháp tu Thập Thiện, mục đích là dứt trừ những việc bất thiện của thân, khẩu và ý là pháp tu tự lợi. Tích cực phát triển những việc thiện của thân, khẩu và ý là pháp tu lợi tha. Cho nên chữ Tu trong đạo Phật bao gồm phần tiêu cực là sửa đổi tâm tánh từ không ngay thẳng trở thành ngay thẳng của mình, và phần tích cực là luôn luôn đặt lợi ích của người khác lên hàng đầu.

Đạo Phật không chủ trương mưu cầu an lạc, hạnh phúc cho riêng mình, dù là không tổn hại đến người khác, loài khác, mà người tu theo Phật phải đem lại sự an vui, hạnh phúc cho mọi người, mọi loài khác. Đức Phật cho rằng, nếu chỉ có một mình mình được sống an vui hạnh phúc trong một xã hội đầy dẫy khổ đau, thì cái vui của mình là cái vui không trọn vẹn.

Tâm: Tâm được định nghĩa qua Kinh và Luận bao gồm thiên hình vạn trạng, nhưng theo sự hiểu biết giới hạn của một phật tử, tôi xin tóm tắt nghĩa của chữ Tâm như sau:

Tâm là sự hiểu biết, phân biệt, dẫn đầu các pháp. Tâm không hình, không tướng, không sinh, không diệt, không dơ, không sạch v.v…

Tâm không ổn định, không ở chỗ nào nhứt định, hết tưởng việc này thì tưởng việc khác, như con vượn chuyền cây, con ngựa chạy bậy, cho nên gọi là Tâm viên, Ý mã. Vì vậy, tôi cố gắng giữ, cột cái Tâm tôi ở trong tạng thức để nó được thanh tịnh, đừng để nó chuyền cây như vượn, chạy rong như ngựa nó bị ô nhiễm. Cho nên sáng, tối nào, để giữ cho tâm được thanh tịnh, tôi cũng đọc bài Khẩn Nguyện dài trong đó có ba câu nói về tâm như sau:

1. Con nguyện Tâm con vui sướng khi thấy người thành công, hay gây tạo phước lành như chính con làm được.

2. Con nguyện Tâm con bình thản trước nghịch cảnh của đời, dù bị mắng bằng lời, hay bằng điều mưu hại.

3. Con nguyện vòng dây tham ái rời khỏi Tâm con, để cho trái tim con biết yêu thương tất cả.

Sau đó, tôi ngủ một giấc an lành cho đến sáng.

Dưỡng là thế nào? Trong đời sống hàng ngày, chúng ta thường nghe đến hai chữ *Tu Dưỡng* đi đôi với nhau, và tưởng như hai chữ này là một động từ kép để nói lên sự sửa đổi tánh nết con người.

Thật ra, mỗi chữ có nghĩa riêng của nó. Tu là sửa đổi, có ý nghĩa là diệt trừ cái xấu, chuyển cái xấu thành cái tốt; trong khi dưỡng không có ý nghĩa sửa đổi hay diệt trừ. Dưỡng là hành động đi sau hành động tu, nghĩa là sau khi cái xấu đã được chuyển hóa thành cái tốt rồi, thì dưỡng là hành động lựa chọn phương pháp để phát triển cái tốt vừa được chuyển hóa, hành động này gọi là *Điều Dưỡng*; hoặc làm cho cái tốt được tồn tại, không biến trở lại thành cái xấu, hành động này gọi là *Bảo Dưỡng*; hoặc làm cho cái tốt được phát triển thành tốt hơn, gọi là *Nuôi Dưỡng*. Thí dụ như trong pháp tu Tứ Chánh Cần. (Điều 2 trong 37 Phẩm Trợ Đạo).

Tứ Chánh Cần là bốn pháp siêng năng tinh tấn hợp với chánh đạo. Bốn pháp Tinh tấn ấy là: (1) Tinh tấn ngăn ngừa những điều ác chưa phát sinh. (2) Tinh tấn dứt trừ những điều ác phát sinh. (3) Tinh tấn phát triển những điều lành chưa phát sinh. (4) Tinh tấn tiếp tục phát triển những điều lành đã phát sinh.

Trước khi làm điều lành tránh điều dữ, chúng ta

phải biết rõ thế nào là lành, thế nào là dữ. Những điều dữ là những điều gì có thể làm tổn hại cho mình và người trong hiện tại cũng như trong tương lai. Chúng bao giờ cũng nghịch với từ bi, bình đẳng, trí tuệ và chân lý. Trái lại, những điều lành là những điều có thể lợi ích cho mình và người, trong hiện tại cũng như tương lai. Chúng bao giờ cũng hợp với từ bi, bình đẳng, trí tuệ và chân lý.

Với hai định nghĩa này, không phải đợi đến khi phát lộ ra bằng hành động, mới gọi là lành hay dữ. Ngay trong ý nghĩ cũng đã phân biệt được lành hay dữ rồi. Theo đạo Phật, ba nơi phát sanh ra lành hay dữ là: *thân, khẩu, ý*. Như thế, một cử chỉ, một lời nói hay một ý nghĩ, đều có thể là lành hay dữ. Do đó, Đức Phật dạy chúng ta phải ngăn ngừa những điều dữ, hãy thực hiện những điều lành, ngay khi chúng còn ở trong ý thức.

Tánh: gồm có hai loại: Phàm tánh và Thánh tánh. Trong bài này, tôi chỉ đề cập đến phàm tánh. Phàm tánh có 3 loại: (1) Chúng sanh tánh; (2) Dục tánh; (3) Ác tánh.

I.- *Chúng sanh tánh* là những tánh thường có của người đời. Đó là tánh tham lam, tánh sân hận, tánh si mê, tánh cống cao ngã mạn, tánh nghi ngờ và những nhận thức mê lầm, gọi chung là ác kiến.

a) *Tham lam:* Người có tánh tham lam thường thích chiếm hữu. Thấy cái gì đẹp, cái gì hay của người khác, dù có cần tới hay không, cũng muốn có, cũng muốn chiếm hữu và không bao giờ muốn chia xẻ cho ai những vật dụng thuộc về mình. Con người sinh ra, hầu như ai cũng có tánh này. Vì đã sanh ra bởi nghiệp và tánh tham lam là cái tánh tạo nghiệp nên cứ bị nghiệp dẫn dắt trong sinh tử luân hồi, không bao giờ thoát khỏi nếu không sớm biết tu sửa. Trong bốn tánh tội: *sát, đạo, dâm, vọng* đều từ cái tánh tham lam mà phát khởi. Tánh tham lam xuất hiện dưới nhiều hình thức như trộm cắp, cướp giật, tham danh, tham lợi, tham sắc v.v...

Người tham lam luôn luôn đau khổ, phiền não vì không bao giờ bằng lòng với những thứ họ đã có và luôn luôn bày mưu tính kế để chiếm đoạt cho được những vật của người khác mà họ ưa thích. Họ đau khổ vì lúc nào cũng cảm thấy thèm khát, thiếu thốn. Tục ngữ có câu: *'Bể kia dễ lấp, túi tham khó đầy'*. Cũng chỉ vì tánh tham lam, thích chiếm hữu mà thế giới ngày nay đã xảy ra bao nhiêu cuộc chiến tranh xâm lăng hay nội chiến, tàn sát sinh mạng lẫn nhau. Người Phật tử có tánh tham lam thì không bao giờ chịu nhường nhịn, rất khó mà thực hiện tinh thần lục hòa cùng pháp giới chúng sanh.

b) *Sân hận:* Sân là nóng nảy. Người có tánh nóng nảy thường gây thù chuốc oán. Gặp việc trái ý là phát khởi tâm bực tức, nóng nảy và hành động không cần suy nghĩ đến hậu quả hay nghĩ đến quyền lợi của người khác. Nguy hiểm hơn nữa là tánh nóng nảy có thể dẫn đến lòng thù hận, sẵn sàng hại đến sinh mạng của người khác. Người phật tử mà không diệt trừ được tánh sân hận, không thể nào sống được an bình.

c) *Si mê: Si* là mờ tối, *mê* là u mê. Trong nhà Phật còn gọi si mê là vô minh (không sáng suốt). Si mê, theo quan điểm của Phật giáo, không phải là người không có học hành, không có kiến thức; mà si mê là chỉ người không có trí tuệ giác ngộ.

Người si mê là người thiếu óc phán đoán và luôn luôn ích kỷ, lúc nào cũng chỉ nghĩ đến ta và của ta. Ta đã là ta, thì ta không phải là người khác, và mỗi người khác cũng tự thấy mình là một cái "Ta" riêng biệt, không giống một ai và cũng không có một cái gì chung với người khác, với những cái "Ta" khác. Trên mặt đất này, có bao nhiêu tỷ người thì có bấy nhiêu tỷ cái "Ta" riêng biệt. Đã là riêng biệt thì mạnh ai nấy lo cho mình; lòng ích kỷ do đó mà nảy sanh. Mà ích kỷ là gì, há không phải những ý nghĩ, lời nói, việc làm quy về một mục đích là bảo tồn sự sanh sống của cái "Ta" mình, hơn nữa, làm sao cho sự sanh sống ấy được êm đẹp sung sướng càng nhiều càng tốt, rồi ra những cái ta khác thế nào mặc kệ!!!. Lòng ích kỷ là lòng tham không đáy. Có tham là có tranh thủ, giành cái sướng cho mình, để cái khổ cho người. Mong mà được thì vui, mong mà không được thì buồn, được rồi sợ mất nên lo, sợ mà vẫn mất cái lo thành cái khổ. Lắm khi quá bất đắc chí lại sanh giận, trách trời oán người. Tham lam như thế, oán giận như thế là tại si mê, là tại tối tăm không thấy, không biết sự thật. Mà càng si mê, cái tham, cái giận càng tăng, mà hễ tham giận càng tăng thì si mê lại càng sâu, như con tằm càng nhả tơ, cái kén càng dày, mà kén càng dày thì cái tối trong lòng kén càng tăng!

Trong ba tánh tham, sân si thì tánh si mê được coi là quan trọng nhất, độc hại nhất. Nếu con người sớm tỉnh thức (tự giác), thì tánh tham lam và sân hận không có cơ hội phát triển. Sự thiếu hiểu biết và ích kỷ dẫn dắt người đời đến những hành động phạm pháp.

Đức Phật nói: "Vô minh thúc đẩy con người tạo nghiệp chất chồng mà kết quả là bị đọa vào ba đường ác, súc sanh, ngạ quỷ và địa ngục". Chỉ khi nào diệt trừ được ba Chúng Sanh Tánh (Tham, Sân, Si) gây nên chướng ngại này ta mới có thể khai mở trí tuệ và chân tâm sáng suốt mới hiển lộ được.

d) Cống cao ngã mạn: Là tánh kiêu căng, tự cao, tự đại, tự cho mình hơn người mà sanh lòng khinh rẻ những người kém may mắn, kém hiểu biết, yếu ớt hơn mình. Đối với những người tài giỏi hơn mình, giàu có hơn mình, quyền thế hơn mình thì đem lòng sợ sệt và luôn luôn tìm cách bươi móc những cái xấu của người ta ra để tỏ ra rằng mình vẫn hơn người. Những người có tánh cống cao ngã mạn thường không chịu học hỏi thêm những điều hay và luôn luôn chấp cái ta và cái của ta là thiệt, là mới đáng quý, đáng trọng v.v…, còn người khác và của người khác đều là giả, là hào nhoáng bề ngoài.

Cũng vì cái Ta mà thường hay lén lút bợ đỡ người trên và lấn lướt kẻ dưới, hoặc vì tánh kiêu căng mà gây ra những cuộc tranh chấp đến máu đổ, thịt rơi, vẫn chưa vừa lòng. Người Phật tử có tánh cống cao ngã mạn không bao giờ chịu học hỏi từ những người bạn lành đồng tu vì trong thâm tâm, không bao giờ cho ý kiến của người khác là điều đáng học hỏi. Đó là một chướng ngại rất lớn cho người Phật tử trên con đường tu học đạo giải thoát.

2.- Dục Tánh:

Dục tánh là sự ham muốn của chúng sanh, chỉ biết sống theo ngũ dục lạc tầm thường, thấp kém và ích kỷ. Ngũ dục lạc là năm cái vui của tánh ham muốn, gồm có: Tài là tiền bạc. Sắc là vẻ đẹp. Danh là tiếng tăm. Thực là sự ăn uống và Thùy là sự ngủ nghỉ.

Con người phàm phu chỉ nhìn thấy cái vui vẻ và hạnh phúc trong năm cái ham muốn đó, mà không biết rằng, những cái vui vẻ đó chỉ là giả tạo và không lâu bền. Dù có đạt được trong chốc lát cũng cảm thấy khoái lạc và tưởng rằng, hay muốn tưởng rằng những khoái lạc đó sẽ là vĩnh viễn. Vì thế nên người ta lúc nào cũng cố gắng tìm kiếm cho được cái khoái lạc đó và không bao giờ biết đầy đủ và như ý, họ quên mất đi cái luật vô thường tạo hóa của một kiếp nhân sinh!

Khi gặp hoàn cảnh không như ý thì cái khoái lạc đó liền biến thành cái đau khổ. Thí dụ như có người ham muốn cái vui của tiền bạc; nhưng giàu có đến thế nào đi nữa, khi nhìn chung quanh lại vẫn thấy có người giàu có hơn mình và bắt đầu phiền não, khởi tâm ganh ghét rồi suốt đời lo mưu tính kế làm sao cho mình kiếm ra cho được nhiều tiền hơn mới chịu. Các tánh ham muốn khác như ham muốn sắc đẹp, danh vọng, ăn uống, ngủ nghỉ cũng đem lại những phiền não, ganh ghét người khác như vậy.

3.- Ác Tánh

Ác tánh là loại Phàm tánh thứ ba. Ác tánh là 10 cái tánh tội hay tánh bất thiện của người đời tạo ra bằng hành động (thân nghiệp), lời nói (khẩu nghiệp) và ý nghĩ (ý nghiệp). Gồm có:

1) Tánh hay sát hại sinh mạng của chúng sanh hữu tình khác.

2) Tánh hay trộm cắp, tham lam chiếm hữu vật không phải của mình.

3) Tánh hay làm chuyện tà dâm, đồi phong bại tục.

4) Tánh hay nói dối để che giấu lầm lỗi của mình hay để làm lợi ích cho mình.

5) Tánh hay nói thêu dệt để gây chia rẽ người khác.

6) Tánh hay nói hai chiều để hại người, lợi mình.

7) Tánh hay nói những lời hung ác để nhục mạ người khác.

8) Tánh tham lam, lấn lướt, cái gì cũng ham có.

9) Tánh nóng nảy, sân hận, mua thù chuốc oán.

10) Tánh mê muội (si), không chịu học hỏi và không tin Chánh Pháp.

Tu tâm dưỡng tánh là làm sao cho mỗi ngày có sự tiến bộ trong đời sống cá nhân, có sự nhu hòa (lục hòa) trong đời sống cộng đồng. Chiến tranh có là do tâm hỗn loạn, tham lam, lòng ích kỷ, sân hận và si mê.

LỜI CUỐI:

Qua sự trình bày thô thiển trên, người viết, một lão cư sĩ già 96 tuổi xin tóm gọn bằng mấy câu sau đây:

1. Muốn diệt trừ được Tham Sân Si để tâm được thanh tịnh thì mỗi người trong chúng ta, không phân biệt Tôn Giáo, chủng tộc hay màu da, không phân biệt người lãnh đạo Quốc Gia hay người dân thường, trước hết phải diệt cái Ta là ưu tiên số 1. Vì sao?

2. Vì diệt được cái Ta sẽ tự nhiên hiển lộ cái Tâm thanh tịnh.

3. Tâm được thanh tịnh, tức là Tâm bình.

4. Hễ Tâm bình thì thế giới bình và nhân sinh sẽ được sống an lạc.

Mong lắm thay!!! ∎

Trần Thị Nhật Hưng

Nghịch Cảnh ở Ai?

Tôi có một người cháu tên Nhi gọi tôi bằng dì. Liên hệ bà con xa, gần thế nào tôi không rõ lắm, chỉ biết là lần đầu gặp Nhi từ miền Trung vô Sài Gòn Nhi đã hăm hai tuổi, hy hữu ở cùng cư xá Chu Mạnh Trinh, Phú Nhuận với nhà tôi. Nhi ở dãy A, nhà tôi dãy E đi bộ qua lại chừng hai phút.

Nhi theo chồng vào đây và đi học. Đã hăm hai tuổi và đã lập gia đình nhưng trông Nhi rất trẻ con, có lẽ nhờ nét mặt mộc mạc ngây thơ, ánh mắt thật thà thánh thiện, đặc biệt có hai răng khểnh rất duyên, mỗi khi cười làm tăng nét hồn nhiên chân thành vốn sẵn có trên khuôn mặt bầu bĩnh hiền lành phúc hậu của Nhi.

Tôi hơn Nhi năm tuổi, còn độc thân. Do gần nhà nên Nhi hay chạy sang chơi. Ngay lần đầu mới gặp, Nhi đã chinh phục mọi cảm tình của cả nhà từ cha mẹ, anh chị em và đương nhiên cả tôi nữa.

Hằng ngày tôi và Nhi đều bận rộn. Tôi đi làm, nhân viên của một ngân hàng. Còn Nhi bận học và bận làm dâu. Thỉnh thoảng cuối tuần dì cháu mới gặp nhau hủ hỉ tâm tình, shopping chợ Bến Thành lả lướt trên vỉa hè đường Lê Lợi, hoặc rủ nhau khèo mận nhà hàng xóm trái sum sê trĩu cành sát bên hông ban công nhà tôi cứ nhởn nhơ, khiêu khích, chỉ đưa tay qua khe hở của thành tường là hái được. Rồi hai dì cháu hỉ hả nói cười chấm muối ớt ăn với nhau, bị bố tôi bắt gặp, la cho một trận *"con nhà tử tế, không nên hái trộm như thế"* chúng tôi mới thôi.

Dù ở gần nhau, nhưng đa phần thì Nhi hay sang tôi, ngoài vui chơi với tôi, Nhi còn nhờ các ông anh Bác sĩ của tôi chữa căn bệnh hiếm muộn mà Nhi đang mắc phải, chứ tôi vì ngại cụ bố chồng của Nhi khó tính khó nết, có cặp mắt sắc, nhìn ai như soi thấu tim gan người đối diện. Mới gặp cụ, ai cũng rụt rè ngan ngán trước vẻ nghiêm trang đến nghiêm khắc của cụ. Cụ là một nhà nho cỡ... nho chùm. Vóc dáng cao, gầy, quắc thước thanh tao. Chùm râu bạc gần đến bụng với bộ bà ba trắng lúc ở nhà trông cụ như một tiên ông. Còn khi ra đường, cụ đĩnh đạc với chiếc áo dài the đen, khăn đóng. Tôi chỉ ghé qua khi nhờ cụ chấm và đoán lá số tử vi thôi, hoặc những bệnh phụ nữ cần thuốc Bắc xin toa cụ. Cụ rất giỏi tử vi và Đông y. Nhiều khi, tôi thầm phục cô cháu gái, một thiếu nữ thuộc típ thời đại mà giỏi *"chịu đựng"* trong nếp sống cực kỳ khuôn khổ, khuôn phép do cụ đề ra. Phụ nữ thì phải thế này thế kia, công - dung - ngôn - hạnh, đi đứng nằm ngồi, ăn nói phải nhẹ nhàng, thanh tao, lễ phép, thậm chí mở miệng hát nhỏ cũng không được. Theo cụ, xướng ca là vô loài! Chỉ khi qua nhà tôi, tôi mới thấy Nhi sống thực với bản chất của mình, nhanh nhẩu, vui vẻ, hoạt bát, hồn nhiên, nói cười rổn rảng...

Nhi vô Sài Gòn sinh sống được hơn năm thì biến cố 30.4.1975 xảy đến. Tôi bị mất việc vì toàn bộ ngân hàng đóng cửa. Còn Nhi nghỉ học, *"thất học"* do là *"vợ ngụy"* lý lịch đen thui, không thích hợp với chủ trương chính sách của chế độ mới. Và ngay sau tháng tư, chồng Nhi cũng *"giải nghệ"* đời quân nhân, mất luôn số lương.

Trước nguy cơ kinh tế đe dọa, ai ai cũng lo chuyện áo cơm, Nhi xoay sở thế nào mà biết được có chỗ sản xuất đan máy áo len, loại áo len màu xanh dương (màu công nhân) mà hầu hết cán bộ, bộ đội và dân miền Bắc vào Nam ai ai cũng mua mang về. Nhi rủ tôi, hai dì cháu nhận hàng của xưởng đan, mỗi người một túi lớn áo, chất trước rổ xe đạp, đạp ra chợ Bến Thành đứng ngay đầu đường Lê Thánh Tôn chào hàng.

Từng là những... tiểu thơ con nhà danh giá, nay ra đứng đường, hai dì cháu ngó nhau cứ thộn mặt ra. May sao, dì cháu chúng tôi đứng không lâu, có một thiếu phụ từ đâu đến hỏi:

- Hàng này các cô bán hay mua về?
Nhi mừng quýnh, nhanh nhẩu đáp:
- Dạ bán ạ.
- Thế thì hai cô theo tôi, tôi mua tất.

Chúng tôi mừng rơn, vui vẻ dắt xe theo người thiếu phụ. Cửa hàng của bà ngay trên đường Lê Thánh Tôn gần đó, cũng tiện cho chúng tôi. Vào nhà đếm áo mặc cả giá cả và trả tiền xong, bà nói:

- Ngày mai, các cô tiếp tục giao hàng cho tôi. Bao nhiêu cái cũng được.

Đạp xe ra về, hai dì cháu vui mừng khôn xiết. Gặp mối ngon béo bở, lòng hớn hở còn hơn trúng số độc đắc. Về nhà khoe ầm lên, ai cũng vui. Rồi như bà chủ dặn dò, ngày hôm sau chúng tôi tiếp tục giao hàng. Thế nhưng, lần thứ ba đến bà, chưa kịp vào nhà, bà chủ mắng xối xả:

- Tôi không lấy hàng của các cô nữa. Mặt mày các cô trông sáng sủa con nhà mà đi lừa gạt!

Trời, tôi và Nhi ngó người ra, trố mắt ngạc nhiên, không hiểu chuyện gì xảy ra. Bà ngoắc tay bảo chúng tôi vào nhà, bà đem từng chiếc áo len trước và sau ra cân.

- Các cô xem. Cái áo đầu tiên các cô bán, tôi cân được 500 gram. Áo hôm qua chỉ còn 400 gram. Và hôm nay coi nè chỉ còn 350 gram là sao?!

Chúng tôi hiểu ra, từ tốn phân bua:

- Bà ạ, những áo len này chúng tôi cũng chỉ nhận từ chỗ người khác đan, không phải nhà làm. Chúng tôi chỉ biết nhận áo, tính theo cái, chứ đâu biết phải cân thế này. Thôi, để chúng tôi về thưa với họ.

Nhìn vẻ ngơ ngác thật thà của chúng tôi, bà dịu giọng:

- Thôi được, tôi vẫn nhận số áo hôm nay. Ngày mai, nếu áo cân đúng 500 gram thì đem tới.

Về chỗ xưởng đan, chúng tôi trình bày sự việc, họ không hiểu cho, còn nạt cho một mẻ:

- Áo chỉ có vậy, không nhận thì thôi. Hàng hóa đang khan hiếm, thiếu gì người cần hàng.

Rồi họ không cung cấp cho dì cháu chúng tôi nữa. Thế là từ đó chúng tôi thất nghiệp dài hạn. Nỗi lo lắng về kinh tế không riêng gì chúng tôi mà cả miền Nam rơi vào tình trạng túng quẫn trước chính sách khắc nghiệt, ngăn sông cấm chợ của chế độ mới. Mọi người cầm cự qua ngày bằng cách bán dần đồ đạc trong nhà, hoặc mánh mung chợ trời, chợ đất. Nhi cũng vậy, nhưng Nhi nhờ cha mẹ khá giả tại miền Trung tiếp tế, nên xem ra Nhi cũng không vất vả cho lắm. Thế nhưng, sau ngày chồng Nhi vô tù cải tạo, rồi đưa ra Bắc, tôi lại ít gặp Nhi. Phần tôi cũng lo bon chen tìm kế sinh nhai, lăn lộn ở chợ đời nên cũng không thăm Nhi.

Bẵng một thời gian dài, không thấy Nhi qua chơi, tôi mon men ghé nhà Nhi hỏi thăm. Tôi sửng sốt thấy Nhi thay đổi hoàn toàn không còn là Nhi nhí nhảnh hồn nhiên cởi mở của ngày xưa. Trên khuôn mặt khả ái thân thiện ngày nào hiện rõ nét buồn xa vắng, khép kín. Gặp lại tôi, Nhi không vồn vã vui vẻ như dạo nào, chỉ chào khẽ rồi lặng lẽ ngồi xuống mép giường buông một tiếng thở dài nhè nhẹ. Tôi ngạc nhiên hỏi:

- Cháu dạo này khỏe không, sao lâu rồi không thấy cháu sang nhà chơi?

Tôi vừa dứt câu, Nhi không trả lời, gục mặt xuống giữa hai lòng bàn tay òa khóc. Nghĩ Nhi buồn vì chồng vắng nhà, tôi xoa lưng Nhi, an ủi:

- Chồng cháu đi cải tạo rồi cũng về mà.

Nhi chỉ lắc đầu không nói.

Lần khác, tôi lại qua thăm Nhi, vẫn nét mặt âu sầu áo não, ánh mắt buồn vời vợi, tôi nhìn Nhi chạnh lòng, thương đời một cô gái trẻ sống kiếp cô phụ chờ chồng không biết bao giờ tái hợp. Dù an ủi cách mấy, vẫn thấy Nhi lầm lì trầm tư. Nhiều lần ngồi bên tôi, Nhi thừ người đăm chiêu nghĩ ngợi không nói gì, mắt bâng quơ lơ đãng nhìn ra khung cửa bên ngoài như kẻ mất hồn. Tôi có hơi ngạc nhiên, tự hỏi. Chồng vắng nhà đi tù cải tạo là nạn chung của cả miền Nam, người vợ nào chẳng buồn, nhưng đâu thể buồn thái quá như Nhi hiện tại. Đã vậy lâu lâu, chỉ mới mở miệng nhắc đến chồng, Nhi lại cúi gằm ôm mặt khóc. Hỏi tại sao, Nhi chỉ lắc đầu không nói.

Rồi cứ thế, thời gian lặng lờ trôi. Thấm thoát mà đã hơn sáu năm trời với bao vật đổi sao dời, tôi vẫn ngạc nhiên về sự thay đổi quá lớn lao trong tâm hồn Nhi. Nó vẫn âm thầm lặng lẽ sống bên cụ bố chồng như một chiếc bóng với trách nhiệm của một nàng dâu gương mẫu, chờ chồng. Tôi thương cháu nhưng cũng không giúp gì được ngoài việc lâu lâu ghé nhà hỏi thăm. Dạo này thấy Nhi cũng bận rộn nhiều với khách khứa, đa số bà con họ hàng ngoài Bắc phía cụ bố chồng vào thăm. Nhi vẫn như chiếc bóng, sống khép kín, không nói năng tâm sự gì, và cũng không có bạn bè thân thuộc, ngoài tôi. Nụ cười dường như đã tắt hẳn trên môi Nhi. Hai chiếc răng khểnh duyên dáng thu hút người nhìn đã không còn dịp hé ra nữa. Ánh mắt, nét mặt Nhi luôn phảng phất nỗi buồn xa vắng...

Một hôm, bỗng thấy Nhi sang nhà tôi, nó hỏi tôi, tuần tới nó vượt biên, dì có đi cùng cháu không, nơi tổ chức còn hai chỗ. Vượt biên là điều lúc này ai cũng mong. Đi đâu, ở đâu, chỗ nào cũng nghe thiên hạ bàn về chuyện vượt biên. Thành công đến bến bờ cũng lắm mà làm mồi cho cá cũng nhiều. Tất cả đều đem sinh mạng đánh loto để khỏi chết dần mòn trong chế độ khắc nghiệt quái dị của cộng sản. Tôi cũng mơ đổi đời nhưng điều kiện chưa cho phép. Tôi nói:

- Nếu đi qua đó trả vàng sau thì dì đi, chứ đưa trước thì dì không có.

- Người giúp cháu họ cho cháu góp tượng trưng, dì ạ. Nhưng dì thì phải đóng đủ, chỉ vài cây thôi mà.

Tôi vẫn lắc đầu, thế là tuần sau, Nhi một mình ra đi...

Khi Nhi đi rồi, tôi ghé qua nhà hỏi thăm tin tức chuyến đi của Nhi. Cụ Đặng, bố chồng Nhi tiếp tôi với nét mặt dàu dàu thương cảm, cụ nói trong nước mắt giàn giụa:

- Nghĩ thương cho em nó quá, dì ạ. Thân gái một mình dặm trường bôn ba nơi xứ lạ, tôi đâu muốn để em nó đi một mình như thế. Nhưng nó quyết nhất định phải đi, không cho đi nó đòi tự tử!

Nói xong, cụ khóc ròng, nước mắt sợi vắn, sợi dài thi nhau lăn trên đôi má nhăn nheo. Tôi ngồi lặng thinh, lòng cũng rưng rưng chùng xuống nhưng cố kìm lại để ngăn không cho lệ chảy ra. Cụ Đặng vẫn khóc:

- Nó đi như vậy vô cùng nguy hiểm, không biết sống chết như thế nào. Nếu có bề gì, tôi ân hận suốt đời. Rồi tôi ăn nói làm sao với các cụ thân sinh bên nhà em. Số em nó cũng vất vả, đâu ai muốn đẩy em vào đường cùng như thế.

Tôi không an ủi gì được, chỉ ngồi yên lắng nghe để xẻ chia nỗi niềm với cụ. Tôi cũng định nhân cơ hội hỏi thăm cụ về hiện tượng lạ lùng thay đổi của Nhi, nhưng thấy không tiện, tôi lại thôi.

Mười ngày sau, tôi lại ghé qua hỏi thăm tin tức của Nhi, rất mừng là chuyến đi của Nhi đã đến bến bờ bình yên sau năm ngày lênh đênh trên biển. Cụ Đặng cũng bớt căng thẳng lo âu nhưng trên khuôn mặt cụ vẫn chất chứa nỗi buồn sâu thẳm.

An lòng về cuộc sống mới của Nhi, dù thế nào ra được nước ngoài vẫn hơn kẹt tại quê nhà với bao điều khó khăn vây bủa, tôi không quan tâm đến Nhi nữa. Thế nhưng vài tháng sau, bất ngờ tôi nhận thư Nhi gởi từ đảo Bidong, Malaysia. Thư viết thật dài kể lể mọi nỗi thống khổ mà Nhi chịu đựng bấy lâu. Bấy giờ tôi mới rõ ngọn ngành tại sao Nhi không còn là cô bé vui vẻ, nhí nhảnh, yêu đời ngày xưa, có con mắt biết nói, biết cười từng chinh phục bao niềm thương quý của cả gia đình tôi. Đọc thư Nhi, tôi khóc ròng. Nước mắt cứ từng giọt chảy dài theo từng nỗi niềm trong bức thư. Thế mà bấy lâu khi còn ở Việt Nam, Nhi không chịu nói ra, âm thầm ấp ủ nỗi thương đau chịu đựng một mình không thể lộ với bất cứ ai, kể cả tôi. Nhi ôm nỗi buồn lặng lẽ ra đi, hầu mong chân trời mới có thể xoa dịu và xóa nhòa vết thương lòng mà Nhi gánh chịu. Rời xa quê cha đất tổ, bỏ cả gia đình với bao người thân yêu trong đó có người chồng mà Nhi hết mực thủy chung, Nhi cũng đau buồn thật nhiều, nhưng Nhi không còn cách nào khác để giải quyết vấn nạn cuộc đời Nhi...

Sau vài tháng của tháng tư đen 1975, kể từ chồng Nhi đi cải tạo vắng nhà, cụ Đặng liên lạc được với toàn bộ gia đình bà con họ hàng của cụ ngoài Bắc (cụ di cư vào Nam 1954 chỉ với hai bố con), Nhi mới vỡ lẽ chồng Nhi trước khi rời làng đã có một đời vợ và một đứa con trai ngoài Bắc. Cuộc hôn nhân kiểu phong kiến do gia đình sắp đặt khi chồng Nhi vừa 16 tuổi và vợ tròn đôi mươi. Biến cố tang thương đất nước chia cắt, người vợ đó kẹt tại quê nhà do vừa mới sinh con, thế mà từ bấy đến giờ, mẹ con người đó vẫn ở vậy chờ chồng với bao gian nan khốn khổ trong chế độ cộng sản áp bức thành phần *"trí, phú, địa hào"* và gia đình có người vào Nam. Biết được tin này, Nhi như tiếng sét đánh ngang đầu. Nhi chết lặng với cơn đau xé ruột xé gan không sao tả xiết. Đêm đêm Nhi chỉ còn biết khóc và khóc...

Rồi Nhi ra đi, đó là phương cách cuối cùng, duy nhất để giải quyết vấn đề. Nhi "trả" chồng lại cho người ta, dù gì cả hai cũng đã có mối dây liên hệ huyết thống đó là cậu con trai. Còn Nhi và chồng chưa ràng buộc gì ngoài tình yêu mà cả hai dành cho nhau. Ra đi, Nhi vẫn còn rất thương chồng, nhất là lúc này chồng Nhi đang sa cơ lỡ vận. Bỏ thì thấy thương, vương vào thì tội cho Nhi. Đứng trước ngã ba đường, Nhi không còn cách lựa chọn nào khác thả đời buông xuôi theo số phận, như chiếc lục bình lênh đênh trên dòng sông đời giữa bão tố, mưa sa, như cánh chim lạc đàn tả tơi trước dông bão cuộc đời.

Rồi Nhi tấp vào Âu Châu thay vì đến Mỹ diện vợ sĩ quan cải tạo. Nơi chân trời mới, tôi cứ ngỡ, sẽ là cơ hội để Nhi làm lại cuộc đời. Nhi còn quá trẻ mới 29 tuổi đầu, với dung nhan thiện cảm và một tâm hồn hiền lương trong sáng, tôi nghĩ sẽ dễ dàng cho Nhi có một cuộc sống mới hạnh phúc. Thế mà đã nhiều năm trời, mỗi lần tôi ghé qua nhà cụ Đặng hỏi thăm về Nhi, thì bây giờ chính cụ, mỗi khi nhắc đến Nhi, cụ lại khóc:

- Dì ạ, tôi nghĩ thương cho em nó quá. Bôn ba nơi xứ lạ quê người ra đi với hai bàn tay trắng. Ngày em xuống tàu chỉ có 100 bạc Việt Nam lận lưng, em cũng gởi bà chủ tàu cầm về cho tôi. Nhận tiền mà tôi không cầm được nước mắt. Bây giờ không biết nơi xa, em nó trông mong nương tựa vào ai. Nếu em nó có bước đi bước khác, tôi và chồng em trăm lần không, vạn lần không, và triệu triệu tỉ tỉ lần không, không bao giờ trách em trong hoàn cảnh như thế. Thế mà đến giờ, nó vẫn ở vậy lăn lộn với cuộc sống tìm kế nuôi thân, còn luôn gởi tiền về phụng dưỡng tôi và giúp đỡ gia đình giữa lúc kinh tế kiệt quệ bế tắc như thế này.

Nói tới đây, cụ mủi lòng, rưng rức khóc thành tiếng. Tôi cảm nhận được tình thương chân thành sâu đậm cụ dành cho con dâu, nhưng tôi chỉ ngồi lặng thinh, lòng cũng xốn xang, không biết an ủi sao hơn. Rồi khi nước mắt làm vơi bớt nỗi niềm trong cụ, cụ lại nói tiếp:

- Từ ngày em nó bước chân về nhà chúng tôi, tôi và chồng em đã chưa bao giờ tạo cho em có một cuộc sống vật chất sung sướng. Kinh tế nhà chỉ một đầu lương cũng chật vật lắm dì ạ, nhưng em không than vãn oán trách gì, vậy mà giờ trong hoàn cảnh thế này, đẩy em nó gánh vác gia đình khi cái đòn gánh chúng tôi cũng không có để trao cho em.

Nói xong, cụ khóc òa, nước mắt cứ liên tục chảy

dài theo từng lời tỉ tê nói về Nhi. Tôi cũng không kìm được xúc động, rưng rưng khóc theo cụ.

Nhiều năm sau, không chịu nổi chính sách khắc nghiệt, quái dị đi ngược lòng dân của chế độ cộng sản, bằng mọi cách tôi cũng tìm đường trốn ra nước ngoài. Và tôi định cư tại Hoa Kỳ.

Ngày tôi gặp lại Nhi, dễ chừng mấy chục năm sau nhân cơ hội Nhi du lịch qua Mỹ và ghé thăm tôi. Tôi đưa Nhi thăm thú nhiều nơi. Nhi đã tươi tắn lại như xưa dù bây giờ Nhi đã *"Nửa chừng xuân"* bước vào tuổi bốn mươi. Gặp lại Nhi, dì cháu tay bắt mặt mừng tíu tít kể lại bao kỷ niệm. Đi bên cạnh Nhi còn có ông xã, chính là người chồng sau hơn mười ba năm Nhi mới gặp lại.

Tà tà rảo bước trên sân chùa Kim Sơn, một tu viện tọa lạc trên đỉnh núi cao thuộc thành phố San Jose, miền Bắc California. Sau khi vào chánh điện đảnh lễ Phật, dì cháu loanh quanh vào cửa tiệm chùa, nơi phát hành đủ loại tôn tượng lớn, nhỏ các vị Phật và Bồ Tát. Nhi thỉnh được một tôn tượng Quán Thế Âm rất ưng ý. Tượng bằng đá màu xám nhạt, cao chừng hai gang tay, vừa vặn kích thước bàn thờ Nhi mong đợi, điêu khắc rất tinh xảo, sắc nét. Trong cơn bão biển thập tử nhất sanh lúc vượt biên, Nhi đã từng khấn nguyện cầu bình an và phát nguyện qua cơn nguy khốn, Nhi sẽ thờ Ngài như một sự tri ân tưởng nhớ Ngài.

Trong khi chồng Nhi vẫn mải miết ngắm chân dung Phật trong tiệm, dì cháu tôi bước ra ngoài hít thở không khí trong lành khoáng đãng. Cảnh trí thiên nhiên hùng vĩ tú lệ. Những hàng thông ngạo nghễ cao, to. Thân đầy lỗ li ti do chim gõ kiến đục dự trữ những hạt đậu, hạt sồi làm thực phẩm. Thoảng trong gió, hòa với tiếng chim ríu rít, nhạc Phật thánh thót từ trong chùa phát ra khiến lòng người cảm thấy khoan khoái nhẹ nhàng tưởng như đang ngự trên tiên cảnh. Vừa đi, Nhi thả hồn bâng quơ đưa mắt nhìn về khoảng trời xa, nơi có vùng biển xanh xa tít chân trời thấp thoáng vài chiếc tàu buồm qua lại, Nhi lên tiếng tâm sự:

- Dì thấy đó, cả đời cháu kiếp này không làm gì nên tội, thế mà tại sao cuộc đời luôn trắc trở gian nan gặp toàn điều bất như ý. Sau ngày 30.4.1975, cháu chỉ còn một con số không to tướng. Mất hết tất cả, tình yêu, tương lai và niềm hy vọng. Không riêng những mộng đẹp cháu hằng ấp ủ mà ngay người chồng thân yêu cũng bấp bênh tuột ra khỏi tầm tay. Cháu buồn không nói nên lời. Lúc đó, cháu chỉ còn muốn chết.

Ngưng một lát, Nhi tiếp:

- Chồng cháu ngồi tù cải tạo ngoài Bắc hơn chín năm. Ngày trở về dù có muốn *"sum họp"* với mẹ con người vợ đó, nhưng có lẽ duyên họ đã hết, nên run rủi thời cuộc, hoàn cảnh gia đình, xã hội, đất nước họ lại tiếp tục xa cách nhau. Cháu không toan tính tranh giành chiếm đoạt bất cứ gì, tất cả đều tùy duyên, cái gì đến tự nhiên sẽ đến. Cái gì của mình trước sau vẫn là của mình. Do cháu và chồng cháu dường như còn *"nợ"* nhau nên số phận đẩy đưa anh liều...vượt biên chỉ một lần trót lọt. Ai dám đoan chắc vượt biên 100% sẽ thành công?! Qua đó, cháu mới thấy rằng, mọi sự đều có số phận định mệnh an bài. Tốt, xấu đều tùy thuộc vào cách sống của mình. Nếu sống tốt thì kết quả cuối cùng sẽ tốt.

- Vậy bây giờ mẹ con người đàn bà đó ra sao? Tôi hỏi.

- Vẫn sống ngoài Bắc như từng sống bấy lâu. Cháu nhận thấy họ dường như sức phấn đấu đã bị thui chột, tê liệt trước sự tàn bạo của cuộc đời. Họ không dám vùng vẫy đổi đời dù có cơ hội. Luôn cam chịu và chấp nhận số phận một cách đương nhiên làm như nó đã là. Với cháu, bà ta và ngay cả chồng cháu đều chỉ là nạn nhân của phong kiến và cộng sản, cháu chỉ thấy họ đáng thương thôi, dì ạ. Và trong hoàn cảnh bây giờ, làm được gì, giúp được gì để an ủi mẹ con bà ta phần nào thì làm thôi.

Sau một tiếng thở dài, Nhi tiếp:

- Âu cũng là nghiệp quả phải không dì? Cũng như cháu vậy, cháu đâu muốn rơi vào hoàn cảnh như thế. Những nghịch cảnh đau thương, ê chề với bao gian nan thử thách, buộc cháu phải đối đầu và chấp nhận. Đừng đổ lỗi **"Nghịch Cảnh Ở Ai"** mà nên tự biết lỗi ở mình, do mình. Không kiếp này tạo ra thì cũng gây từ bao kiếp trước. Khi hội đủ nhân duyên nghiệp sẽ trổ ra, đó là nhân quả. Nếu không vậy, tại sao, có kẻ mới sinh ra đã nghèo đói đau ốm tật nguyền và có người khi lọt lòng đã giàu sang con ông hoàng bà chúa?! Và tại sao, người hiền lương như cháu lại luôn gặp bất trắc, trong khi nhiều kẻ khác tàn ác lại có cuộc sống sung sướng hạnh phúc?! Tất cả đều do mình tạo ra. Khi kiếp này biết sống tốt, biết sám hối không tạo nữa và không vay nữa coi như đã trả xong nợ. *"Nghiệp đã qua rồi lòng nhẹ nhõm. Ngàn năm mây bạc trắng thong dong."*

Tôi không ngờ cháu tôi nhờ đâu mà bây giờ ăn nói *"đạo vị"* và trưởng thành lắm vậy. Trải nghiệm với bao đau khổ nhọc nhằn lăn lộn trên đường đời, Nhi đã chín chắn vững vàng không còn là đứa... con nít ngây thơ hồn nhiên mà tôi đánh giá trước đây dù khi nó đã lập gia đình, và Nhi cũng không còn mày châu ủ rũ thất thần như lúc ở Việt Nam. Trông Nhi bây giờ an nhiên tự tại, thần thái xinh tươi như trái chín muồi trên cây, như đóa hoa nở đúng mức, khoe sắc dưới bầu trời quang đãng. Tôi mừng cho cháu tôi, nhưng tôi vẫn thắc mắc, hỏi:

- Dì vẫn ngạc nhiên, suốt thời gian dài ở nước ngoài, cháu còn rất trẻ là cơ hội để cháu làm lại cuộc đời, sao cháu cứ ở vậy?

- Dì ơi, làm sao cháu có thể hạnh phúc và đem lại hạnh phúc cho người chồng mới khi nơi xa chồng cháu đang đói khổ trong tù và luôn trông mong hy vọng ở cháu? Với cháu, cháu quan niệm, hôn nhân ngoài sự chấp thuận từ chính mình còn cần sự chấp nhận của gia đình và xã hội, có vậy cháu mới thực sự hạnh phúc. Những lời cầu hôn chỉ đưa cháu đứng trước ngã ba đường, cháu không quyết định gì được, đành buông xuôi thả đời trôi theo dòng sống, tùy duyên thôi, dì ạ.

Chồng Nhi đã từ trong tiệm bước ra. Anh ngơ ngác tìm chúng tôi và đến ngồi xuống bệ thành hòn non bộ trong sân chùa bên cạnh chúng tôi. Anh mở túi lấy ra tôn tượng Đức Phật Di Lặc và hoan hỉ nói với Nhi:

- Anh thỉnh thêm tượng này tặng em. Phật Di Lặc biểu tượng cho sự vui vẻ, an lạc, may mắn và hạnh phúc. Em xem, khuôn mặt Ngài tròn trĩnh, phúc hậu lúc nào cũng cười. Anh mong em luôn như thế.

Nhi nhận tôn tượng từ tay chồng. Cô săm soi ngắm nghía, nét mặt rạng rỡ, miệng nở nụ cười theo nụ cười của Phật Di Lặc. Đến lúc này tôi mới thực sự thấy lại hai chiếc răng khểnh rất duyên trên khuôn mặt khả ái của Nhi dù thời gian và tuổi tác vẫn không phai nhòa nét hồn nhiên chơn chất phảng phất của Nhi ngày nào.

Ngoài kia ánh nắng chan hòa, ngát lên một thứ ánh sáng lung linh rực rỡ. Cây cỏ xanh tươi, chim muông vẫn ríu rít hòa trong tiếng nhạc Phật thánh thót. Một ngày mới tràn trề hạnh phúc dành cho Nhi. Nhi thật sự xứng đáng nhận điều đó.

(Bài viết đoạt giải sơ kết trong cuộc thi "Muôn Nẻo Đường Đời" do báo Sài Gòn Nhỏ tại Hoa Kỳ tổ chức năm 2022)

THƠ
Nguyễn Minh Hoàng

Chiều Vắng

*Trời tắt nắng anh ngồi đây thương nhớ
Bóng hình em xa khuất cuối chân mây
Tóc em ngắn se mình như cỏ dại
Đọa đày anh trước lối thiên thai*

*Đường em đến sao không là đường thẳng
Cho anh nhìn thấy rõ tình yêu
Bước em đi trong gió lốc xoay chiều
Để anh phải ngập ngừng thao thức mãi*

Tình Sầu

*Từ cách xa ta lặng buồn không nói
Theo nhớ thương hồn lạc mãi với đời
Ngàn ánh sáng bỗng dưng thành nắng quái
Bóng chiều xưa rơi rụng cuối chân đồi*

Thiện Vũ, Phi-Yến Nguyễn-Tương

Hành Trình Từ Pháp Qua Mỹ Của Một Nữ Bác Sĩ Việt Nam

Trước hết, chúng con xin niệm ân Bổn Sư, Hòa Thượng Phương Trượng chùa Viên Giác tại Hannover Đức Quốc, đã gợi ý cho chúng con viết về những thành quả đáng khích lệ trong quá trình hành nghề Bác Sĩ tại Mỹ Quốc. Trong bài viết này, chúng con xin phép Thầy cho chúng con được xưng tôi.

Sau khi đậu Baccalauréat (Tú Tài), tôi lấy chồng và rời Việt Nam vào tháng 10 năm 1973 ở tuổi 18 đến Pháp. Anh Hiệp, chồng tôi, đã từng tốt nghiệp Y khoa Đại học Lille (Université de Lille II, Droit et Santé). Ngày thứ ba, sau khi tôi đặt chân đến Pháp, Anh dẫn tôi vào gặp Ông Khoa Trưởng của Đại học Lille và xin phép cho tôi được vào học năm thứ nhất. Ông Khoa Trưởng chấp thuận, cho tôi vào lớp học ngay mặc dù vào thời điểm đó, tất cả sinh viên các trường Y, Nha, Dược đều đã nhập học. Đến lớp học, chồng tôi gửi gắm tôi cho vài cô sinh viên cùng lớp rồi Anh trở lại văn phòng Khoa Trưởng để điền hồ sơ xin nhập học cho tôi. Các bạn nhìn tôi với ánh mắt tò mò và có vẻ tội nghiệp. Họ hỏi tôi từ đâu đến, nhà ở đâu và số điện thoại? Cho hai câu hỏi sau cùng, tôi đã thành thật trả lời rằng tôi không biết! Sau hai năm, tôi đã đậu kỳ thi tuyển để chính thức vào học Y khoa và đã tốt nghiệp Bác Sĩ Y khoa Đại học Lille, Pháp Quốc vào tháng 10 năm 1981.

Những thành quả tôi đã gặt hái được ở Pháp, phần lớn là nhờ công sức của chồng tôi. Nhờ Anh Hiệp, tôi mới có cơ hội đặt chân vào ngưỡng cửa Y Khoa đại học đường. Mỗi ngày tôi đi học, Anh đều đưa tôi đi và đón về. Hơn thế nữa, vì Anh là Bác Sĩ chuyên môn về Phổi, đã có lúc, Anh dạy những môn liên quan đến Phổi cho tôi và các bạn cùng lớp.

Hè 1983, chúng tôi qua Mỹ để thăm Bố Mẹ và hai Anh Chị tôi. Sau chuyến du lịch này, chúng tôi quyết định qua Mỹ để lập nghiệp. "Đơn thân, độc mã", tôi trở lại Mỹ vào đầu năm 1984. Tôi ghi danh học ở Kaplan Educational Center, Washington DC. Sinh viên của hầu hết mọi ngành đều có thể đến trung tâm này học luyện thi. Để chuẩn bị cho các kỳ thi về Y Khoa, tôi phải nghe khoảng 600 băng cassettes. Ngày đầu tiên, sau 8 tiếng, tôi chỉ nghe được một băng và chỉ hiểu được khoảng 20% các danh từ Anh ngữ. Nhưng sau 2 tuần lễ, tôi tiến khá nhanh và sau 4 tháng, có ngày, trong 12 tiếng, nghe 8 băng cassettes không còn là vấn đề. Nội trong một năm, tôi đã đậu các kỳ thi và hội đủ tất cả các điều kiện để được hành nghề Bác Sĩ tại Mỹ.

Nhưng ở Mỹ, phần đông, muốn hành nghề Bác Sĩ, phải học thêm chuyên môn nên phải vào chương trình thường trú (Residency). Tôi gửi trên 500 lá thư để xin đơn làm thường trú đến những chương trình đào tạo Bác Sĩ về Nhi Khoa, Nội Khoa, Y Khoa Gia Đình v.v… Vì phải dành tất cả thời giờ cho việc học (ít nhất 13 tiếng mỗi ngày), tôi chỉ có 24 tiếng đồng hồ cho việc gửi thư. Anh Cả của tôi lo photocopy thơ và các giấy tờ cần thiết, sau đó cả gia đình kể cả Bố Mẹ, Anh Cả và các cháu tôi đều quay quần bên tôi giúp tôi gấp thơ, bỏ thơ vào phong bì, dán tem, dán phong bì v.v… Thật là một kỷ niệm đẹp, ấm cúng và quý báu!

Tôi đã nhận được và gửi đi 110 cái đơn xin làm thường trú, được mời phỏng vấn ở 14 nhà thương và cuối cùng được nhận làm Ngoại Trú tại University Hospital, thành phố Jacksonville tiểu bang Florida. Sau 2, 3 tháng thử thách, tôi đã chính thức được nhận làm Thường Trú môn Nhi Khoa. Bác Sĩ thường trú có tiếng là làm việc rất vất vả, cứ 3 đêm phải trực một lần và mỗi lần trực, phải làm việc liên tục trong 35, 36 tiếng.

Thêm một điều quan trọng nữa là phải có Visa cho phép làm việc ở Mỹ. Tôi đã có Luật Sư lo Giấy Phép Hành Nghề (Working Permit) từ khi còn đang đi học ở Washington DC. Thêm vào đó, Bệnh Viện cũng đồng ý xin Visa cho tôi làm việc. Trong khi chờ đợi theo học chương trình Thường Trú, Luật Sư cho tôi biết tin hồ sơ xin "Working Permit" của tôi đã bị thất lạc và ông đã nhờ Thống Đốc Florida, Lawton Chiles, can thiệp. Lúc này, tinh thần của tôi hoàn toàn suy sụp! Tôi chỉ còn cách "lạy Đức Phật Bà Quán Thế Âm phù hộ cho chúng con thoát khỏi cơn nạn này!". Cũng may, "Sau cơn mưa, Trời lại sáng!", nhờ sự can thiệp của Ông Thống Đốc, tôi mới chính thức có giấy tờ làm việc tại Mỹ. Sau khi tôi làm thường trú được 6 tháng thì chồng tôi bán phòng mạch bên Pháp và đến Mỹ.

Sau 3 năm học tập với tư cách Thường Trú Viên, tôi đã tốt nghiệp Bác Sĩ Nhi Khoa tại Mỹ năm 1989.

Ngay sau đó, tôi được tuyển chọn vào làm việc cho Halifax Medical Center, Family Medicine Residency Program ở Daytona Beach tiểu bang Florida với chức vụ Clinical Assistant Professor và Pediatric Coordinator. Công việc của tôi không những phải mang lại những kiến thức và cách chữa trị luôn mới mẻ mà còn phải đảm bảo mọi việc trong Khu Nhi Khoa đều được thi hành tốt đẹp! Làm việc với những Bác Sĩ trẻ và một đội ngũ Giảng Sư người Mỹ là một việc rất vui và hứng thú. Tôi đã được Vinh Dự dạy môn Nhi khoa cho 24 Bác Sĩ mỗi năm, trong 30 năm. Tuy rằng thời gian này có bị gián đoạn hai năm bởi tôi lên Georgia làm việc với chồng tôi.

Tôi đã về hưu năm 2021. Sau 30 năm hành nghề tại Halifax Medical Center, tôi muốn nêu lên ba sự kiện sau đây:

- Ban Giám Đốc Bệnh Viện cho trồng một cây, **Bottlebrush tree,** ngay trong khuôn viên nhà thương Halifax và cây được mang tên tôi để ghi nhớ những thành quả tốt đẹp mang lại cho cộng đồng.

- Giải Thưởng Thành Tựu Trọn Đời (**Lifetime Achievement Award**), cho những đóng góp có giá trị cho Chương Trình Giáo Dục Y Khoa và

- Giải Thưởng: **Phi-Yen Nguyen Excellence In Pediatrics Award**. Hằng năm, Giải Thưởng này được trao tặng cho Bác sĩ Thường Trú xuất sắc nhất về môn Nhi Khoa.

Nhìn lại đời mình, tôi tự hỏi làm sao chúng tôi đạt được kết quả như ngày hôm nay?

Chúng tôi luôn ghi nhớ và cố gắng thi hành những lời dạy của Thầy và Cha Mẹ:

- "Phải cố gắng học, không học khổ lắm con ạ!".
- "Ở đời, phải thành thật, tươi cười và lễ phép!".
- "Lại phải siêng năng, cố gắng và nhẫn nại!"
- "Mọi việc khi xuống đến tận cùng thì phải lên! Cũng thế, lên tới đỉnh thì phải xuống!" Xuống nhanh hay chậm tùy thuộc nơi mình!
- "Nên cảm ơn đời": Xung quanh tôi, gần như bất kỳ ai, cũng có phần đóng góp vào sự thành công của chúng tôi.

Chúng tôi đặc biệt mang ơn 2 quốc gia, Pháp và Mỹ đã cưu mang chúng tôi trong mấy chục năm qua, mang ơn Tam Bảo, Thầy Tổ, Bổn Sư, Cha Mẹ và Anh Chị.

- Một người Thầy gốc Đức đã đạt đến đỉnh cao danh vọng trong ngành Giáo Dục Nhi Khoa tại Đại Học Gainesville, Florida đã lưu ý những Bác sĩ Mỹ gốc ngoại quốc như sau: "Xuất Sắc vẫn chưa đủ! Phải Xuất Chúng!" ("Excellent is not enough, you got to be Outstanding!")

Tôi xin kết thúc với câu: "Bất kỳ ai cũng có một giấc mơ! Phải cố gắng đạt được giấc mơ của mình". Tuy vẫn biết "Vạn Sự Khởi Đầu Nan" nhưng "Có Công Mài Sắt, Có Ngày Nên Kim!". ∎

Hình Lifetime Achievement Award (Giải thưởng Thành Tựu Trọn Đời)

Bottlebrush tree mang tên Phi-Yen Nguyen
Tác giả (trái) chụp chung với Bác Sĩ Margaret Crossman, Giám Đốc Y Khoa (Chief Medical Officer) của Halifax Medical Center

Nguyên Hạnh HTD

Huế ân tình

Tôi trở về Huế với một tâm trạng nôn nao bồi hồi! Hơn 30 năm sau mới nhìn lại Huế thân yêu, nơi đã cho tôi mật ngọt của thời mới lớn!

Phi trường Phú Bài vẫn vậy, vẫn u buồn ảm đạm vào mùa mưa lụt, dù đã mấy mươi năm qua cũng chẳng rộng lớn, sửa sang gì hơn. Đã thế, tôi đặt chân xuống phi trường khi trời đã về chiều nên càng hiu hắt buồn. Niềm vui rộn ràng chỉ bừng lên khi thấy một số bạn cũ đã đứng chờ sẵn bên ngoài. Chúng tôi chỉ biết ôm nhau trong tay với bao niềm cảm xúc, nhìn nhau miệng cười mà nước mắt rưng rưng!

Con đường từ phi trường về thành phố Huế ngày xưa tôi thấy xa ngút ngàn mà sao bây giờ lại ngắn đến vậy. Qua đồng An Cựu lại càng giật mình trước sự đổi thay, về lại quê hương mình mà ngỡ ngàng xa lạ! Những đồng ruộng xanh tươi rì rào trong gió mà ngày xưa tôi vẫn đi ngang qua khi học thêm Pháp văn với Thầy Thông, nay không còn nữa, nhà cửa đã xây lên san sát hết rồi.

Tôi về ở với Lý - Một cô bạn thân cùng dạy Đồng Khánh - trong một khu vườn xanh tươi đầy cây kiểng, hoa lan nở đầy khắp. Lý lo cho tôi từ miếng ăn nước uống, chăm sóc tôi từng li từng tí. Bây giờ ngồi nhớ lại tôi vẫn còn bồi hồi xúc động vì sự thương yêu mà Lý đã dành cho tôi. Lại thêm một em học trò cũ là Thuận, lúc nào cũng ở bên tôi, sẵn sàng làm tài xế Honda đưa tôi đi bất cứ nơi đâu. Đúng là hạnh phúc ngập tràn, quanh tôi lúc nào cũng tràn đầy tình bạn, tình học trò xưa - cô giáo cũ.

Huế u buồn trầm lặng, nhưng Huế đầy ắp cả tình người, trọn thủy chung. Dù đã hằng chục năm xa cách nhưng những tình cảm các bạn cũ với nhau không hề phôi pha với thời gian.

Các bạn đã chuẩn bị sẵn một buổi họp mặt tại quán Tây Nguyên, bên bờ sông Hương thơ mộng để chào đón tôi. Chiều xuống dần trong khu vườn cây cỏ xanh tươi, bên các khuôn mặt dấu yêu đã một thời bên nhau dưới mái trường Đồng Khánh, làm cho tôi cảm động vô cùng. Gặp nhau là quên hết tuổi đời của mình, những ngày vui rộn ràng của Đồng Khánh như sống lại, nói bao nhiêu cho vừa mỗi lần gặp gỡ. Rồi bữa tiệc cũng kết thúc khi màn đêm bao phủ. Chúng tôi còn bịn rịn, luyến lưu bên nhau thả bộ dọc bờ sông. Ngắm trăng nước hữu tình:

Trăng lên đỉnh Ngự soi dòng nước
Lấp lánh Hương giang bóng Chị Hằng

Những ngày sau đó, tôi đáp mời tất cả các bạn chung vui cùng nhau tại nhà hàng Festival của Câu lạc bộ Thể thao Huế. Tôi mời thêm được Thầy

Châu Trọng Ngô và một số bạn cũ Quốc Học ngày xưa nữa.

Tôi đã vui mừng đến choáng ngợp khi tất cả đã lần lượt đến, thành ra trong phần ngỏ vài lời tôi đã không cầm được nước mắt vì xúc động và tôi đã khóc thật sự.

Huế vẫn để trong tôi nhiều luyến lưu bùi ngùi, lòng lắm bâng khuâng khi nhìn lại những nơi chốn cũ và những gương mặt cũ. Rồi buổi họp mặt được diễn ra trong bầu không khí ấm cúng thân mật, với lời ca tiếng hát, với tất cả tấm lòng cho nhau trong lần gặp gỡ hiếm hoi của cuộc đời.

Nhờ Thuận mà tôi đã được đi thăm cùng khắp: Thăm Thầy Cao Xuân Duẩn dạy Anh văn năm Đệ Tứ, thăm được một số bạn bè, thăm ngôi trường cũ và nơi chốn mình đã ở. Nhìn lại căn nhà cũ kỹ với cầu thang giăng đầy tơ nhện mà quặn thắt cả lòng. Cũng nơi đây tôi trải qua những tháng ngày vui tươi rực sáng mà sao bây giờ lại đìu hiu quá chừng như thế này!

Đã thế, vào thăm trường Đồng Khánh gặp trời mưa, lối đi tường vách rêu phong loang lổ mà nghẹn ngào. Nhờ em học trò cũ nay là cô giáo hướng dẫn nên tôi được đi thăm khắp cả trường. Qua rồi những ngày vui xa xưa, tôi rời trường mà lòng nặng trĩu, ưu tư!

Vào thăm Đại Nội, trời càng mưa tầm tã, thầy trò tôi lầm lũi đi trong mưa, nhìn đâu cũng thấy u buồn lặng lẽ! May mà khi về thăm Cầu ngói Thanh Toàn, trời đã bớt mưa, sáng sủa lên phần nào nên còn cảm thấy ấm lòng đôi chút trước khung cảnh thanh bình của đồng ruộng miền quê.

Các bạn còn tổ chức cho tôi một buổi chiều đi đò trên sông Hương, lại còn có thêm một số cựu học sinh Đồng Khánh có giọng hát hay cùng tham dự nên buổi du ngoạn càng thêm hương sắc.

Đò đi qua cầu Bạch Hổ, lần về Kim Long rồi thẳng lên điện Hòn Chén. Tôi ngồi trên mạn thuyền nhìn hai bên bờ sông phía làng tôi âm thầm lặng lẽ với những hàng tre rì rào trong gió, với khói lam chiều gây nhiều thương nhớ, với tiếng gà gáy xa xăm, lòng tôi chùng xuống trước cảnh vật quá ư êm đềm và nhiều kỷ niệm luyến lưu này!

Chiều xuống dần, chúng tôi ngồi bên nhau kể lể cho nhau nghe bao biến chuyển của đời mình.

Lên đến điện Hòn Chén trời đã dần tối, tôi chỉ kịp thắp một nén nhang. Trời chạng vạng tối càng làm cho khung cảnh của điện thêm huyền bí, pha chút rợn người!

Trên đường về, như quên hết nỗi buồn xa vắng ở bên ngoài, các em đã hát tặng tôi những bài hát tuyệt vời, khoang đò thật ấm cúng với lời ca tiếng hát trong khi đò vẫn lướt nhẹ trên sông. Chỉ tiếc một điều là nước sông đục ngầu cả phù sa, vẻ thơ mộng của dòng Hương giang đâu còn nữa!

Than ôi! Nếu một ngày nào đó nước sông vẫn cứ đục như vậy thì còn đâu linh hồn xứ Huế?

Ngày xưa, cứ vào buổi chiều tôi mê chèo "périssoire" trên sông mà nay nhìn thấy nước sông như vậy, bao nhiêu hứng thú đều tiêu tan.

Đò dừng lại ở Kim Long, các bạn muốn cho tôi thưởng thức món bánh ướt thịt nướng nổi tiếng của vùng này. Đò tiếp tục đi, chúng tôi lại thả đèn trên sông, mỗi ngọn đèn là một lời khấn nguyện. Tôi chỉ cầu xin cho gia đình tôi và gia đình các bạn đều bình an.

Chúng tôi đi dạo một vòng trên sông. Cầu Trường Tiền về đêm với sáu màu sắc khác nhau, nổi bật trên nền trời. Đêm xuống dần, chúng tôi đành chia tay nhau trong bồi hồi luyến tiếc!

Rồi những ngày vui cũng phải qua đi, tôi lại tiếp tục cuộc hành trình vào Đà Nẵng, Hội An, Phan Rang và Nha Trang. Lý lại tiễn đưa tôi, xe chạy xa dần, nhìn lại thấy Lý lủi thủi trở về một mình, mắt tôi hai giọt lệ ứa trào!

Cho tôi được cám ơn một lần nữa về những ân tình mà các bạn đã dành cho tôi. Cám ơn Thuận, em tài xế hết lòng và vẫn yêu thương tôi như tự bao giờ. Tôi ra đi em buồn nhiều và cảm thấy trống vắng, còn tôi cũng nhớ em không kém khi phải từ giã Huế thân yêu!

Tôi về Nha Trang thăm Như Nguyện, một người bạn đầy ân tình của xứ Huế ngày xưa. Những ngày bên Nguyện, tôi đã tìm lại được những yêu thương chăm sóc như ngày nào, những giây phút được ở gần nhau thật quí giá vô cùng. Bên tiếng sóng lao xao, chúng tôi ngồi bên nhau ôn lại bao nhiêu chuyện cũ, lắm lúc cứ ngỡ ngàng không tin rằng có một ngày chúng tôi lại tay trong tay, chia cho nhau hơi ấm của tình bạn.

Rồi tôi lại lên đường. Nguyện đã khóc khi chia tay, còn tôi cũng ngậm ngùi, biết đến bao giờ mới gặp lại được nhau đây?

Thì ra năm tháng dù qua đi, nhưng vẫn có những khoảnh khắc tuyệt vời ở lại!

Năm tháng qua mau và những gì nửa cuộc đời đã phai màu, ngoảnh lại thấy dòng sông nhân thế sao như khói như sương. Tuy vậy, dù đã đi bên nhau bằng những bước chân suông, không có mây trắng, không có lá thu vàng, nhưng vẫn thương nhớ nhau vô cùng. Chúng tôi không tìm lại được thời gian đã mất, nhưng đi qua từng góc kỷ niệm, chúng tôi đã tìm lại được tuổi trẻ của mình!

Tôi rời Sài Gòn với nỗi nhớ Huế. Nhớ dòng sông êm ả và người dân hiền lành. Nhớ „Những người muôn năm cũ".

Huế thuở nào vẫn là Huế mộng mơ trong sáng. Huế tuổi thơ và Huế tuổi không còn trẻ vẫn là Huế của tình cảm keo sơn. Trong cuộc phế hưng Huế vẫn sống còn vì Huế có niềm tin yêu và Huế dạt dào tình cảm của con người.

Là con của Huế, trong sóng gió cuộc đời của mấy mươi năm qua, biết bao lần tưởng đã ngã gục nhưng chúng tôi đã cố gượng dậy đứng lên và để hôm nay về lại nơi này. Tuy cảnh cũ đã thay đổi nhiều nhưng vẫn còn có nơi để chúng tôi sáng chiều ngồi bên dòng sông hoài niệm của quê nhà, để hằng ngày nối lại tình cảm dạt dào của những người thân đã sống, đang sống và mãi mãi sống với Huế!

Các bạn ơi!

Bây giờ là mùa đông, giã từ những ngày nắng ấm xa xưa để sống lại nơi âm u, lạnh lẽo này, nỗi buồn càng dâng cao. Nỗi chia xa nào cũng để lại những dư âm buồn, đành bỏ lại những gì mà tôi lưu luyến, yêu thương. Tôi chỉ biết gởi đến các bạn lòng nhớ thương sâu xa của mình và mong có một ngày được gặp lại nhau để nối lại những trận cười, những yêu thương chân thành và để thấy cuộc đời còn ấm áp dễ thương.

Nhưng Huế đã xa rồi từ ngày ấy...!!! ∎

Viết để nhớ lại chuyến về thăm Huế xa xưa…!

Cậu Hà người Bắc di cư năm 1954, cậu di cư có một thân một mình khi còn trẻ, nên cậu cũng không có nhiều phương tiện được học hành nhiều.

Khi lớn lên ở miền Nam, lối chừng 19, 20 tuổi khoảng năm 1965-1966, cậu từ giã học đường đăng lính, cậu đi lính Việt Nam Cộng Hòa ngành Biệt Động Quân. Sau chuyển qua Thám Báo. Cậu đóng quân như ở miền đồng ruộng, lúc bấy giờ còn loáng thoáng xa xa, ít dân cư, tiếp giáp một bên Đồng Ông Cộ, miệt Gò Vấp, Gia Định.

Cậu xa gia đình, rồi trong quân ngũ, cậu có một người đồng đội thân tình như anh em, nên ngày đó, dịp cuối tuần hay được nghỉ phép, cậu hay theo người bạn thân tên Hiệp về nhà anh ở Bình Hòa.

Chú Hiệp gốc người miền Nam, gốc quê Vườn Lài, Cầu Hang, tính tình chân chất cũng như cả gia đình chú vậy, họ bao dung ưu ái đón Cậu Hà về sum họp thỉnh thoảng nếu tiện dịp cùng đại gia đình họ.

Cũng ở nơi đó chơn tình ấm cúng của Hiệp mà cậu Hà đã gặp cô Hoa, em chú Hiệp. Họ quen nhau, yêu thương nhau, lâu ngày nên duyên chồng vợ.

Cô Hoa, sau ngày cưới, gọi là mợ Hà, vui vẻ, hiền hòa và trọng lễ nghi. Đại gia đình họ theo đạo Phật và thờ cúng ông bà.

Cô Hoa thuộc lớp người xưa, chăm lo nữ công nữ hạnh, tuy nhiên cô được đi học chữ và học quanh quẩn trong các trường tiểu học và trung học bán công loanh quanh trong vùng Cầu Hang Vườn Lài. Sau khi học trung học, thi đậu bằng trung học đệ nhứt cấp, thì cô đổi ý đi học nghề.

Cô đi học may và mở tiệm may sau đó. Cô may vá khéo tay tỉ mỉ và khá đắt khách. Tánh tình cô vui vẻ ôn hòa nên gia đình, bạn bè và khách hàng quý mến.

Khi thành chồng vợ với cậu Hà, cô đã có một tiệm may khang trang và kiếm đủ, đến dư sống.

Sau bốn năm lập gia đình, cậu mợ Hà có hai con, một trai, Tâm ba tuổi và Tú hai tuổi.

Từ khi các con đi học thì cô ít may vá đi một phần, dành chút thì giờ chăm nuôi con cái, cuối tuần thì dắt theo các con đi lễ xa hơn, lễ đền, lễ chùa, có lúc lấy xe buýt, mẹ con lễ bái lạy và xin xăm ở Lăng Ông Bà Chiểu, bên kia Cầu Bông… chiều về mẹ con ríu rít vui vẻ trò chuyện trên xe buýt, hai đứa bé ngắm sông nước sóng sánh dưới cầu, hứng chí, có lúc cùng ca lên:

"Ai đang đi trên Cầu Bông…

Té xuống sông, ướt cái quần ny-lông!"

Những ngày vui sướng hạnh phúc qua mau… rồi chiến tranh về gần thành phố và có lúc cũng ở ngay trong thành phố Saigon Gia Định Chợ Lớn… tình hình kinh tế và cuộc sống dần khó khăn nặng nề hơn. Xã hội co mình và người ta ít mua sắm, may vá, tiêu dùng tiết kiệm hơn. Mợ Hà tự an ủi, ai sống sao mình sống vậy, chỉ cầu xin Trời Phật ông bà tổ tiên phù trợ cho người miền Nam, ai cũng được mạnh giỏi. Cầu sao cho cộng sản thua đi, kém cạnh, để người dân Nam Kỳ được sống yên lành. Trong nhiều bữa ăn sum họp, mợ Hà hay nói giỡn với cậu Hà:

Tại là Bắc Kỳ, mấy người di cư vô đây, làm cho mấy đứa cộng sản nó theo vô, phá rối Nam Kỳ chán quá!

Nam Kỳ lúc này thành cộng sản cũng bộn rồi. Tụi anh đi ứng chiến bắt được vô số cộng sản, chúng quê quán Nam Kỳ, lục tỉnh, nhứt là vùng Bến Tre… nói nào xa, ngay cái ruộng Vườn Lài thơ mộng của em ở một bên Cầu Hang đó, cũng là một ổ, nhiều ổ việt cộng nằm vùng khít khao.

… Khi mà cuộc tranh luận của cậu mợ tới hồi hung hăng, thì đã liền có hai đứa con nhỏ sáp tới, mỗi đứa bịt một bên miệng của ba má chúng lại, xin can xin can đi…

Rồi tụi nhỏ ngày thơ tự nhận:

Tụi con là Trung Kỳ vậy, làm Trung Kỳ để hòa giải, hai bên Bắc Kỳ Nam Kỳ, không nên không phải, trúng bùa ngải chết trôi…

Cậu Hà cười lớn:

Mấy đứa này ngu quá và xạo tổ cha rồi, nè nè… Trung Kỳ là thâm căn cố đế cộng sản gốc, cộng sản chánh hiệu con nai vàng… không chối vô đâu nổi nhe.

Những bữa cơm tranh luận ồn ào và thân mật ấm cúng đó rồi cũng có ngày hết. Điều nói qua nói lại rồi cũng ngưng. Những hiểu lầm hay đùa giỡn của hai đứa nhỏ rồi cũng có ngày sáng tỏ. Đó là ngày ba chúng nó chết trận.

Đó là năm 1968 khi mà cậu Hà bị tử trận trong một trận chiến giằng co ác liệt ở Đồng Ông Cộ giữa lực lượng Biệt Động Quân và quân cộng sản nằm vùng miệt ngoại ô Gia Định vào dịp hưu chiến tết Mậu Thân. Cậu Hà ở trong đội tiền thám báo nên bị VC phục kích một loạt súng AK đầu tiên và bị chết ngay bên cạnh ba đồng đội khác.

Mợ Hà khi được tin dữ, vội vã lặn lội đi tìm xác chồng, thay vì đi về phía Vườn Lài, Cầu Hang, mợ bị thất điên bát đảo, đi ngược chiều không định hướng chạy qua Cầu Bông, chạy và kêu khóc một hồi, mất sức, không còn tỉnh trí, chạy giạt vào một bên đường Lăng Ông Bà Chiểu và trụ lại ở cổng tam quan. Mợ ôm gốc cây dừa sụt sịt khóc, rồi lại nức nở khóc, mợ ôm chặt gốc dừa, mếu máo, gọi, có lẽ mợ tưởng cây dừa là chồng mợ. Cái cây dừa mà

Cổng chính Lăng Ông Bà Chiểu (Hình: Internet)

Chúc Thanh
Đập cổ kính ra tìm lấy bóng

người ta vừa quét vôi trắng xóa để đón tết. Đến một lúc mệt lả, mợ ngồi xuống dựa đầu ngoẹo cổ bên một rễ cây vô hồn… người qua lại chợt thấy, thương tình, dìu mợ vào trong sân lăng cho bớt nắng, cho uống nước và gội. Sau dần mợ cũng tỉnh lại, lần đi đủng đỉnh về nhà.

Về nhà, cả mấy tháng sau, mợ Hà còn nói như trong mơ: «bữa đó ông và bà cứu, cho uống thuốc khỏi điên và dặn dò rằng: khi nào khỏi bệnh thì trở lại lăng mần công chuyện, cứ trở lại đây sẽ tìm thấy người chồng quét lá sân ở đây.» Mợ nói như đinh đóng cột, chắc là vậy… đinh ninh là vậy.

Gia đình, cha mẹ, con cái thương cho là mợ mất trí phần nào và dở người. Nhưng rồi, ít tuần lễ sau, sau lễ làm thất tuần cho chồng, mợ tỉnh táo hơn, mợ tỉnh táo đặng thu xếp việc nhà.

Qua tết 1968 một tháng, mợ Hà phục tang chồng xong, thu dẹp tiệm may và giải nghệ. Mợ vẫn chuyên tâm lo lắng chu đáo hơn cho các con, nhưng nói là bớt đi trách nhiệm với công việc kiếm tiền, mợ rời nghề may sau khi cúng tổ tạ ơn.

Sau đó một mùa hè oi ả qua đi. Mợ lên Lăng Ông Bà Chiểu, xin vào làm việc bảo quản, thu vén và săn sóc đèn nhang trong lăng.

Lúc rảnh tay trong nội điện, mợ ra sân ra công viên thu gom lá khô và rác rơi rớt, lo sao cho cảnh quang lúc nào cũng sạch sẽ, khang trang và thoáng mắt.

Khác với những lăng miếu ở nơi xa xôi thành phố, ở nơi này, mợ thấy Lăng Ông Bà Chiểu thật gần gũi, ấm áp… nhứt là đối với hoàn cảnh có phần tang thương của gia đình mợ sau khi người chồng qua đời.

Trong những ngày vía, ngày lễ hội, mợ cảm thấy lăng thờ như nhộn nhịp, trang nghiêm, kính cẩn khác thường. Người người tới lễ bái như trở về nhà ông bà, cha mẹ, lễ lạy xong họ kính cẩn đi lùi ra.

Đúng vậy, người dân Saigon Gia Định coi lăng thờ đức tả quân danh tiếng Lê Văn Duyệt là nơi thân quý như thờ một vị thần hoàng làng, Hoàng Tỉnh, cũng như thờ ông Bụt trong cảnh chùa, vừa xa lạ và cũng rất gần gũi, vừa kính cẩn, vừa quý mến, như khói hương nghi ngút hàng hàng lớp lớp… dâng lên không ngừng.

Mợ cứ kể với các con và với người quen lối xóm nhiều lần là từ thế kỷ thứ 19, đức ông đã làm tổng trấn Gia Định thành. Đức ông đã truyền dạy người dân sống đạo đức, đức ông đã xây dựng sửa sang cuộc đất hoang vu thành một miền đất trù phú, an bình và hưng thịnh với nhà cửa đường phố, thị thành khang trang hòa hợp và đẹp mắt…

Mợ cứ nhớ lại lễ vật bà con mang tới thì tùy tâm, bông hoa, trái cây, bánh, tiền… mùa nào thức ấy rồi van vái khấn lễ và xin xăm. Quẻ xăm nào cũng tốt cả, đầy những lời răn dạy khuyên bảo tu nhân tích đức, làm lành lánh dữ như cha mẹ dạy con cái.

Vui nhất là những ngày cuối năm hay đầu năm đón xuân. Người ta đua nhau đi xem lễ thượng nêu ngày tết. Đêm giao thừa trước năm 1975, người ta phải đi bộ loanh quanh lòng vòng xuyên qua các khu phố Bà Chiểu thơm mùi nhang, và có khi phải xuống xe từ rất xa mới mong từ từ tiến vào khuôn viên lăng để hái lộc, lễ bái dâng hương. Hai nấm mộ của đức ông, đức bà đắp nổi, đơn sơ, giản dị như mộ cổ của ông bà ta ở quê vậy. Rất Việt Nam.

Xung quanh tường của lăng cẩn nhiều tranh nổi bằng sứ, bằng sành hình long lân quy phụng y trong tường tích sử sách xa xưa. Xa xưa đấy mà vẫn gần trong tầm mắt.

Mợ Hà coi lăng mộ như là căn nhà thứ hai để đi về, có thể là căn nhà chánh thì đúng hơn.

Sớm sớm mỗi ngày mợ dậy lo cho hai con ăn uống và áo quần tươm tất cặp sách tới trường. Sau đó tất tả thay áo quần trang nghiêm, chụp nón lên đầu, xách giỏ ra ngoài lộ lớn đón xe bus đi Bà Chiểu.

Mợ vô lăng từ sớm, việc đầu tiên là mở cổng, kéo dây xích. Rồi đi quét lá sân trước, sân sau, hai bên tả hữu. Thay nước cúng, thay nhang nơi các bàn thờ lộ thiên, đợi ngài thủ từ đến pha trà, dâng cúng và thỉnh chuông… chuông, mõ, buông bỏ…

Cùng làm việc với mợ, còn có hai người đồng sự, vì lăng miếu khá rộng. Công viên bao quanh cũng cần làm cỏ và trồng bông bốn mùa. Buổi xế trưa, vắng khách thập phương, cả ba người đồng sự coi kiểm lại các phẩm vật, lễ vật cúng, còn nhiều mà khách để lại trên các bàn thờ thượng trung và hạ. Họ gom lại, chia thành nhiều phần đều nhau, mang ra cổng phân phát cho những người vô gia cư đến chầu ngoài các cổng, và ai ai cũng có phần lộc thánh, vui vẻ. Mợ Hà hay nhận phần quét lá ở công viên bao quanh nhằm lúc vắng vẻ… với hy vọng mơ hồ có khi nào chồng mợ cũng về cửa thánh làm công quả. Dĩ nhiên đó chỉ là điều mơ ước hoang tưởng, người đã mất đã đi xa rồi… còn đâu!

Chiều chiều lối 6, 7 giờ mợ đi kiểm lại các bát nhang trong, ngoài, trên, dưới, rút các chân nhang còn đang cháy dở để dập tắt trước khi ra về, để phòng tránh hỏa hoạn.

Khi xong mọi việc, xuống nhà ngang, là mợ đã nhận được từ ông, bà thủ từ cho một bọc đồ ăn chia phần sẵn gồm oản, xôi, chuối, cam, quýt và nhiều loại bánh… bánh cốm, bánh ít, thơm lừng. Có lúc có cả phong bao tiền.

Khi ra về, lễ lạy tạm biệt, khi nào mợ cũng không quên ghé ngang thùng phước sương, khom mình kính cẩn để lại bao tiền vô thùng tiền, để lại để ông thủ từ và ban quản trị có quỹ mà trùng tu lăng mộ, tường, cổng một khi lỡ hư hỏng. Mợ chỉ mang lộc về, tối tối mẹ con quây quần vui vẻ chia nhau ăn.

Nhưng rồi, ít năm sau, ngày 30-04-1975 ập tới ngỡ ngàng. Làm thêm được nửa năm ở lăng miếu, tự nhiên mợ xin nghỉ việc. Ai hỏi tại sao, có ai cho nghỉ việc không? Nhưng mợ nói là không, mợ tự ý xin nghỉ vì đau bệnh.

Mà thấy có đau bệnh gì đâu. Mãi sau này, khi bà ngoại gạn hỏi mãi, mợ phải thú thiệt là: «con không thích làm việc với ban quản trị mới, là ban quản trị của người cộng sản.»

Mấy năm đầu, từ 1975 tới 1980, việc cúng lễ sa sút, cảnh quang lăng mộ tiêu điều lắm. Nhưng những chục năm về sau này, thành phố có bộ mặt đổi mới, khu lăng mộ coi đông người lui tới hơn xưa ít nhiều nhưng ý nghĩa và cảm nhận đã đổi thay. Nhưng mợ vẫn không trở lại với công việc thờ tự, dù thỉnh thoảng, ngày vía, vẫn vào thăm và dâng hương. Có khi là sám hối.

Mà cũng đúng như mợ Hà nói, nhiều đổi thay thiệt, khác xưa nhiều nhiều lắm, ban quản trị và điều hành kiểm soát từng chân nhang, từng hộc tủ, họ cân đo đong đếm từng lon gạo, từng đồng bạc với thánh thần thì còn đâu là lòng thành kính và thiêng liêng. Tiến tới nữa là họ khóa và niêm phong các thùng công đức và các cửa nẻo ra vào. Hình như họ bắt chước, mô phỏng làm kinh tế thị trường vào việc khuyến khích thờ tự, tín ngưỡng và tôn giáo ở mọi nơi… họ kêu gọi siêng năng việc thờ cúng và phát triển tâm linh! Rầm rộ! Ầm ĩ! Nhưng có lẽ vì thế đó mà các đấng thiêng liêng đã rời đi xa, xa lắm rồi.

Tường hoa, mái ngói, biểu, trướng, hoành phi, câu đối… vô hồn, chúng tồn tại đó mà chứng kiến nhiều đổi thay… ít ai chăm sóc, coi bề loang lổ.

Mợ cũng thay đổi, đã già nua với tuổi gần 80 năm. Hai con mợ đã đi xa làm ăn, chúng cũng muốn mợ ra ngoại quốc sống cuộc đời vật chất đầy đủ và tự do suy nghĩ. Nhưng mợ ra đi ít năm, giờ già lại xin con về sống ở quê nhà.

Mợ sống ở khu Cầu Bông, hàng ngày nhìn quê hương đổi màu đổi cảnh quá mau. Mợ như hơi chóng mặt, sửng sốt vì sợ người ta sẽ mang lăng ông của thành phố đi mất một ngày nào đó chăng? Thì cảnh quang nào chẳng phải thay đổi với thời gian. Để gạt nhẹ đi lớp bụi mờ bao phủ tâm hồn, mợ điện thoại nhắc nhở các con cháu ở xa là: «sắp tết rồi, ngày 22 tháng 12 âm lịch là nhớ dọn dẹp cửa nhà, ngày 23 nấu xôi chè hay mua kẹo thèo lèo đưa tiễn ông bà táo về trời, ngày 24 nhớ cắt hay mua mấy cành mai vàng cắm lọ, ngày 25 bày mâm ngũ quả và ngày 30 tết nhớ cúng gia tiên về tống cựu nghênh tân… đừng quên gì cả.» Ở đây, mẹ già bộn rồi, nhưng vẫn còn đủ sức tới thăm lăng mộ xem có thay đổi gì nữa không? Mẹ còn đi khá khỏe và cũng lo lắng.

Các con mợ ở xa, còn bận rộn với cuộc sống loay hoay nào có để ý mấy tới lời mẹ dặn, rồi thì cuối năm, ngày cùng tháng tận, cơ may còn có đứa con gái gọi điện về mà an ủi:

Má ơi, tội nghiệp má quá, má quên đi, đừng ở đó mà cứ lo sợ cái thành phố, lăng mộ, chùa, đền, miếu mạo nơi má sống… dần dần sẽ thay hình đổi cảnh hay tan biến đi mất nhe, nó đã thay lần lần lâu rồi, chớ có phải mới đây đâu mà tiếc nuối. Má ơi, mọi thay đổi là quy luật thời gian, đó là cái giá phải trả cho sự phát triển của xã hội. Nè, má, cả thế giới còn đang thay hình nữa là cái quê hương bé tí tẹo của má!

… Con nói đúng, thiệt, rồi đây má cũng sẽ chết đi. Nhưng mà quy luật gì thay đổi cả quê hương quá mau, quá vội, quá hỗn độn… để phải liệng đi, dấu đi tất cả kỷ niệm, tất cả ký ức trăm năm về một hình hài quê quán ngàn đời thì là một nỗi buồn muôn thuở.

Còn đâu cảnh cũ người xưa:

… Đêm khuya nơi xóm Bạch Vân
Mấy người luộc bánh chưng xuân chuyện trò
Lửa bừng lách tách reo hò
Chú mèo nằm cạnh co ro sưởi mình
Một chàng mảnh khảnh thi nhân
Một người áo vải nông dân hiền từ
Một tráng sĩ, một thiền sư
Vây quanh bếp lửa hồng như ráng chiều
Thuốc lào nhả khói đăm chiêu

Quay người sư bác lấy Kiều ngâm nga
"Thiện căn ở tại lòng ta
Chữ tâm kia mới bằng ba chữ tài".

Đoạn thơ này ông Phạm Thiên Thư viết ra mới ba chục năm nay thôi, mà dè chừng nghe như ở thế kỷ nào vọng lại. ∎

Mùa Xuân Ất Tỵ 2025

Lưu An Vũ Ngọc Ruẩn

KHOẢNG TRỐNG CUỐI CUỘC ĐỜI

Kính dâng linh hồn một bà mẹ mà tôi kính mến và mang ơn.

Qua người bạn thân cùng lớp, tôi quen với gia đình bác Chấn, một gia đình gốc Tây học, giàu có và thế lực của miền Nam trước năm 1975. Bác có hai người con, một trai, anh Quang hơn tôi 3 tuổi, một gái, chị Yến hơn tôi 1 tuổi. Hai người con của bác đều theo học chương trình Tây. Sự quen biết của tôi với gia đình bác rất sơ sài, không bước xa hơn những lời chào hỏi xã giao thông thường hay vài câu hỏi tò mò về thân thế, gia đình và học hành của tôi trong những lần tôi theo người bạn đến nhà bác chơi.

Sau này tôi được biết hai người con của bác Chấn đã đi du học tại Thụy Sĩ ngay sau khi tốt nghiệp bậc trung học Pháp tại Sài gòn. Còn tôi không có điều kiện nên học Đại Học trong nước sau khi tốt nghiệp rồi xuống Cần Thơ dạy học, tôi không có dịp nào đến chơi nhà bác Chấn nữa. Đầu năm 1974 trước khi nhận học bổng đi du học ở Nhật Bản, tôi được người bạn cho biết bác Chấn trai đã mất vì ung thư. Bác gái vẫn sống với vài người cháu họ xa ở căn nhà khá lớn, sang trọng ngày xưa ở đường Ngô Tùng Châu rất gần với trung tâm Sài gòn.

Rồi với bao nhiêu đưa đẩy của thời cuộc, cuối năm 1979 tôi rời bỏ Nhật Bản vì tìm được việc làm đúng với chuyên môn ở thành phố Zürich, vùng nói tiếng Đức, miền bắc Thụy Sĩ. Sang Thụy Sĩ được khoảng một năm tôi lập gia đình với người bạn gái người Nhật mà tôi đã quen biết nhiều năm trong thời du học tại đó.

Một lần vào năm 1983 gia đình tôi xuống Genève thăm người bạn, ngẫu nhiên tôi gặp được chị Yến, cô con gái của bác Chấn. Chị cho biết chị và anh Quang đã tốt nghiệp xong đại học Genève từ lâu, cả hai đang đi làm, vẫn sống ở Genève, nhưng kẻ ở đầu tỉnh, người ở cuối tỉnh, lại bận rộn với công việc làm cho nên cũng rất ít gặp nhau. Chị cũng cho biết cả hai vẫn chưa lập gia đình nhưng sống chung với người yêu đều là người Thụy Sĩ. Tôi cũng hơi ngạc nhiên vì cả hai đều đã xấp xỉ 40 tuổi mà vẫn độc thân, nhưng không dám thắc mắc vì có lẽ lối sống Tây phương là thế.

Trong lần gặp nhau đó, tôi cho chị địa chỉ, số điện thoại của gia đình, ân cần mời chị và anh Quang nếu có dịp đến chơi, coi như tìm được người bạn xa xưa nơi xứ lạ quê người. Nhưng tôi có cảm tưởng chị không có vẻ hồ hởi với lời mời vồn vã, chân thành của tôi lắm. Vô tình hay cố ý, chị cũng không cho tôi biết địa chỉ! Tuy nhiên tôi cũng chẳng bận lòng vì nghĩ họ đã sống với nền văn hóa Tây Phương từ ngày còn bé, sự lạnh lùng, cách biệt với những người không cần thiết là lẽ tự nhiên như thế mà thôi.

Chỉ có vậy, lần gặp nhau như thoáng qua, đã được quên đi dễ dàng. Bất thình lình, khoảng gần 2 năm sau ngày chúng tôi gặp chị, tôi nhận được điện thoại của chị cho biết bác Chấn gái đã được anh em chị bảo lãnh sang đoàn tụ, hiện đang sống với chị ở Genève đã được khoảng một tháng rồi. Chị có nói với bác Chấn về gia đình chúng tôi, bác mong muốn mời gia đình tôi đến chơi để tâm sự. Đặc biệt trong cuộc điện thoại này chị rất thân thiện, thân thiện đến nỗi tôi có cảm tưởng chị năn nỉ chúng tôi đến chơi với mẹ chị, giúp bà vui mà quên đi nỗi nhớ quê hương khi chưa quen biết ai ở Genève.

Sau đó, một buổi sáng sớm thứ bảy cuối tuần, vợ chồng tôi lái xe xuống Genève đến tạm trú nhà một người bạn cũng ở trong Genève, nghỉ ngơi, nói chuyện một lúc. Khoảng 2 giờ chiều chúng tôi mới đến nhà chị Yến thăm bác Chấn. Trong lần gặp gỡ này có cả anh Quang cùng với hai người Thụy Sĩ là bạn trai và bạn gái của họ.

Ngay khi bước vào nhà, sau vài câu chào hỏi thông thường, vợ chồng tôi đã nhận thấy ngay bầu không khí nặng nề giữa bác Chấn với hai người con của bác cũng như với 2 người bạn của họ. Bác Chấn hoàn toàn bị tách xa trong cuộc sinh hoạt của hai người con và bạn của họ, dù ngôn ngữ Pháp với bác không thành vấn đề. Sau vài câu xã giao bình thường, nói chuyện vu vơ với chúng tôi, nhóm con của bác Chấn cũng tự tách rời. Họ nói chuyện, cười đùa, âu yếm nhau trước mặt chúng tôi, chẳng có tí ngại ngần rồi dẫn nhau vào phòng bên cạnh đùa giỡn trong âm thanh của âm nhạc khá ồn ào. Họ để bác Chấn tiếp đãi trò chuyện với chúng tôi.

Bác Chấn có vẻ ngượng ngùng, nhưng chúng tôi cố làm ra vẻ không để ý, coi như chuyện bình thường của giới trẻ Tây phương. Chúng tôi cũng ân cần mời bác lên nhà chúng tôi chơi bất cứ lúc nào, có thể hàng tháng cũng chẳng sao vì nhà khá rộng lại có vườn riêng để ăn uống ngoài trời. Bác tỏ vẻ rất cảm động với nhiệt tình của chúng tôi, lại càng thích hơn khi thấy vợ tôi cầm chiếc áo len mà bác đang đan nửa chừng, tò mò xem ra chiều hiểu biết và đồng sở thích thêu thùa. Lúc sửa soạn ra về, vợ chồng tôi có ý gặp hai người con để chào từ giã, nhưng với tí chút ngần ngừ trong vẻ ngượng ngùng bác nói:

- Thôi, các cháu cứ về đi, bác sẽ nói với chúng nó sau!

o O o

Từ giã bác Chấn, chúng tôi trở lại nhà người bạn ngủ qua đêm, sáng hôm sau, ngày chủ nhật, sau khi ăn sáng với gia đình người bạn xong chúng tôi từ giã để lái xe về lại Zürich. Tôi lái xe đi một vài vòng thành phố Genève cho vợ con tôi xem tí chút về thành phố, trước khi về lại Zürich. Đang lúc chạy xe tôi thoáng thấy bác Chấn ngồi ở chiếc ghế của một trạm xe bus. Dừng xe vào lề đường tôi chạy vội đến nói với bác:

- Bác Chấn, bác đi đâu vậy? Bác lên xe cháu chở cho.

Bác giật mình khi nhìn thấy tôi, nhưng ngay lúc đó cảm giác ngượng ngùng buồn bã hiện rõ trên khuôn mặt, trong ánh mắt của bác nhìn tôi. Chẳng đợi cho bác trả lời tôi nói tiếp:

- Cháu đang định chạy lòng vòng xem thành phố đây, bác đừng ngại gì cả, cứ lên cháu chở đi mà!

Nói xong tôi cầm tay, kéo bác về hướng chiếc xe, nơi đó vợ con tôi đang mở cửa xa chờ đợi. Ngần ngừ tí chút, nhìn tôi như gửi gắm nỗi buồn kín đáo, bác nói như muốn khóc:

- Bác có muốn đi đâu đâu! Ở nhà buồn và cô đơn quá cháu ạ, chịu không được! Ngày nào bác cũng ra ngồi ở các trạm xe bus, xe điện để nhìn người ta lên xe, xuống xe cho đỡ buồn đó mà thôi!

Nghe bác nói, tôi ngẩn ngơ, nhìn bác trân trối! Câu trả lời của bác xót đau quá! Tôi có cảm nhận người đàn bà xấp xỉ tuổi 70 đang đứng trước mặt tôi có rất nhiều tâm sự buồn đau khó nói. Hình ảnh cuộc gặp mặt chiều hôm qua ở nhà cô Yến, con gái bác lại hiện ra, trở về trong ký ức tôi! Tôi thoáng hiểu một phần nào nỗi buồn, cô đơn của bác. Nhân dịp gặp lại trong ngẫu nhiên này tôi muốn được nghe bác tâm sự, biết đâu tôi lại tìm được điều gì đó giúp bác giảm được nỗi buồn mà bác đang chất chứa trong lòng?! Nghĩ như vậy, tôi thân thiện khoác tay lên vai bác, khẩn khoản nói:

- Bác cháu mình tìm một quán nước nào đó nói chuyện đi! Bác đừng ngại ngần gì cả, ngày hôm qua cháu muốn nói chuyện với bác nhiều mà chưa hết.

Hình như sự nhiệt lòng của tôi và cũng có lẽ vì quá buồn, bác im lặng đi theo. Sau một lúc chạy lung tung, chúng tôi vào một quán nước bên ngoài hành lang của một khách sạn trên đại lộ Quai du Mont Blanc, bên kia đường là hồ Lehmann. Bầu trời trong xanh, ánh sáng ban mai chiếu rọi lên mặt hồ nhấp nhô tạo ra những dải sáng lấp lánh tuyệt đẹp của một buổi sáng nắng tốt. Bác Chấn đã khóc gần như suốt thời gian ngồi kể cho tôi nghe về lý do của bác khi lựa chọn rời xa VN, sang Thụy Sĩ định cư. Một lựa chọn mà bác nghĩ rằng đã sai lầm, đang làm cho bác buồn đau vì cô đơn.

Bác cho biết, với lời khuyên nhủ rất hợp lý, chân tình của hai con. Bác bán căn nhà của mình ở trong nước, tiền bán nhà cùng với tất cả tiền bạc, nữ trang mà bác đã dành dụm từ khi mới kết hôn để giúp hai con, mua cho mỗi người một căn hộ ở Genève. Căn hộ mà chúng tôi đến thăm hôm qua là của Yến. Một căn khác cho Quang, đến nay dù đã hơn một tháng ở Thụy Sĩ nhưng bác vẫn chưa có dịp đến xem nó ra sao!

Trước khi rời bỏ quê hương sang Thụy Sĩ, bác nghĩ rằng, tuổi đã già, bệnh hoạn, sống chết không biết lúc nào, vì vậy nếu được sống với chính con của mình là một điều rất hợp lý, vẫn hơn sống với những đứa cháu họ ở Việt Nam. Đã thế bác nghĩ với khả năng thông thạo tiếng Pháp, có lẽ bác chẳng khó khăn trong việc giao tế với người địa phương, bên cạnh đó, với sở thích đọc sách báo, thêu thùa cũng sẽ giúp bác che lấp được những lúc nhàn rỗi, cô đơn khi các con đi làm. Với ý nghĩ lạc quan như vậy bác đã chờ đợi từng ngày được ra đi đoàn tụ với hai con. Nhưng khi đến Thụy Sĩ, chỉ sau một tuần lễ đầu tiên bác đã nhận thấy mình sai lầm, cái sai lầm ra ngoài tưởng tượng, tính toán của bác. Dù thích đọc sách, thích thêu thùa nhưng bác chẳng có được hứng thú mà làm được như mong muốn!

Bác được Yến, người con gái mà bác thương yêu nhất đón về sống chung. Mấy ngày đầu tiên Yến nghỉ làm việc, dẫn bác đi lo giấy tờ hành chánh, bảo hiểm sức khỏe đồng thời chỉ dẫn bác cách mua vé, sử dụng các phương tiện giao thông công cộng như xe Bus, xe Tram của thành phố. Yến cũng không quên hướng dẫn bác sử dụng các máy móc trong nhà như máy giặt, máy sưởi cùng với những việc làm trong tập thể chung cư.

Mấy ngày đầu tiên còn bận rộn với những học hỏi, làm quen với cuộc sống mới nơi xứ lạ quê người, bác không có thời gian để cảm thấy cô đơn.

Hình minh họa. Nguồn: Internet

Nhưng chỉ một tuần sau, mọi hoạt động đã được đưa vào thứ tự và đều đặn. Buổi sáng Yến vội vàng đi làm, chiều tối về nhà, mệt mỏi cô ta chẳng có thì giờ và hứng thú để nói chuyện với bác ngoài vài câu hỏi sức khỏe vu vơ. Đã thế Yến thường về với người bạn trai, họ lại quây quần với nhau trong phòng riêng, chẳng thèm để ý đến bác. Bác sống im lìm như một chiếc bóng thừa thãi trong căn hộ.

Mấy ngày đầu tiên, có lẽ vì món ăn lạ hay nể nang công lao nấu nướng của bác, Yến và người bạn trai còn về nhà ăn cơm tối. Nhưng chỉ được vài ngày, họ chẳng còn thú vị với món ăn của bác nữa. Yến nói với bác đừng nấu cơm cho họ, họ tự lo được. Từ đó Yến và bạn trai thường ăn cơm ở đâu đó trước khi về nhà khá muộn. Thỉnh thoảng Yến mua đồ ăn nguội, rượu bia mang về bày ra bàn, ăn uống, nói chuyện cho đến khuya rồi chẳng thèm thu dọn… Sáng mai nhìn thấy đống bát đĩa bác lại phải lau chùi, thu dọn…! Không nói ra nhưng bác Chấn đã có cảm tưởng mình là người hầu hạ trong nhà, không còn là người mẹ được con đón sang để phụng dưỡng nữa. Còn Quang, con trai của bác, thỉnh thoảng cùng cô bạn gái đến chơi, thoáng qua một vài giờ đồng hồ nói chuyện vu vơ với bác rồi từ giã ra về.

Đôi lần thấy bác buồn, than vãn cô đơn không bạn bè với các con… Yến khuyên bác hãy làm theo lối giải trí, tìm vui của người Thụy Sĩ khi về già, không có việc gì làm. Họ tìm cách tránh thời gian rảnh rỗi, cô đơn bằng cách mua vé tháng của thành phố cho xe Bus, xe Tram… rồi sáng đi, tối về. Ngày ngày dùng phương tiện giao thông đi từ phố này, sang phố kia ngắm nhìn người ta buôn bán ở các siêu thị. Buổi trưa hay lúc mệt mỏi thì tạt vào những nhà ăn bình dân rẻ tiền trong các siêu thị uống cà phê hay ăn trưa.

Nghe lời đề nghị của cô con gái, bác hình dung khá rõ con đường sống của mình sẽ ra sao nếu còn sống nơi đây. Bác chợt hiểu ra rằng hai đứa con của bác thật sự đã là dân Thụy Sĩ rồi, chúng sống, chúng suy nghĩ và giải quyết theo xã hội, con người Thụy Sĩ. Chúng không thể nào nhìn thấy hay cảm thấy nỗi buồn, cô đơn của bác được nữa. Nói đến đây, bác Chấn ngước nhìn tôi với đôi mắt nhòa lệ, buông tiếng thở dài buồn bã bác than thở:

- Có lẽ bác phải về lại VN cháu ạ, sống ở đây chắc bác sẽ chết vì cô tịch mà thôi. Mấy ngày trước bác có liên lạc với Tòa lãnh sự VN ở Genève để hỏi về việc hồi hương. Theo bác không khó khăn lắm, nhưng cần nhiều thủ tục để lấy lại hộ khẩu của bác ở VN và nhất là chứng minh được sự bảo đảm về tài chánh cho sự sinh sống của bác khi hồi hương.

Thấy tôi im lặng, bác buồn rầu nói tiếp:

- Hiện nay bác chẳng có gì ở VN nữa. Nhà cửa đã bán, tiền bạc, nữ trang cũng không còn. Bác đúng nghĩa một người nghèo, già lão đơn độc nếu về lại quê hương thì sống làm sao đây?

Tôi buột miệng hỏi:

- Tại sao bác không nói với anh Quang, chị Yến trả lại cho bác một ít tiền để có thể về VN sinh sống? Theo cháu biết thì không cần quá nhiều đâu.

Lắc đầu ra vẻ thất vọng, bác cho biết tiền bán nhà, bán nữ trang vừa rồi rất lớn so với xã hội VN nhưng có đáng bao nhiêu so với Thụy Sĩ, bác đã chia cho hai con để giúp chúng mua nhà, theo bác biết thì hai người con cũng phải mượn ngân hàng hơn một nửa mới có đủ tiền để mua hai căn hộ. Hiện nay tiền lời ngân hàng cùng với chi phí dịch vụ cho chung cư như thang máy, điện nước, lau chùi, cắt cỏ, xúc tuyết, làm vườn… tất cả không phải nhỏ, chẳng thua gì tiền đi thuê nhà. Bác đã bàn với hai con để đưa trả lại bác một số tiền cho bác mua một căn nhà nhỏ ở VN, nhưng coi vẻ không được vì chúng vẫn phải trả nợ ngân hàng mỗi tháng, chẳng dư dả để đưa cho bác được! Đã thế khi về VN tiền sinh sống, thuốc thang, bệnh viện khi ốm đau cũng không thể coi là chuyện bỏ qua mà không tính toán được!

Nhầm tính lại cuộc sống ở VN, tôi nói với bác:

- Theo cháu nghĩ nếu hai người con của bác giúp bác mỗi tháng 200 quan Thụy Sĩ (thời điểm 1986) chắc bác sống không khó khăn lắm đâu!

Bác Chấn mỉm cười với tí cay đắng, bác trả lời:

- Cháu tưởng đơn giản như thế sao? giả dụ mà chúng nó gửi cho bác 200 quan mỗi tháng thì cũng chỉ đủ cho sinh sống bình thường mà thôi. Còn lúc ốm đau, chi dụng cho việc thuê nhà, cho người quen, họ hàng để người ta vui vẻ mà săn sóc cho mình làm sao mà đủ?! Tuổi già của bác đâu có thể sống độc lập được, mà phải dựa vào người khác, nhất là lúc ốm đau. Dù là họ hàng, quen biết cũng phải có tiền cháu ạ! Không dễ dàng và đơn giản như cháu nghĩ đâu!

Nghe bác tâm sự, tôi đã tạm hiểu hoàn cảnh của bác. Đúng như vậy, cái sai lầm là bác đã bán nhà, thu dọn tài sản để gửi cho con mong được sống gần con. Điều này nghe ra nó đơn giản và hợp lý như thói thường của gia đình văn hóa VN. Nhưng với hai người con của bác, nếp sống, sự suy nghĩ của văn hóa Tây phương đã thấm sâu vào con người họ, nó không còn là đơn giản nữa! Tìm một giải quyết cho bác không dễ dàng, họa chăng một hay cả hai người con bác biết cảm thông nỗi cô đơn, buồn bã của mẹ mà tìm cách giúp đỡ mà thôi. Bác không nói ra, nhưng tôi có cảm tưởng hai người con bác không như bác chờ mong.

Trước khi chia tay tôi ân cần nhắc lại lời mời của gia đình tôi, bất cứ lúc nào bác có ý muốn đến nhà tôi chơi nhiều tuần, vài tháng hoàn toàn không có gì khó khăn. Hình như nhìn rõ sự chân thành của tôi, bác vuốt nhẹ bàn tay vợ tôi mỉm cười và hỏi vợ tôi:

- Cháu có phiền lòng nếu bác đến nhà cháu chơi không?

Dù ngôn ngữ VN chỉ hiểu lõm bõm, nhưng vợ tôi cảm nhận hoàn toàn ý nghĩa lời nói của bác qua ánh mắt, khuôn mặt và cả dáng điệu chân thành trong giọng nói, nụ cười của bác. Vợ tôi đưa tay ra dấu thêu đan, lõm bõm câu tiếng Việt:

- Bác cứ đến chơi đi… có nhiều việc làm với nhau lắm, bác đừng lo!

Có lẽ đây là lần đầu tiên trong cuộc gặp gỡ bác hôm qua và hôm nay tôi nhìn thấy nỗi buồn bã biến mất, thay vào đó là niềm vui thoáng hiện trên khuôn mặt, trong ánh mắt của người đàn bà xấp xỉ 70 tuổi mà tôi cũng chỉ thoáng quen trong quá khứ.

o O o

Trở về lại Zürich đã cả tháng trời, tôi cũng chẳng có dịp liên lạc với bác nữa. Đôi lúc trong lúc thảnh thơi tôi cũng nghĩ đến bác, nhưng cho rằng với thời gian bác sẽ làm quen với những người VN khác, rồi cũng giống như mọi người, đâu cũng vào đó mà thôi. Nhưng bất thình lình vào buổi tối khi tôi đang ăn giở bữa cơm thì bác gọi đến. Với giọng nói thều thào, chứa đầy buồn bã, chán nản bác cho biết hiện đang ở bệnh viện đã gần một tuần lễ nay. Tôi hỏi lý do, bác không nói rõ ràng lắm nhưng có lẽ liên quan đến tim mạch lại thêm bị trầm uất vì buồn bã, cô đơn mà ra. Bác khóc qua điện thoại cho biết hai người con chỉ đến thăm bác một lần duy nhất vào ngày đầu tiên, sau đó vì bận rộn họ chỉ điện thoại hỏi thăm mà thôi. Tôi buông tiếng thở dài, nói vài câu an ủi bác, hứa sẽ chở vợ đến thăm bác vào ngày mai hay ngày kia! Có lẽ cảm nhận được ý nghĩa tiếng thở dài của tôi trong điện thoại, bác nói rất nhẹ:

- Cám ơn vợ chồng cháu, biết là làm phiền cháu nhưng bác muốn gặp lại các cháu lắm. Cháu cố đến với bác lần nữa nhé! Chắc bác không có dịp gặp lại vợ chồng cháu nữa đâu!

Tôi nghe mà rụng rời, tưởng như bác muốn gặp để nói lời trối trăn! Nói vài câu an ủi, nâng đỡ tinh thần rồi tôi hứa chắc ngay ngày mai sẽ xin nghỉ làm một ngày đến thăm bác.

Xế chiều hôm sau chúng tôi đến bệnh viện của tỉnh, căn phòng khá rộng có 4 bệnh nhân. Chúng tôi đã giật mình đến độ nghi ngờ thị giác của mình khi nhìn thấy bác nằm như đang ngủ. Chỉ hơn một tháng trời mà sắc diện của bác thay đổi quá mau! Khuôn mặt tái xanh, hốc hác như người bệnh lâu năm, cơ thể như bị thu nhỏ lại nằm ép dính xuống tấm nệm của chiếc giường! Cánh tay trái khẳng khiu, tái xanh thò ra ngoài chiếc chăn, được nối với sợi dây chuyền serum treo lủng lẳng trên chiếc giá bằng alumin trắng. Tôi nhẹ nhàng nắm lấy cổ tay xương xấu của bác, bác giật mình tỉnh dậy. Nhìn thấy chúng tôi, sự vui mừng, cảm động hiện rõ trên khuôn mặt già nua trắng bệch. Bác gật đầu nhẹ, đáp lại lời chào hỏi của vợ chồng tôi, rồi thều thào:

- Cám ơn hai cháu đã đến thăm bác, mời hai cháu ngồi!

Bác cho biết mấy ngày trước tự nhiên bị mệt mỏi, chóng mặt rồi bị xỉu, ngã ngay ở bếp vào ban đêm. Yến nghe tiếng động của chiếc ghế bị đổ, chạy ra mới biết và chở bác đến bệnh viện. Qua kiểm nghiệm bác sĩ cho biết do chứng suy tim đã có từ trước kèm theo thận hoạt động không bình thường gây tắc trách sự tuần hoàn dẫn đến chứng lậm độc máu.

Sau vài giờ đồng hồ tâm sự, bác kể cho chúng tôi nghe những ngày tháng cô độc, buồn chán càng lúc càng đè nặng lên bác vừa qua. Tôi cũng chỉ biết khuyên nhủ để nâng đỡ tinh thần bác mà thôi. Chúng tôi ở với bác mãi đến buổi chiều, khi từ giã, bác nói với vợ chồng tôi trong nước mắt:

- Chắc bác và vợ chồng cháu không có dịp gặp lại nhau nữa đâu! Dù thế nào thì bác rất cảm động với lòng tốt của các cháu đã vì thương bác mà nghe tất cả những lời tâm sự của bác. Bác cũng không ngờ cuối đời mình lại cô độc và buồn đau như thế này. Con của bác vì bận rộn hay vì vô tâm mà quên săn sóc bác. Biết làm sao hơn là im lặng! Nhưng ít ra vào lúc cuối đời này bác cũng có một niềm vui đó là có hai cháu để hàn huyên, tâm sự...

Bác nói với chúng tôi nhiều lắm, toàn là những câu nói đượm buồn và kín đáo than van! Tôi có cảm tưởng tinh thần bác hoàn toàn suy sụp, buông xuôi. Nỗi chán nản cùng cực của bác không những thể hiện trên khuôn mặt mà còn trong những lời nói như trăn trối với vợ chồng tôi. Tôi cố gieo vào bác lòng tin về tài năng của y học Thụy Sĩ, họ sẽ mang lại cho bác sức khỏe và niềm vui. Tôi hứa chắc chắn khi bác khỏe mạnh tôi sẽ xuống chở bác lên chơi với gia đình tôi vài tháng. Bác nghe lời hứa của tôi trong trạng thái bâng quơ hình như kín đáo che giấu sự thất vọng ở trong lòng.

Sau khi từ giã ra về, tôi tạt vào phòng y tá trực của dãy phòng bác nằm, ý định gặp người y tá nào đó nói với họ vài lời cám ơn, nhân tiện nhờ họ thông báo cho tôi biết ngay nếu có gì cần thiết. Thật may, tôi gặp được cô Y tá trưởng, biết nói tiếng Đức, nhờ vậy mà vấn đề giao tiếp, nhờ vả của tôi dễ dàng hơn. Tôi cũng chẳng ngần ngại nói rõ với cô ta sự thật về hoàn cảnh không vui của bác cùng với sự nhạt tình, thiếu săn sóc của hai người con. Tôi mong cô ta cảm thương nỗi cô tịch của bác mà đặc biệt quan tâm. Tôi cũng không quên đưa cho cô ta số điện thoại, ân cần xin cô ta báo tin cho tôi biết ngay, bất cứ giờ nào, ban đêm hay ban ngày nếu có gì bất trắc, để tôi kịp đến thăm viếng hay giúp đỡ bác nếu cần.

Trở về nhà, vừa được 2 ngày, vào buổi sáng khi đang sửa soạn đi làm thì cô Y tá trưởng từ bệnh viện Genève gọi đến. Tôi giật mình, linh cảm có gì không may xảy đến cho bác rồi. Cô ta cho biết bác hiện đang ở khoa cấp cứu, trong tình trạng tuyệt vọng! Với tí chút ngập ngừng cô ta cho biết đêm hôm qua vào khoảng nửa đêm, khi mọi người an ngủ. Bác đã dùng kéo cắt đứt sợi dây chuyền serum, rồi để nguyên mũi kim trong mạch máu ở khủy tay cho máu chảy ra ngấm vào chăn, và đệm! Khi người Y tá trực đêm biết thì bác đã rơi vào hôn mê. Bác sĩ khoa cấp cứu cho biết rất khó hy vọng cứu chữa vì bệnh nhân đã bị sẵn bệnh về tim mạch lại cơ thể rất yếu. Theo cô ta, nếu tôi đến bệnh viện trước buổi trưa hy vọng có thể gặp được bác lần cuối cùng.

Dù bị vướng bận với việc làm, nhưng tôi cũng xin nghỉ, lái xe một mình xuống Genève hy vọng gặp được bác thêm một lần nữa. Trên đường đi, tôi cầu mong sự kiện không phải quá bi đát như lời cô y tá nói với tôi.

Đến Genève, người đầu tiên tôi tìm gặp là cô Y tá, cô ta cho biết bác đã mất ngay sau khi cô ta điện thoại cho tôi, hiện đang nằm ở một phòng riêng gần khu nhà xác của bệnh viện để làm thủ tục cần thiết trước khi đưa vào nhà xác của bệnh viện. Tôi thẫn thờ khi biết mình đến quá chậm để không gặp được bác lần cuối cùng!

Mở cửa bước vào căn phòng nhỏ ở cuối hành lang của dãy nhà phụ được tách biệt với khu vực chính của bệnh viện. Chỉ có một chiếc giường duy nhất trên đó bác Chấn đang nằm. Cặp mắt của bác nhắm lại, bình thản như đang trong giấc ngủ! Chỉ có khác là khuôn mặt của bác hốc hác làm cho đôi gò má nổi hẳn lên giữa màu xám, tái xanh xấu xí của làn da mặt. Tôi im lặng đặt nhẹ bàn tay lên thân thể, lên cánh tay xương xẩu của bác như muốn cảm nhận rõ hơn cái lạnh lẽo của cơ thể cũng như nỗi buồn đau, cô độc của tâm hồn bác lúc ra đi.

Cũng chính lúc đó, lời tâm sự của bác mấy ngày trước khi vợ chồng tôi đến thăm bác ở bệnh viện hình như vang nhẹ bên tai tôi: "Bác đã lầm lẫn chọn lựa! cái lầm lẫn đã làm cho bác mất tất cả! mất nhà cửa, mất tiền bạc nữ trang và có lẽ mất cả hai đứa con của bác nữa! Bác đã không thể hình dung ra cuộc sống xa quê hương nó lại mang đến cho bác thất vọng và buồn đau đến như thế! Nhưng ân hận cũng đã muộn, chẳng còn giải quyết nào khác hơn là phải chấp nhận những ngày tháng cô liêu đang đến. Nhưng bác tự hỏi bác có can đảm để chấp nhận nó suốt cuộc đời còn lại của bác hay không?

Tôi đưa mắt nhìn qua khung cửa sổ, bên ngoài ánh nắng hoàng hôn đổ dài trên con đường trải đá sỏi trong khung viên của bệnh viện. Vài con chim nho nhỏ chuyền nhảy trên cành cây làm rung động những bông hoa cuối mùa đã khô vì nắng gió còn sót trên những đọt cây… Không gian thật vô tư, im lặng, chẳng có gì khác lạ để cảm thương cho một người mẹ đã vượt xa biết bao nhiêu khoảng cách trời đất, rời bỏ quê hương đến nơi đây với hy vọng được sống gần những đứa con, tìm cho mình một niềm vui đoàn tụ. Nhưng cuối cùng phải mang lấy nỗi buồn đau, cô tịch mà về với hư vô! ∎

Tranh vẽ: Cát Đơn Sa

Lê Hứa Huyền Trân

NGƯỜI DƯNG

Chúng tôi sinh đôi nhưng dường như giữa hai đứa có sự khác biệt rất lớn về tính cách. Nếu tôi là một người có phần nóng tính và kiệm lời thì em tôi lại là người thân thiện và cả lương thiện. Chúng tôi cứ bù trừ cho nhau đến độ có lần tôi đã nói đùa với nó:

- Chắc tao với mày vốn là một, rồi mày thừa hưởng hết mọi tính tốt, còn tao tính xấu hay sao á?

Em tôi là một người có cái nhìn tử tế dù cuộc đời chưa bao giờ nhân từ với nó. Từ ngày còn bé sức khỏe giữa hai chúng tôi đã có sự chênh lệch, vì tôi vốn yếu đuối và hay bệnh nên nó như luôn gồng mình lên để bảo vệ và che chở cho tôi. Nhà chúng tôi nép mình trong xóm lao động nghèo với việc ba mẹ làm việc liên tục tối mặt tối mũi nên chỉ có hai chị em luôn tự lo lắng cho nhau. Tuy sinh đôi nhưng tôi lại nhỏ con hơn, có lẽ chính vì thế nên tôi thường thu mình lại trước sự trêu chọc của đám trẻ nít. Nhiều khi mâu thuẫn đám con trai còn giật tóc hoặc ăn hiếp tôi, lúc đó vì tủi thân tôi thường vùi mình vào một góc chỉ để khóc, khi ấy một hình bóng nhỏ bé lẫm chẫm bước tới cạnh tôi- như cái cách mà ba má hay làm mỗi khi tôi nhè- xoa đầu tôi.

- Sao chị phải khóc vì người dưng làm gì? Ai ăn hiếp chị thì chị cứ cho người đó là người dưng đi. Chỉ nên khóc nếu những người quan trọng làm mình buồn. Còn người dưng thì cứ mặc.

Một đứa trẻ mẫu giáo mà nói chuyện thực già sạn. Sau những lần tôi bị ăn hiếp, đến bữa nó luôn cố gắng ăn thật nhiều cơm, ba tôi còn đùa:

- Nay gái út ăn được cơm vậy?
- Con phải ăn thật nhiều để khỏe, để lớn, ai ăn hiếp chị con sẽ đánh người đó.

Từ bé đã thế, khi tôi chọn thu mình lại vo tròn nỗi buồn của mình thì nó luôn chọn cách đương đầu với điều đó. Tôi cũng cứ lớn dần lên dưới sự "che chở" của nó đúng nghĩa. Ngày còn bé, thậm chí vì hay bệnh nên có phần được nuông chiều hơn vì thế tôi ham chơi và nghịch hơn rất nhiều. Nếu những lúc rảnh rỗi của tôi là đi chơi đồ hàng với đám nhóc nhà hàng xóm thì em tôi lại thường bám lấy cha mẹ. Những năm cấp hai má tôi nghỉ ở nhà nhận việc về nhà làm và cũng có lẽ đó là khoảng thời gian tôi vẫn luôn tự trách sao mình vô tâm đến vậy. Lúc ấy tôi để ý nó bám má nhiều hơn, hầu như mỗi lúc tôi thấy má đi đâu nó cũng bám vào bên trái má, khi ấy tôi thậm chí còn trêu nó:

- Sao mày lớn rồi mà cứ bám má vậy? Để má thoải mái làm việc của mình đi chứ.

Nó chỉ phì cười:
- Má đi làm cả ngày rồi, giờ má mới ở nhà, phải tranh thủ quấn má chớ.

Tôi chỉ bĩu môi nghĩ rằng nó trẻ nít. Sau một thời gian má ốm liệt giường, lúc này tôi mới biết thì ra khi ấy má nghỉ làm là vì bị bệnh gì đó làm liệt nửa người bên trái. Ba má giấu hai đứa nhưng nó do cứ hay ở nhà phụ giúp má làm việc nên cũng dần nhận ra… Kể từ đó, mỗi khi má đi lại, nó lúc nào cũng "đỡ" má đi chứ không phải "bám" má như tôi đã nghĩ. Thân người bên trái của má ngày một nặng vì thế má không thể đi đứng bình thường được, nó đi cạnh là để đỡ lấy má. Nhưng nó không nói ra vì nó không muốn tôi lo lắng và vì chúng tôi luôn ở cùng nhau nên nó để tôi vô tư còn nó thì gồng mình lên mà lo lắng.

Khi chúng tôi vào cấp ba, chúng tôi trọ học xa nhà vì chúng tôi lên phố học. Nhờ sự cố gắng của cả hai nên chúng tôi được vào trường chọn, lại còn được nhận học bổng vì thế học phí cũng trang trải được phần nào. Cũng từ lúc đó con đường của mỗi đứa bắt đầu khác nhau, nó chọn học ban tự nhiên, còn tôi vào ban xã hội, cũng kết thúc khoảng thời gian chung lớp của hai đứa suốt từ nhỏ tới giờ. Phải nói tình yêu văn chương của tôi được hun đúc từ rất sớm, tôi bắt đầu thích được viết, cũng tập tành làm thơ viết văn, cũng có vài bài thơ, vài mẩu truyện được đăng báo tường. Cũng tìm tòi gửi bài cho các tờ báo trong tỉnh, một vài bài được đăng càng khiến tôi sướng rơn và huyễn hoặc rằng con đường mình đang chọn trở nên đúng đắn. Thế nhưng khi bắt đầu chọn con đường sáng tác, bên cạnh những sự thán phục vì ngày đó có bài được đăng báo là ghê gớm lắm cũng bắt đầu có những sự trêu chọc.

Khi ấy tôi nằm trong đội tuyển học sinh giỏi văn của nhà trường và cũng đại diện trường đi thi. Nhưng thực ra việc yêu thích "sáng tác" với việc đi theo khuôn khổ của văn chương nhà trường khi ấy là những điều khác nhau lắm. Tôi dường như thích đi ra khỏi khuôn khổ chứ không phải những giáo án khuôn mẫu, chính vì thế tôi cũng có sự khác biệt hơn so với những kiến thức trong sách vở. Sự khác biệt đôi khi thoát khỏi những truyền thống, cũng đôi khi khiến tôi trở nên khác biệt với những bạn đồng trang lứa sống thực tế mỗi ngày. Cái sai ngày đó của tôi là đã "thoát ly" quá nhiều khỏi kiến thức hiện tại, cứ luôn muốn tìm một nét riêng vì thế tôi bị đánh rớt trong danh sách cuối cùng tuyển chọn. Không chỉ thế, khi tôi bắt đầu thả hồn vào thơ văn, tìm đến văn chương như một niềm an ủi thì bạn bè đôi người lại trêu ghẹo theo kiểu tôi "'sống trên mây". Tôi đã rất buồn trước những lời trêu chọc đó.

- Họ có phải là bạn chị không? Mà em nghĩ là không nhỉ, vì bạn bè thì sao có thể trêu chọc và làm tổn thương nhau được? Nếu thế, chị nhớ ngày chúng ta còn nhỏ em đã nói gì với chị không?

"Nếu đã là người dưng sao phải dành thời gian để buồn?". Nó nhẹ nhàng lấy ra những bài thơ tôi được đăng, những sự cố gắng mà tôi viết đầy những trang giấy, lại kể cho tôi nhớ lại tôi đã vui như thế nào khi được thầy cô khen ngợi; Còn kể thầy Châu, giáo viên dạy văn của tôi đã ủng hộ tôi như thế nào khi giới thiệu tôi với một số nhà thơ, nhà văn để họ truyền dạy kinh nghiệm. Nó cho tôi hiểu sự khác biệt giữa những người đứng về phía tôi và khuyên tôi đừng nên buồn vì những người không xứng đáng.

Tôi cũng đi nhanh chóng, đi qua những năm tháng của đời mình với sự cổ vũ động viên từ người em sinh đôi vẫn luôn giống mình như tạc. Để rồi tôi nhận ra dường như tôi chỉ luôn nghĩ rằng mọi khó khăn của mình là lớn nhất, tôi ỷ mình được nó bảo vệ và che chở nên nghĩ cuộc sống với nó quá dễ dàng. Vì tôi đã không biết do sự ích kỷ của bản thân hay sự huyễn hoặc rằng nó không gặp gì khó khăn để sống tiếp cuộc đời mình, cũng vì chưa bao giờ tôi nghe nó than thở gì ngược lại.

Khi chúng tôi sắp sửa vào đại học thì mẹ mất vì căn bệnh tái phát, một mình ba gánh gồng ở dưới quê không đủ để có thể nuôi hai đứa, lúc này cả hai đứng trước sự lựa chọn nên học tiếp hay dừng lại. Ngày nộp hồ sơ thi đại học đã đến rất gần mà cả hai đứa vẫn rối bời sự lựa chọn. Ngày ấy, khi hai đứa trằn trọc cả đêm trong căn phòng trọ nhỏ, nó nói với tôi:

- Em sẽ nghỉ học, em sẽ đi làm để lo cho việc học của chị. - Rồi như nó sợ tôi sẽ ngăn cản nó vội tiếp - Vì em cảm thấy em học không tốt như chị, nếu phải lựa chọn một trong hai đứa có lẽ là nên để chị học tiếp. Bù lại, chị phải cố gắng để sau này nuôi lại em nhé?

Giọng cười của nó vang cả một góc trời đêm và dập tắt luôn cả những lời tôi định nói, mà kỳ thực lúc đó tôi đã không đủ mạnh mẽ để ngăn cản quyết định của nó. Nó sau đó làm đủ nghề để kiếm tiền học phí cho tôi, cũng kinh đủ mọi khó khăn trước những biến đổi của thời đại. Những hôm nó lãnh lương thì hai đứa lại ăn ngon thêm một chút, lúc nào nó cũng động viên tôi cố gắng học với những lời trêu: "Chị phải học thật giỏi, kiếm tiền thật nhiều chứ em già đến nơi rồi". Làm tôi phì cười bớt áp lực lại. Tôi còn nhớ khi tôi học đại học, có một năm lớp cấp ba tôi họp lớp, biết tin tôi đỗ á khoa kỳ thi đầu vào, một vài người bạn ngày xưa đã chúc mừng và sau đó cũng có nhắn tin xin lỗi tôi. Tôi vẫn còn giận bởi những suy sụp của mình ngày đó, nó đã khuyên tôi:

- Em nghĩ rằng những vấn đề đã xảy ra chỉ là tồn tại ở thời điểm đó, còn bây giờ là hiện tại. Không nên dùng quá khứ đánh giá hiện tại. Em biết chị là một người suy nghĩ rất nhiều, còn em thì nghĩ rất đơn giản, thời điểm đó vấn đề đó phát sinh nhưng không có nghĩa là bây giờ vẫn còn. Chị có thể bỏ qua, tha thứ và chính tay chị làm những điều như vậy không tồn tại nữa.

Và tôi đã thực sự để những "người dưng" bước vào cuộc đời của mình một lần và họ đã trở thành những người bạn tốt của tôi cho đến hiện tại. Khi tôi tốt nghiệp ra trường với tấm bằng loại giỏi tôi nhanh chóng được nhận vào làm ở một công ty tốt. Thời gian ngày qua ngày tôi thăng tiến bằng sự nỗ lực của chính mình, thậm chí chỉ sau vài năm có thể mua được một căn nhà nhỏ trên phố, rước cả ba ở dưới quê lên, một nhà ba người, hai chị em tôi thay nhau phụng dưỡng ba. Công việc bắt đầu ổn định dần khi tôi dần thăng chức và tôi mới có thời gian nhìn lại cuộc sống xung quanh mình sau những nỗ lực không ngừng nghỉ suốt thời gian qua. Tôi để ý em tôi vẫn miệt mài đi làm hàng đêm đủ thứ ca, có khi từ sáng sớm tới tối mịt mới về chứ không ổn định như dân văn phòng như tôi. Nó luôn đi làm sớm trước tôi và khi tôi về vào buổi chiều thì có bận đến tận khuya nó mới mướt mồ hôi trở về trong bộ áo công nhân.

- Hay để tao xin cho mày một chân làm việc trong công ty. Mà - Lúc này tôi mới để ý sao mình có thể vô tâm đến vậy? - Mày làm công việc gì mà tối ngày vậy?

- Thôi, công ty chị lớn vậy em vào không nổi. Ngày thì làm ở xưởng, tối về phụ thêm ông bác bán giày nên mới về trễ.

Tôi định cản nó nhận ít việc đi nhưng nó chỉ khua tay vì quen làm việc nhiều vậy rồi, đến độ tôi nhận ra ngay cả khi tôi bắt đầu có cuộc sống sung túc tôi vẫn chẳng thể lo nổi cho em mình. Một lần, nhân lúc rảnh rỗi tôi ghé sang tiệm giày mà em đang bán, tôi thấy ông chủ đang mắng nó vì những lỗi lầm không đâu, nhưng nó chỉ cúi đầu nhận lỗi không nói gì. Trong khi không chỉ tôi mà những người qua đường cũng chỉ biết cảm thán câu: "Già rồi trái nết nên cứ tìm cớ mắng con nhỏ". Lúc đợi nó giờ cơm chiều tôi một hai bắt nó nghỉ việc.

- Bác già rồi, con cái lại ở xa nên đôi lúc khó người lại mắng. Những khi bác mắng em cứ xem bác như "người dưng" là mọi thứ nó trôi tuốt hết thôi. Còn khi mà ngẫm lại thấy thương bác, bỏ đi không đặng.

Vừa kịp nhác thấy nó đang ăn cơm chiều với tôi, ông chủ nó chống gậy bước ra đưa cái cà mèn có ít cá và dăm ba miếng thịt ở trỏng đưa nó: "Ăn chi mà khô khốc, dưới bếp còn có canh, hai bây xuống lấy ăn". Cứ như ông ấy đã quên mới vừa mắng nó rất nặng, nó lắc đầu cười cười: "Mắng đó rồi thương đó, già rồi mau quên lắm chị".

Năm ba mươi tuổi, tôi lấy chồng. Ngày tôi cưới ba tôi khóc rất nhiều, còn nó lại đứng cạnh để ba tựa vào vai như ngày còn bé nó vẫn luôn đỡ mẹ. Tuyệt nhiên không hề khóc. Tự nhiên tôi thấy trái tim mình chững lại đi một nhịp, không phải là hối hận khi tìm được hạnh phúc, chỉ cảm thấy dường như suốt cả cuộc đời mình tôi chưa bao giờ làm gì cho nó, chưa bao giờ là điểm tựa cho nó tựa vào. Vậy mà giờ tôi lại cưới, lại một lần nữa để nó gánh gồng mọi thứ và lo lắng cho ba. Dường như hiểu được suy nghĩ của tôi, nó phì cười ôm tôi thật chặt trước khi đưa tôi lên xe hoa: "Thôi nào, đừng cư xử như một người dưng như thế. Vì chị là chị của em, đó đã là chỗ dựa, là niềm tin, là động lực để em cố gắng đến tận bây giờ rồi". ■

Ký họa Nhà thơ Gia Nguyễn
Họa sĩ Nguyễn Cường (Biên Hòa) vẽ

Đỗ Trường
NGUYỄN VĂN GIA – NGƯỜI TÌM LẠI HỒN QUÊ

Thời gian gần đây, những lúc tâm trạng không được thăng bằng, tôi thường tìm đến Nguyễn Văn Gia.

Đọc thơ ông, tuy không có cái chất cổ phong, với chiều sâu suy tưởng của Phạm Ngọc Lư, nhưng cho tôi cái tĩnh tại của nội tâm, cùng sự lắng đọng mang mang hương lúa, hồn quê. Khi đi sâu vào đọc và nghiên cứu, ta có thể thấy, cái truyền thống văn chương xứ Quảng đã đưa Nguyễn Văn Gia đến với thi ca ngay từ cái thuở học trò. Song cái hồn thơ ấy, dường như bị chẻ, chia ở đâu đó. Và phải đợi đến biến cố lớn nhất của cuộc đời ở cái tuổi ngũ tuần, mới làm hồn thơ Nguyễn Văn Gia chợt tỉnh. Tuy nhiên, là người trầm tư, kỹ tính, do vậy, Nguyễn Văn Gia viết không nhiều. Cho đến nay, ông mới cho in ấn và phát hành ba thi tập: *Đôi Bờ Thời Gian* (2010) *Lặng Lẽ Phù Sa* (2015) và *Nắng Gió Quê Nhà* (2019). Có thể nói, đây là những tập thơ hay về nội dung tư tưởng cũng như nghệ thuật sáng tạo, mà tôi đã được đọc trong thời gian gần đây. Nếu *Đôi Bờ Thời Gian* và *Lặng Lẽ Phù Sa hồn quê*, hương lúa được vọng lên từ tình yêu, lẽ sống của con người, thì đến với thi phẩm *Nắng Gió Quê Nhà* ngòi bút Nguyễn Văn Gia đã chọc thẳng vào những nỗi đau đang hằn lên hình đất nước. Và có thể nói, đi tìm lại ký ức, tìm lại đất nước, hồn quê là tư tưởng xuyên suốt sự nghiệp sáng tạo của ông.

Nguyễn Văn Gia sinh năm 1951 tại Đà Nẵng. Sau khi tốt nghiệp ĐH Sư phạm Huế, ông theo nghề dạy học. Rồi bất chợt, đứt gánh (giữa chừng), ông ngoặt trở lại con đường thơ ca, thi phú: "Bỏ rơi viên phấn nửa chừng/ Ta về nằm ngủ giữa rừng chiêm bao" (*Về Vườn*). Hiện nhà thơ Nguyễn Văn Gia đang sống và viết tại thành phố Đà Nẵng.

Hương lúa, hồn quê giữa đôi bờ lục bát

Những năm gần đây người người làm thơ, nhà nhà làm thơ, cho đến tổ nhóm, hội người làm thơ, đặc biệt là thơ lục bát, song còn đọng lại trong lòng người đọc không nhiều. Và trong cái à uôm đó, thì thật may mắn, khi đi sâu vào đọc văn chương miền Trung xứ Quảng, bất chợt để lại cho tôi, không chỉ một Nguyễn Văn Gia lục bát, mà còn một Nguyễn Văn Gia ngũ ngôn thơ.

Thật vậy! Tiếng chim rơi lệ, hay tiếng hú âm hồn xưa vọng lại trong tâm hồn thi nhân, khi quê nhà đã trở thành cố hương. Với thủ pháp ngắt nhịp, xuống dòng trong những câu thơ lục bát của bài: Nhớ Bóng Tre Xưa, dường như đã cắt nát tâm trạng của thi sĩ, cũng như người đọc. Có thể nói, đây là bài thơ lục bát rất hay của Nguyễn Văn Gia. Và với tôi, chỉ hai câu thơ tuyệt bút: "Chim ơi mầy hót lẻ loi/ Hay nghìn xưa đã mồ côi hồn người" Nguyễn Văn Gia có thể ngồi cùng chiếu, cùng mâm nhắc lên nhắc xuống với các bậc đàn anh Luân Hoán và Phạm Ngọc Lư… rồi. Ta hãy đọc lại bài thơ này, để thấy rõ hồn quê và nỗi nhớ trong nghệ thuật làm mới thơ lục bát của thi sĩ Nguyễn Văn Gia: *"Rồi thôi*

Đành cũng xa người
Chắc buồn như thuở ru hời võng đưa
Chim ơi mầy hót lẻ loi
Hay nghìn xưa
Đã mồ côi hồn người
Bóng tre xanh
Đã mù khơi

Về đâu …
Chim sáo
Chìa vôi
Chào mào?
Nhấp nhô nhà ống vươn cao
Trăng xưa
Vườn cũ
Rớt vào lãng quên"

Gần đây, có một số nhà văn, nhà thơ (chủ trương) cách tân thơ. Chẳng biết các bác cải tiến, cải lùi thế nào, cho ra lò một thứ gọi là thơ đọc không thể hiểu, với từ ngữ dễ dãi và dung tục. Và ngược lại, có một số bác đã bật ra được một tứ thơ, câu thơ rất hay, hình ảnh đẹp, nhưng do cố uốn ép vào khuôn khổ thơ Đường, cổ phong buộc phải thay từ, chọn ý cho đúng niêm luật, thành ra những câu thơ trở nên méo mó, tầm thường.

Thật vậy, đọc câu thơ hình tượng, giàu cảm xúc dù có phạm niêm luật, quả thực vẫn khoái hơn những câu thơ chu chỉnh (niêm luật), nhưng gò bó, không hồn vía. Ta có thể thấy, gần đây một số nhà văn, nhà thơ tên tuổi đã dùng thủ thuật phá cách, để cho câu thơ phóng khoáng giữ nguyên cảm xúc ban đầu. Điển hình là thi tập *Vịn Vào Lục Bát* của nhà văn Trần Hoài Thư. Thật ra, thể loại thơ chỉ là hình thức. Thơ hay dở, cũ mới chẳng liên quan gì đến thể lục bát, thất ngôn, ngũ ngôn, hay thơ tự do cả… Mà nó phụ thuộc hoàn toàn vào tài năng trí tưởng tượng, liên tưởng với những cảm xúc chân thực của người nghệ sĩ. Do vậy, từ những đặc điểm trên, khi đọc lục bát Nguyễn Văn Gia, luôn cho tôi cảm xúc mới mẻ. Bởi, ngoài trí tưởng tượng, tài năng sử dụng từ ngữ, ông còn làm mới hình thức bằng những thủ pháp ngắt nhịp, xuống dòng. Tuy nhiên, thủ pháp nghệ thuật này không mới, song không có nhiều nhà thơ sử dụng được như Nguyễn Văn Gia.

Cùng một tâm trạng, nếu *Nhớ Bóng Tre Xưa* là tiếng nấc, thì bài *Mơ như là lời ước nguyện*, một giấc mơ xa vời vợi. Lời tình tự về xóm làng, về cố hương ấy, được hoán đổi ra từ những cảm xúc của thi nhân vậy. Chỉ bốn câu lục bát, với từ ngữ mộc mạc được đặt đúng trong hoàn cảnh, tâm trạng, đọc lên ai cũng phải bùi ngùi xúc động:

"Chẳng còn đâu
Bóng tre xanh
Quê nhà giờ đã trở thành cố hương
Ngậm ngùi ta
Giữa phố phường
Mơ …
Mùa trăng cũ

Ruộng
Vườn
tiếng chim."

Không chỉ dừng ở lục bát, mảng đề tài này, Nguyễn Văn Gia sử dụng khá nhiều thơ thất ngôn, bát ngôn. Vẫn thủ pháp nghệ thuật ngắt nhịp, xuống dòng, Hương Hỏa là một trong những bài thơ thất ngôn hay nhất của ông. Nó không chỉ cho ta thấy, cái diễn biến tâm lý, và thái độ ứng xử của con người trước cuộc sống hiện thực: "Vườn mênh mông giữa cơn sốt đất" mà còn bật lên cái triết lý sống của tự nhiên, và con người:

"Ta về
Ngó sững mái từ đường
Vườn mênh mông
Giữa cơn sốt đất
Chẳng thèm hỏi lòng người
Được
Mất
Cây khế già lặng lẽ trổ bông."

Dường như, đi sâu vào đọc Nguyễn Văn Gia càng cho tôi nhiều điều thú vị. Cũng từ đó, tôi chợt nhận ra, có một Nguyễn Văn Gia ngơ ngác hoài cảm, sống ở quê, mà ngỡ như xa cách ngàn trùng: "Nghìn trùng xa thương nhớ một cố hương." Bởi, ông thì vẫn vậy, nhưng quê giờ đã mất: "Biển trong xanh khuất bóng tự bao giờ/ Rừng đâu nữa bơ vơ chim mất tổ". Do vậy, ông nhớ cố hương, đi tìm quê cũ trên chính quê hương, trên chính mảnh đất mình đang sống. Và hồn quê cùng những hoài niệm ấy, như một món nợ đối với người thi sĩ. Nó buộc Nguyễn Văn Gia mãi mãi phải đi tìm.

Tình yêu và lẽ sống

Có một điều đặc biệt, ngay từ thuở ban đầu biết yêu cho đến cái tuổi nửa trăm năm, thơ tình Nguyễn Văn Gia luôn gắn chặt với đất nước và gia đình. Chứ dường như không (hoặc chưa) có một một bài thơ nào, ông viết thuần túy về tình yêu lứa đôi? Nhớ một lần, tôi được xem cái Videoclips thấy vợ ông (cô giáo Phương Lan) đẹp và hát rất hay. Tôi liền hỏi, này Nguyễn Văn Gia, nhìn bác (cũ cũ người) không đẹp giai cho lắm, làm thế quái nào lấy được vợ xinh đến thế? Ông bảo, tớ giăng bà ấy bằng thơ đấy. Tôi đùa chọc lại, thơ tình của bác toàn gắn lịch sử, xã hội khô như ngói, lừa thế nào được các cô mới yêu đầy mơ mộng ấy. Ông cười phơ phớ trong máy, vậy mà, bà ấy lại khoái và yêu tớ ở cái khoản khô như ngói ấy đấy.

Không rõ, Nguyễn Văn Gia đùa hay thật, nhưng quả thực, ngay từ năm 1972, khi còn trên giảng

đường đại học, ông viết *Lặng Lẽ Phù Sa*, bài thơ tình (thế sự) rất hay. Không rõ, Nguyễn Văn Gia đã lấy cảm hứng chuyện tình với một nữ giáo sinh môn lịch sử nào, để khơi dậy niềm tự hào, ý chí quật cường chống giặc Trung Quốc xâm lược của cha ông. Và ước vọng quét sạch những mê lầm của cuộc chiến huynh đệ tương tàn đang diễn ra trên thân gầy đất mẹ. Với nghệ thuật vắt dòng, cùng lời thơ tự sự nhẹ nhàng, song *Lặng Lẽ Phù Sa* vẫn toát lên được chân lý, tính thẳng thắn và chí khí của nhà thơ:

"… vẽ lại được bốn nghìn năm dựng nước
chỉ trong phút giây
   cả sử vàng xóa bụi thời gian sống dậy có
Đinh Lê Trần Lý…
ôi tay phán dịu dàng
Em vẽ lại một mùa xuân…
quét sạch mê làm dựng lại quê hương…
không ai có thể cấm chúng ta biến những ước mơ thành hiện thực khi trái đất mặt trời và mặt trăng vẫn còn đó thì không ai hủy diệt được niềm tin cũng như không ai có quyền rút bàn tay em ra khỏi tay anh."

Dường như, phải chờ đến nửa trăm năm, bất chợt anh mới nhận ra, em vẫn là cái thuở yêu ban đầu. *Đôi Bờ Thời Gian* là bài thơ như vậy của Nguyễn Văn Gia. Có thể nói, đây là một trong số rất ít bài thơ lục bát hay nhất của ông. Tính vĩnh cửu của tình yêu, tình người, đã được hình tượng hóa một cách sinh động qua những hình ảnh so sánh hay đến bất ngờ: "Vọng phu xưa – Em bây giờ/ Chữ Tâm đứng giữa đôi bờ thời gian". Đoạn trích dưới đây, không chỉ cho ta sự bùi ngùi xúc động, mà còn thấy được tài năng sử dụng biện pháp tu từ của nhà thơ Nguyễn Văn Gia:

"Vẫn là em
Rất dịu hiền
Thảo thơm với mẹ
Nghĩa tình với thơ
Vọng phu xưa – Em bây giờ
Chữ Tâm
Đứng giữa đôi bờ thời gian
Phải chờ đến nửa trăm năm
Để anh mới nhận ra anh lần đầu…"

Đi sâu vào đọc và nghiên cứu Nguyễn Văn Gia cho tôi một điều thú vị. Khi viết bài thơ *Trở Về*, ông đã lấy nguyên cảm hứng từ bài *Lạc* của thi sĩ Đông Trình. Tuy chưa được đọc, nhưng tôi nghĩ, *Lạc* của Đông Trình như một lời sám hối của một thời lạc bước chăng? Bởi, đọc *Trở Về* của Nguyễn Văn Gia, ta cảm được tính nhân đạo, tấm lòng vị tha cao cả của con người. Với tôi, *Trở Về* là bài thơ lục bát toàn bích, điển hình nhất trong sự nghiệp sáng tạo của Nguyễn Văn Gia. Nếu cái tính vĩnh cửu của tình yêu, tình người ở *Đôi Bờ Thời Gian* chỉ dừng lại hình ảnh so sánh, thì *Trở Về* hình ảnh ẩn dụ, với những ám chỉ thâm sâu, đa nghĩa trong từng câu thơ, buộc người đọc phải suy tưởng. Thật vậy, hình ảnh, một điển tích: *"Về ngồi dưới mái hiên xưa/ Lặng nghe thánh thót giọt mưa cam lồ"* là sự cảm thông hay một con đường sám hối mà nhà thơ đã mở ra:

*"Chắc gì đâu giữa vô thường
Ai không một thuở lạc đường, nổi trôi?
Xưa ai cánh nhạn lạc trời
Vì đâu nên nổi thuyền trôi lạc dòng?
Chuông chùa vẫn giọt hư không
Cỏ cây xưa vẫn thủy chung một màu
Ruộng vườn chẳng lạc gì nhau
Tang thương cũng bởi bể dâu lòng mình
Thơ ai lạc chữ, lạc tình
Ngàn năm Phật vẫn lặng thinh trong chùa
Về ngồi dưới mái hiên xưa
Lặng nghe thánh thót giọt mưa cam lồ."*

Thời gian gần đây, Nguyễn Văn Gia đi sâu vào ngũ ngôn thơ. Những câu thơ mang đậm tính triết lý như thể răn đời, và răn mình: *"Sư nhất bộ nhất bái/ Chậm rãi vẫn đến nơi/ Mình hối hả một đời/ Đường đi hoài không tới"* (Nhanh & Chậm). Và đọc thơ ngũ ngôn Nguyễn Văn Gia, nhiều khi tôi cứ ngỡ, mình đang đọc những câu châm ngôn vậy.

Vâng, cho nên, ta có thể thấy, *Khuyết Tật* là một bài thơ, một câu hỏi tu từ, hay một châm ngôn sống: *"Những khuyết tật cơ thể/ Vẫn có thể bù trừ/ Đã khuyết tật tâm hồn/ Biết lấy gì thay thế?"*. Và không ai có thể cưỡng được sự tạo hóa, qui luật của tự nhiên: *"Ta muốn ta đổi mới/ Bằng cách đi giật lùi/ Khi quay đầu nhìn lại/ Mùa xuân đã phai rồi"* (Tân Trang Đời Mình).

Không chỉ trong thơ văn, mà cuộc sống, tư tưởng của Nguyễn Văn Gia cũng vậy, ngày càng đến gần với triết lý nhà Phật: *"Chẳng cần tìm đâu xa/ Đừng mất công tìm Phật/ Thế Tôn tại lòng ta"*.

Tuy nhiên, từ cuộc sống xã hội đảo lộn tùng phèo, ông chợt nhận ra cái vòng luẩn quẩn trong lẽ sống được cho là vô thường ấy. Và cái ai dè, bất ngờ của *Lên Chùa* như một nhát búa, ngọn roi quất thẳng vào hồn không chỉ riêng người thi sĩ:

*"Lên chùa tìm chút thảnh thơi
Ai dè
Chùa cũng như ... đời ngoài kia
Cũng thứ hạng
Cũng phân chia
Chỗ này vô nhiễm
Chỗ kia thị trường
Đành rằng tất cả vô thường
Thôi
Ta về lại phố phường
Ẩn tu."*

Là người trầm lặng, và kiến thức sâu rộng, do vậy thơ Nguyễn Văn Gia tuy từ ngữ mộc mạc, dân dã, song đa nghĩa, giàu hình tượng, có chiều sâu tư tưởng. Tình yêu và lẽ sống là một trong những yếu tố xuyên suốt sự nghiệp sáng tạo của ông.

Có những nỗi đau quất lên hình đất nước

Giữa ban ngày ban mặt, nơi chốn đông người, vậy mà gã cứ co rúm người lại. Bởi, xung quanh gã chỉ thấy hồn ma bóng quế. Nỗi cô đơn luôn làm gã sợ hãi, buộc phải đốt đèn đi tìm đồng loại của mình. Thoạt tưởng, hồn ma của gã triết học, kịch nghệ Diogenes từ Thổ Nhĩ Kỳ về nhập vào gã. Nhưng không phải vậy, gã tỉnh lắm, thơ phú cứ bắn ra đều đều. Chứ hồn ma làm chó gì biết làm thơ… Đang mơ màng, tôi giật mình tỉnh giấc, bởi tiếng hát của vợ gã với nhạc phẩm *Đôi Bờ Thời Gian*, được cài tự động ở trong điện thoại. Thì ra, mình vừa bị thơ của gã ám. Cái bài thơ ám quẻ Diogenes này, không biết Nguyễn Văn Gia đã mượn hình ảnh Diogenes, và viết trong hoàn cảnh, tâm trạng nào, nhưng đọc lên cứ thấy rờn rợn. Bởi, linh hồn, và nhân phẩm con người đã mất, buộc Nguyễn Văn Gia phải mải miết đi tìm. Một nỗi đau chìm khuất sau hình ảnh ẩn dụ, được cài đặt trong từng câu thơ:

*"Cầm đèn giữa ban ngày
Mong tìm được con người
Con người đâu chẳng thấy
Lạnh lùng bóng ma trơi"*
(Diogenes)

Phải nói, thời gian gần đây, tôi khoái đọc thơ ngũ ngôn thế sự của Thái Bá Tân và Nguyễn Văn Gia. Bởi, họ là hai trong những nhà văn can đảm, tài năng viết về đề tài này. Do vậy, có lần tôi đã viết: "Đọc thơ ngũ ngôn thế sự Nguyễn Văn Gia, luôn làm tôi liên tưởng đến thơ thế sự của Thái Bá Tân. Dù thơ Nguyễn Văn Gia trau chuốt, đầy hình tượng, khác hẳn với khẩu ngữ xù xì, thẳng thắn của Thái Bá Tân. Nhưng mức độ lột trần, đả kích sự thối nát của xã hội đương thời một cách sâu sắc và mạnh mẽ, không hề khác nhau. Và nếu như nỗi đau, tiếng cười trong thơ Thái Bá Tân được bật ra, thì dường như nỗi đau, tiếng cười ấy trong thơ Nguyễn Văn Gia lại lặn vào trong lòng người đọc."

Thật vậy, hình ảnh ẩn dụ trong bài thơ ngũ ngôn *Đổi Thay*, không chỉ cho thấy cái qui luật tuần hoàn của tự nhiên sự, mà còn cho ta thấy rõ, sự thâm thúy mang đến tiếng cười chua cay trước sự lố bịch, rởm đời của kẻ thống trị, cũng như sự can đảm, thẳng thắn của thi sĩ Nguyễn Văn Gia: "Chẳng có gì bất biến/ Thành đồng cũng tan hoang/ Nực cười cái vách đất/ Cũng muốn mình muôn năm."

Có thể nói, thơ văn Nguyễn Văn Gia luôn gắn chặt với đất nước và thân phận con người. Tính thời sự xã hội nóng hổi trên những trang viết của ông. Thơ ông như những mũi dao bóc trần hiện thực xã hội, và những thói lưu manh đê hèn của tầng lớp thống trị. Cùng đó, làm người đọc phải xót xa, uất hận cho cái giá trị nhân phẩm của nhân dân, tầng lớp bị trị bị đè nén xuống đến tận cùng. Tuy nhẹ nhàng, nhưng lời thơ cảnh báo ấy, như vết cắt, hằn sâu vào lòng người. Những đoạn trích trong bài *Đất Nước* dưới đây, sẽ làm sáng tỏ điều đó:

"*Và hàng trăm mẹ già chít khăn
Lần đầu tiên người để tang cho đất
Những mẹ chị ở tận Cái Răng
Cũng đành lột truồng giữ đất…
—
Không biết chiếc giày thời trang của Cô Ba Sài Gòn
Đã rơi vào đâu giữa đất trời
Thủ Thiêm đầm đìa nước mắt
Chúa, Phật và Thánh Thần cũng lặng thinh
Trước những nỗi đau có thật
Tại sao nhân dân không có quyền được biết
Cái gì đã dồn mẹ chị cha anh ta vào bước đường cùng
Tổ quốc sẽ ra sao
Nếu cứ mất dần
Ruộng vườn
Núi sông
Biển đảo
Đất nước sẽ mồ côi
Nếu không có nhân dân*"

Bước qua tuổi lục tuần, dường như Nguyễn Văn Gia trút bỏ được những ràng buộc trên vai. Và sự can đảm cho ông nghị lực sống. Do vậy, trước nỗi đau và sự uất hận, Nguyễn Văn Gia *Thử Làm Tráng Sĩ*, song ông đã thất bại: "*Mài lưỡi bút sắc nhọn như một thanh gươm/ Chém một nhát quyết liệt/ Vào bức tường câm/ Lạnh tanh/ Oan nghiệt/ Lưỡi gươm cong queo/ Chuôi gươm bật ngược/ Sự thật lẩn trốn nơi đâu/ Sao chỉ thấy tay gươm rỉ máu!*"

Và đất nước ông cứ luẩn quẩn trong cái vòng tròn lừa đảo, chém giết lẫn nhau:

"*…Giải tỏa đền bù bốn chục ngàn, bán ra bốn chục triệu…
Những vụ cướp của giết người quá đỗi thương tâm
Bước chân ra đường cứ như ra mặt trận
Liệu chiều nay có còn sống sót trở về…?*"
(Phiêu lãng…)

Có thể nói, Nguyễn Văn Gia viết, in ấn chưa thật nhiều, nhưng là một trong những cây bút tài năng, có nội lực ở Đà Nẵng, xứ Quảng miền Trung hiện nay. Xuất thân từ nhà giáo, do vậy thơ ông nhẹ nhàng, không đao to búa lớn, dù đó là những bài thơ thế sự xã hội bức xúc. Thơ Lục bát và Ngũ ngôn của ông để lại nhiều ấn tượng trong tôi. Bởi, nó gần với Đạo giáo, gắn liền với những triết lý nhân sinh. Và nếu nói, thơ Nguyễn Văn Gia thơ thức tỉnh, thì quả thật cũng không ngoa. Và tôi xin mượn bài *Tự Họa* của Nguyễn Văn Gia để làm sáng tỏ thêm (tính can trường) chân dung một nhà thơ, để kết thúc bài viết này:

"*Và cứ thế đôi lần tôi chết ngộp
Sông thì trôi tôi cố lội ngược dòng
Không là thông sao nghìn năm cô độc
Đã có khi phải phủ định chính mình*"

■

Elena Pucillo Truong
Trương Văn Dân dịch

Cuộc hẹn ở sân ga

Mẹ kéo! Bàn tay bé nhỏ của tôi bị giữ chặt trong bàn tay mạnh mẽ và kích động của mẹ. Tôi không thể nào theo kịp bà bằng những bước chân ngắn ngủn.

- Nhanh lên con. Trễ rồi. Mẹ phải nói cho nó hiểu...

Mẹ tôi cứ liên tục nói một mình. Nhưng điều mà bà muốn nói với tôi, thực ra, tôi chưa hiểu hết, phần vì dòng người đông đảo làm tôi mất tập trung, phần vì những âm thanh vô cảm từ loa phóng thanh đang dội lại từ những bức tường cao ốp bằng đá hoa cương bóng láng.

- Xe lửa đi Milano sẽ khởi hành lúc 16h ở đường tàu số 8.

Chúng tôi cũng vừa đến Roma bằng xe lửa nên trong tai tôi còn lùng bùng vì những tiếng xình xịch của con tàu. Mẹ có cuộc hẹn để gặp một ai đó. Tôi lấm đấm chạy theo, nhiều lần suýt té vì bị mẹ kéo, càng lúc bà càng căng thẳng.

Một người đàn bà, tay dắt một bé gái đang lạc lõng trong nhà ga giữa những hành khách xa lạ. Mỗi người đều có câu chuyện của riêng mình.

- Mẹ muốn nó nhìn thấy... để nó hiểu là nó nhẫn tâm đến đâu... ông ta... đã bất ngờ bỏ rơi mẹ con mình... mà không thèm nói một tiếng nào...

Tôi vẫn không hiểu. Tôi còn nhỏ quá. Tôi chỉ nhớ một nỗi buồn kinh khủng trong khi tôi cúi nhìn đôi giày, bước từng bước để khỏi bị vấp ngã.

Kỷ niệm về cái ngày đó thường hiện về trong trí tôi và nhiều lúc tôi ước gì đó chỉ là một cơn mộng dữ.

- Đây rồi... bây giờ mình đi toilette rồi lát nữa đến quán nước gần quầy vé.

Có một điều gì trong giọng nói của mẹ tôi, có lúc tôi thấy bà mạnh mẽ và tự tin, nhưng chỉ một lúc sau thì hình như không phải vậy, như thể có hàng ngàn nghi vấn đang xung đột trong đầu bà.

Chỉ khi lớn lên tôi mới hiểu. Chúng tôi đang đi gặp người đàn bà mà ba tôi đã đi theo và bỏ rơi mẹ con tôi. Chuyến đi Roma ngày đó không phải là du lịch, không phải đi thăm bạn bè hay người thân... ngược lại là khác. Chúng tôi đang đi gặp mặt kẻ thù mà dù chưa gặp lần nào tôi đã thấy ghét, như mẹ tôi từng căm hận bà ta. Sự căm thù của mẹ đã nhiễm vào lòng tôi từng ngày; mẹ liên tục lặp lại điệp khúc là bây giờ chúng tôi phải tự lo, và người đàn bà kia chính là kẻ phải trả giá cho những đau khổ mà chúng tôi đang gánh trên vai.

Nỗi đau của kẻ bị bỏ rơi thường tạo nên một mặc cảm tội lỗi. Nhưng điều này không xảy ra với mẹ tôi. Bà là người vợ đảm đang, chu đáo và quan tâm đến mọi nhu cầu của chồng, từ món ăn hợp khẩu vị cho đến đôi dép và quần áo để thay khi ba tôi từ công sở trở về nhà. Chỉ có tôi là cảm thấy mình có lỗi, vì nghĩ chắc mình đã làm điều gì xấu nên ba tôi đã không trở về nhà.

Về cái ngày đau thương ấy tôi nhớ đến từng chi tiết, từng lời lẽ bén sắc như dao và những tia nhìn đầy tiềm năng bạo lực.

Chúng tôi đến trước quán cà phê ở nhà ga và bằng đôi mắt sáng quắc mẹ tôi chăm chú nhìn tất cả những người khách đang ngồi ở các bàn.

- "Nó kìa, cái con đĩ!". Bà kêu lên, như thể vừa phun ra một bãi nước bọt.

Chúng tôi tiến đến và tôi có cảm giác là mẹ đang đẩy tôi về phía trước, có lẽ để cho người đàn bà tóc dài chú ý. Bà đang ngồi, hai tay bà đặt lên đùi và mắt chăm chú nhìn những sợi khói bốc lên từ tách trà.

- "Đây rồi!"

Trong tiếng kêu đó không có sự ngạc nhiên mà hình như có một sự thỏa mãn nhẹ nhàng, như người vừa nhận được một điều gì để chứng tỏ mình là người mạnh nhất. Mẹ tôi ý thức về điều ấy nên lúc đứng sau lưng tôi bà hùng hổ xác nhận sự vượt trội của mình.

Người đàn bà trẻ vẫn ngồi yên nhưng khuôn mặt có vẻ bối rối. Có lẽ bà ta cũng đã trăn trở trước quyết định đến nơi hẹn hay không, nhưng dù sao ngồi ở đây có nghĩa là bà ta đã quyết định tranh đấu.

Mẹ tôi kéo một chiếc ghế và bế tôi đặt ngồi lên đó. Sau đó bà mới ngồi trước mặt người đàn bà, lúc này im lặng và khuôn mặt hơi tái.

Người bồi bàn tiến đến, vô tình ngăn lại cái giây phút an lành giả tạo.

- "Một cà phê espresso và một ly nước suối cho con bé!"

Nhiều năm sau này tôi mới hiểu là chuyến đi đó chúng tôi đã tốn rất nhiều tiền. Thời gian đó mẹ tôi chưa có việc làm, bà đã bỏ học đại học vì đã yêu, mang bầu nên sau đó phải làm đám cưới sớm. Sự bỏ rơi của ba tôi đã đẩy mẹ vào tình huống tuyệt vọng vì chúng tôi không có tiền và nỗi lo không tìm được việc làm để nuôi sống tôi và người anh trai.

Sau ít phút người bồi bàn mang cà phê và nước suối, trong lúc hai người đàn bà lẳng lặng nhìn nhau, trao đổi những tia nhìn như thể đó là những mũi tên tẩm độc.

- "Mày không biết xấu hổ sao, con đĩ! Thằng khốn đó đã can đảm bỏ rơi tao, con trai và bé gái này! Tất cả là tội lỗi của mày! Mày phải đi, hiểu không? Con khốn nạn!"

Có bao nhiêu bạo lực trong những lời lẽ đó. Cái ngón tay chỉ vào mặt giống một mũi kiếm sắc chất chứa bao nhiêu giận dữ trong giọng nói của mẹ tôi.

Đây là lần đầu tiên hai người đàn bà này đối diện nhưng mẹ tôi đã không dùng bất cứ sự tế nhị nào; bà thẳng thừng thóa mạ và buộc tội.

Nhưng, có điều gì thay đổi trong cái nhìn của người đàn bà trẻ, như thể bà ta vừa tìm thấy một chiến lược tối ưu để sử dụng. Từ sự bối rối lúc ban đầu bây giờ có thể nhìn thấy ở bà một sự tự tin.

- "Tôi rất tiếc thưa bà, chính bà là người muốn gặp tôi. Bà có thể chửi mắng, muốn đánh đập, làm cho tôi biến mất. Nhưng có lẽ bà chưa hiểu rõ hoàn cảnh: Chính chồng bà mới là người đã bỏ nhà ra đi, vì có lẽ ông ta không thích sống với bà. Đó là lỗi của bà, và bà phải hiểu rõ lý do mà chồng bà không hài lòng chứ."

Người đàn bà trẻ nói chậm rãi và thỉnh thoảng đưa tay sửa lại lọn tóc dài màu đen nâu rơi phủ xuống mắt.

- "Không hài lòng? Mà ông ta thiếu cái gì chứ? Đã hơn 20 năm chúng tao sống với nhau! Còn mày, mày có cái gì hơn tao nào? Chỉ vì trẻ hơn nên mày tưởng là có thể chiếm đoạt chồng tao à?"

- Hừm... Tôi trẻ và đẹp, còn bà thì già và trên mặt thì đầy nếp nhăn. Ông ta bây giờ chỉ xem bà là mẹ của hai đứa con, thế thôi. Còn tôi, tôi là bạn của ông ấy, tôi biết lắng nghe, tôi biết cách làm cho ông ấy vui, tôi cười với ông ấy, có thể cười vì những điều vớ vẩn. Đúng rồi, tôi là người tình, bởi vì tôi làm cho ông ta thấy mình trai trẻ, tôi làm cho ông ta thấy mình quan trọng. Chính ông ta là người muốn bỏ nhà ra đi... nên nếu bà tiếp tục nói chuyện này tôi thấy thật vô ích."

Lúc này mẹ tôi lắng nghe có vẻ chăm chú hơn. Có lẽ trong trí bà đang nhớ lại những năm tháng của hôn nhân: Bà đã chống lại ba mẹ vì đã yêu người đàn ông ấy, bà đã lấy ông, chống lại ý muốn của các thành viên trong gia đình vì bà nghĩ sẽ có thể sống suốt đời với ông ta. Sau đó thì các con ra đời, và bà phải chăm sóc chúng, đưa đón chúng đến trường, chăm sóc căn nhà và người đàn ông mà bà yêu thương. Thế mà lúc này con mụ đàn bà này dám ném vào mặt bà những gì mà vì nó bà đã sống.

Tia nhìn của mẹ tôi không còn giận dữ trong khi giọng nói của bà đang run run tìm cách thuyết phục người đàn bà trẻ này phải bỏ đi.

- "Tao không tin. Chính mày, con khốn nạn, chính mày đã dụ dỗ chồng tao... Tất cả đều tại mày!". Theo sau lời nói là một cú bạt tai bất ngờ đập lên má cô gái với tất cả sự giận dữ lâu nay bị kìm nén.

Đôi mắt người đàn bà long lanh đẫm ướt trong khi bà đưa tay lên chỗ má đang ửng đỏ vì cú bạt tai. Và chính trong lúc ấy bỗng dưng tôi bật khóc như thể cú tát ấy đập lên má mình.

Chỉ trong lúc ấy mẹ tôi mới sực nhớ là mình đang ở đâu, trong một quán nước ở nhà ga, trước những đôi mắt dò hỏi của các hành khách. Toàn thân bà căng thẳng, bà run rẩy dùng bàn tay lau nước mắt cho tôi và để trấn an.

- "Bà hãy về nhà đi!" người đàn bà tóc dài nhẹ nhàng nói. "Bà không thể tát tai hết tất cả những người đàn bà là tình nhân của chồng bà đã đến trước tôi... hay những người khác sẽ đến trong tương lai. Tôi không ảo tưởng. Ai đã từng phản bội họ sẽ còn phản bội.

Tôi có việc làm, tôi tự túc được. Ông ta sẽ trở về nhà, bởi vì ông là một người hèn nhát và luôn cần một người đàn bà giặt ủi quần áo mà không đòi hỏi thù lao. Rồi ông ta sẽ nhận ra là mình đã già và đang làm một chuyện nực cười. Đến lúc đó ông ta sẽ nhớ đến vợ. Bà cần phải kiên nhẫn. Đó chính là sức mạnh của bà."

Mẹ tôi bị lý lẽ của người đàn bà thuyết phục, bà đang hoài nghi về mình nên không tìm ra lý lẽ để phản biện.

- "Vĩnh biệt bà, tôi chỉ thấy cảm thương cho bà, về sự yếu đuối của bà, về ảo tưởng giữ được tình yêu của một người đàn ông chỉ lợi dụng và xem bà như con ở. Tôi không thể nào chấp nhận ông ta và không thích người đàn ông ích kỷ đến thế. Tôi không biết quan hệ giữa tôi và ông ta sẽ kéo dài bao lâu nhưng sau cuộc gặp này, tôi tin là ông ta sẽ sớm trở về nhà. Còn tôi, tôi sẽ ra đi, nhưng không phải vì bà hay vì bé gái này. Tôi đi, chỉ vì tôi đã chán ông ta. Chúc bà lên đường bình an."

Người đàn bà trẻ với tay lấy chiếc bóp trong túi xách rút ra vài tờ bạc bỏ lên bàn rồi đứng dậy. Bà cúi xuống nhìn tôi, vuốt ve lên má tôi rồi bỏ đi, dáng bà chìm lẫn trong đám hành khách, bỏ lại mẹ tôi đang ngồi khóc và ngẫm nghĩ về thân phận làm vợ của mình.

Suốt cuộc hành trình về lại nhà mẹ tôi khép mình trong im lặng. Bà cảm thấy xấu hổ, thua cuộc và tôi thấy đôi mắt bà đẫm nước mắt.

Người đàn bà trẻ đã tiên đoán đúng. Khi trời bắt đầu trở lạnh và sắp vào Đông, ba tôi đã trở về nhà. Ông đứng trên thềm trước cửa nhà và chờ đợi hằng giờ.

Ông không thể nào tưởng nổi là vài tuần sau cuộc hẹn ở nhà ga, chúng tôi đã dời về sống ở một thành phố khác mà chẳng thông báo cho ai biết. ∎

Trương Văn Dân dịch từ nguyên tác tiếng Ý: "Appuntamento alla stazione"

Hình cắt từ Youtube

Thu Hoài

CHO MỘT KỶ NIỆM

Tôi gặp Lan quá vội vàng! Cho đến bây giờ, tôi vẫn còn nhớ như khắc ghi đến những gì đã xảy ra!

Câu chuyện được bắt đầu với đời sống của những năm tôi vừa khoảng tuổi 20.

Sau ngày 30 tháng 4 năm 1975, vốn liếng tôi còn lại chỉ mỗi một bộ đồ mặc trong người. Không còn gì khác hơn, tôi phải về quê.

Quê nhà năm xưa buồn đau đáu!

Tôi trở về sống bám với gia đình, bên sự thu nhập không chừng, bữa có bữa không! Dẫu thương yêu thế nào, cưu mang chỉ có giai đoạn! Khi sự thiếu thốn dần dà xâm chiếm, hoàn cảnh hao hụt, đói nghèo đang rình rập; thêm vào đó, sự soi mói thường xuyên của chính quyền khu vực, tôi quyết định phải tìm kiếm việc làm.

Khổ nỗi, công việc đào đâu ra trong cái thuở bắt đầu được gọi là giải phóng! May thay, tôi biết được chút ít về nghề cắt tóc, do nhờ cha tôi (thợ hớt tóc) chỉ lại trong những năm còn đi học. Tôi xin một ít đồ nghề, khăn choàng và chiếc xe đạp cũ – tôi đi hớt tóc dạo!

Từ nhà đi ra, tôi có thể đi về hướng Lai Nghi hay xuống biển Cửa Đại. Những ngày đầu tiên, tôi xông xáo tìm kiếm, lần mò trong mỗi góc làng ở những vùng quê. Với hy vọng như "chào hàng", cho hàng xóm chung quanh có cái nhìn quen thuộc về tôi: anh hớt tóc dạo! Dần dà, tôi bắt đầu có khách.

Khách - tôi chỉ có thể tìm kiếm ở những vùng quê. Có khi, vì khí hậu hầm hực nơi miền Trung, đa số chỉ mặc mỗi quần xà lỏn, bình dân, ngồi bệt xuống bất cứ nơi nào; và tất nhiên, tôi cũng phải lựa cho mình một thế ngồi cho thích ứng để cắt tóc!

Khách tôi, thường là những trẻ con, bị ghẻ chốc đầy đầu! Hoặc người già vì không thể đi xa, tóc có khi không tắm gội cả tháng trời, hay người đánh cá về muộn màng bởi phải lo kéo lưới - với những mái tóc cứng như rễ cây vì muối biển.

Tôi gần như bỏ cuộc trong những ngày đầu tiên khi đối diện với thực tế khó khăn! Nhưng sự thiếu thốn về vật chất, cũng như nghĩ đến những dòm ngó như cú vọ của các vị công an, cán bộ xã phường, tôi không còn cách nào hơn là tránh né bên công việc, tìm kiếm sự sống còn. Dần dà, tôi tập làm quen, giải phóng cho chính mình, với đoạn đường vô cùng mới mẻ!

Khó mà quên, những năm nghèo khó chừng như bao trùm cả một xứ sở. Sự trao đổi giữa tôi - anh cắt tóc dạo với những người quê dân dã đôi khi không hẳn bằng tiền! Đa số, lấy đâu ra mà có? Nên, có khi đổi chác bằng tất cả hoa quả có được ở vườn, vật trong nhà hay lúa ngô ngoài đồng ruộng, ngay cả đến những gì bắt được dưới mương, rạch, bờ ao...Không dám từ chối, tôi nhận hết!

Có hôm gió chướng thổi về hướng Non Nước, Vĩnh Điện, Cẩm Hà, hay gió thổi giật lên từ Cửa Đại, An Bàng, Trà Quế. Tội tình cho cả tôi và chiếc xe cũ kĩ mong manh - đạp về ngược gió, khi phải nài đeo theo về một số lỉnh kỉnh như ngô, khoai, sắn, đường, gạo, và cả đến cá tươi của khách đi lưới mới về. Nên nghĩ cho cùng, khi đối diện với sự đói khổ, nếu không muốn miếng ăn làm mình ngã quy, chỉ tâm thức mạnh mẽ, mới có thể giữ cho mình còn chút thăng bằng.

Cứ vậy, tôi theo chu kỳ của người cắt tóc dạo, đi mỗi nơi mỗi tháng. Vì thế, tôi phải còm cõi đạp xe, lăn lóc xa hơn.

Nên có hôm đi lạc! Chính vì lần đi lạc, định mệnh để tôi gặp Lan - cô gái năm xưa!

Tôi không quên, một hôm tôi đang lần mò tại một làng nhỏ ở Điện Dương. Trong lúc đang loay hoay tìm đường ra, tôi thoáng nghe tiếng gọi hối hả phía sau. Khi dừng lại, tôi mới hay có người kêu cắt tóc. Khác với dự đoán, người đàn bà gọi tôi về nhà ân cần mời ăn cơm! Đang lúc đói, được người mời ăn - làm sao mà từ chối!

Tôi ăn những 3 tô cơm độn với sắn khoai, bụng dạ tự nghĩ thầm, cứ ăn rồi hẳn hay!

Đúng vậy, sau khi ăn uống xong, người đàn bà, được gọi là thím Dân, mới bắt đầu vào chuyện:

- Tôi chờ đã mấy hôm, mong cậu ghé lại đó mà! Cháu Lan (tên cô gái) đau cả năm rày…

Thím dừng lại nhìn tôi, nút vội nước bọt, trước khi không muốn tôi nhận ra điều chưa muốn nói! Thím khẩn khoản nói tiếp:

- Trăm sự nhờ cậu cắt tóc dùm em... cho nó nhẹ bớt!

Thì cắt tóc cho con thím, nhưng tôi vẫn chưa hiểu sao lại phải „trăm sự" nhờ tôi?!? Ngay cả lúc bà ta dìu cô gái, một cách rất khó khăn, ra ngồi ngoài sân, nơi dùng để phơi rạ trước nhà, tôi vẫn chưa hiểu được những gì thím Dân muốn tôi giúp?

Tôi tần ngần soạn đồ nghề, chưa biết làm gì. Mãi đến khi khăn trùm được cởi ra khỏi đầu cô gái, đó là lúc tôi mới ngỡ ngàng nhìn rõ:

Lan khoảng tuổi 15, 16. Có lẽ đã nhiều tháng không tắm gội, nguyên cả mái tóc dài rối bời, bó bện lại từng khúc, từng lọn dày trùng trục, che phủ cả phía trước!

Kéo tóc Lan ra phía sau, chút lạnh lẽo chạm trên ngón tay tôi. Và bên màu da tái nhợt, để lộ khuôn mặt không còn sinh khí. Trong cảm nhận bất chợt vội vàng, tôi mang cảm tưởng, người con gái đã không còn đây. Chỉ mỗi đôi mắt đen, mờ mịt nhìn tôi... Đăm đăm. Xa thẳm!!!

Nhìn mái tóc tôi biết, không thể dùng tông-đơ (Tondeuse, loại cũ xưa phải bóp liên tục bằng tay), vì quá dày. Chỉ còn cách phải dùng kéo để cắt. Vài nhát kéo đầu tiên, tôi đã cảm thấy mũi kéo bị rít lại vì chất dẻo! Lạ lùng, tôi rút kéo ra khỏi mái tóc của Lan; càng hoảng hốt, khi nhìn thấy màu đỏ của máu dính đầy trên kéo!

Đó cũng là lúc, tôi mới bắt đầu cảm thấy hai bàn tay nhột nhạt vì không biết bao nhiêu chí tua tủa bò ra từ mái tóc, đang bám li ti trên tay tôi. Nhìn gần hơn nữa, chí như sôi sục từ trong da đầu của cô gái, chen chúc trong từng cọng tóc!

Thì ra, chí vậy bám sinh sôi nảy nở tự khi nào, hút đi từng chút máu của Lan, nên khi tôi dùng kéo cắt, máu của những con chí, hay đúng hơn, máu của Lan đã bám vào cái kéo...

Sửng sốt! Tôi rảy tay liên tục để tránh đám chí đang lúc nhúc trên tay.

Trong một thoáng, chừng như thấy sự lo lắng cũng như hiểu được tâm trạng sợ hãi trên khuôn mặt tôi, thím Dân kéo tôi ra xa, rưng rưng năn nỉ,

"Cậu cố gắng làm cho xong dùm, Lan chắc không còn bao lâu nữa đâu. Thím muốn tắm rửa sạch sẽ cho em trước khi đi kẻo tội !!!"

Bên lời nói thống thiết, phát ra từ khuôn mặt thiểu não chất phát, nhưng bộc lộ sự can đảm của người mẹ đang đối diện với nỗi đau đớn mất mát quá lớn đang chờ đợi. Tôi không biết phải thể hiện gì hơn, ngoài công việc cắt cho xong mái tóc của Lan.

Hôm đó, không rõ tôi đã làm sao, nhưng cuối cùng rồi cũng xong. Chỉ nhớ sau khi cắt xong mái tóc Lan, tôi cởi hết áo quần của mình để giũ đi cho hết chí. Kế đến, tôi lao ngay xuống ao sau nhà của thím Dân để tắm. Cái lạnh của nước ao tù, thêm một phần cảm giác nhờn nhợt của những lá tre rũ mục bám sau gáy, dính quanh người, tôi mang nỗi thấm lạnh, rờn rợn, đi qua từ kẻ tóc!

***

Tôi trở lại ngôi làng nhỏ ở Điện Dương, như lệ thường theo những tuần sau đó. Tình cờ gặp lại thím Dân! Bà ân cần muốn tôi ghé nhà ăn mì Quảng.

Lần này, tôi không thiết ăn uống gì nữa. Tôi chỉ muốn thắp cho Lan nén hương, khi biết cô gái đã mất đi sau ngày tôi cắt tóc.

Tôi bước ra khỏi bóng tối buồn bã của căn nhà. Đứng bên góc sân, chần chờ để thím Dân bọc cho gói xôi nếp mùa vừa mới cúng.

Nắng nửa ngày có chút hắt hiu.

Bên hàng rào chè thưa thớt xanh xao, dao động ít nhiều theo vài cơn gió. Và trong tầm mắt... chừng như có gì lao xao? Tôi tìm thấy vài lọn tóc của Lan vẫn còn cuộn quanh bên những nhánh cây xương xẩu!

Gió hôm đó chừng như xuôi chiều cho tôi đạp xe, về cùng một hướng! Tôi bất chợt khám phá có sợi tóc dài nào bay ngang, vừa mới quấn quanh trên mặt của tôi...

„Sometimes you will never know the value of a moment until it becomes a memory." (Dr. Seuss).■

(Viết cho kỷ niệm rất thật trong đời)

---

1 Có đôi khi bạn sẽ không bao giờ nhận ra giá trị của một khoảnh khắc cho đến khi nó trở thành ký ức (BBT Viên Giác tạm dịch).

THƠ

Thu Chi Lệ

XUÂN VỀ HAY CHƯA?

Ngày tháng Chạp sương mờ khói tỏa
Ta đâu biết xuân về hay chưa
Nàng xuân yểu điệu ngày xưa ấy
Thấp thoáng về đâu ngọt ý thơ

Nhớ lắm giao thừa bên bếp lửa
Nghe như tiếng pháo xa vọng về
Mong ngày xuân em đi lễ Phật
Cầu cho bền bỉ mối duyên thề

Nhớ mùa xuân trước tình vừa đến
Cánh nhạn về đây mang ý thơ
Người hẹn cùng ta đêm ba mươi Tết
Cùng nhau hái lộc đã xa vời

Đã bao xuân qua đành lỗi hẹn
Lặng lẽ người đi khuất bóng mờ
Thời gian dần xóa niềm mơ ước
Rồi ngày tháng trôi, dòng nước trôi.

Từng cơn gió lạnh lùa qua cửa
Nghe mưa giá buốt đọng trong tim
Hoa tuyết rơi đầy bên hiên vắng
Như có mùa xuân lạc xuống đời...

(Viễn xứ, Tháng 02.2025)

Steven N.

TRUYỆN NGẮN & RẤT NGẮN

TÂM LINH

Những thập niên gần đây, thuật ngữ tâm linh tràn lan trên mạng xã hội, len lỏi sâu vào đời sống thường ngày, nào là du lịch tâm linh, hành hương tâm linh, vật thiêng tâm linh… Bọn tà sư, đồng bóng, thầy bà cô cậu… kết hợp với thế lực chính trị đỏ, nhóm lợi ích và lực lượng xã hội đen xây dựng chùa chiền ngàn tỷ, dinh, miếu, am, phủ… khắp từ nam chí bắc, từ miền ngược đến miền xuôi. Để xây dựng những công trình ấy bọn họ phá rừng, xẻ núi, lấp ruộng, lấn biển, ngăn sông tàn hại môi trường thiên nhiên kinh khủng. Đám người ô hợp thừa tiền thiếu văn hóa, đạo đức và hiểu biết rần rần kéo đi du lịch tâm linh. Bọn họ nhét tiền vào các pho tượng, cầu xin phú quý, hanh thông quan trường và làm bao nhiêu chuyện mê muội. Có người thắc mắc:

- Du lịch tâm linh là cái gì giống gì vậy?

Bạn của y cười cười:

- Tâm còn chẳng có thì nói gì đến linh, linh này linh tinh!

- Anh nói vậy chứ cũng linh lắm đấy, các cơ sở kinh tài đội lốt tôn giáo và bọn đầu tư hốt bạc khẳm luôn. Quan trọng nhất là trùm cuối ở trong bóng tối vừa thu tiền vừa lèo lái đám đông đi vào mê lộ.

Người kia thấy bạn mình nói đúng ý, đúng sự thật nên hứng chí:

Tâm đâu mà gọi là linh
Dựng trò mê muội mặc tình tung hê
Thị thành cho chí thôn quê
Buôn thần bán thánh một bề lưu manh

GIỚI

Thầy trò nhà nọ ra công viên chơi, một lát sau thì bọn trẻ khát nước bèn đến bên vòi nước công cộng toan uống. Chúng nhìn thấy xung quanh nước đọng thành vũng lầy lội và nhiều rác rến nên ngần ngại không muốn uống. Ông thầy thấy vậy khuyên:

- Các con cứ uống đi, bên ngoài dơ nhưng nhờ có đường ống bảo vệ nên nước bên trong tinh khiết.

Bọn trẻ nghe vậy liền nhào vô uống thỏa thích, cuối buổi đi chơi ông thầy cho tụ họp lại rồi dẫn dụ:

- Chúng ta là Phật tử, ai cũng đã thọ năm giới, vậy năm giới giống cái gì và có lợi ích gì không?

Bọn trẻ nhao nhao trả lời nào là cái khiên bảo vệ, cái hàng rào ngăn cản, cái giới tuyến, cái lằn ranh… Giữ giới để trở thành Phật tử tốt, để sau này mau khai ngộ hay dễ vãng sanh… Đợi cho lắng xuống chút ông thầy mới thủng thẳng:

- Giới là cái ống nước! Nhờ có đường ống mà nước bên trong không bị nhiễm dơ bẩn bởi môi trường bên ngoài. Nếu nước trong sạch nhờ đường ống thì tâm thanh tịnh nhờ giữ giới.

Bọn trẻ nghe ra, chúng hoan hô náo nhiệt cả lên.

CÔNG ÁN TÂN THỜI

Ông ấy là cán bộ có chút vai vế, trên có người cao hơn nhưng dưới cũng lắm kẻ thấp. Cái lý tưởng mà ông theo đuổi cả đời xem ra rệu rã lộ ra hết sự gian trá của nó, tuy vậy ông và đồng liêu vẫn bám vào đó để kiếm ăn.

Ngày ngày qua mạng xã hội ông biết hết bộ mặt thật của cái lý tưởng ấy, ngán lắm rồi nhưng ông sợ câu: "Trong sạch cạp đất mà ăn" nên muối mặt chịu dơ, cạp đất và cạp đủ thứ. Ông cũng nghe nói Phật Pháp hay lắm, giúp con người thanh tịnh, giải thoát… nên mua mớ sách về đọc, lên chùa xin quy y, tập ăn chay, tụng kinh. Rồi ông thấy chỉ có Thiền mới là "trí tuệ", mới có thể khai ngộ. Vì vậy ông quyết tham thoại đầu công án: "tiếng vỗ một bàn tay". Một thời gian sau nghĩ mình đã ngộ nên ông lên chùa trình pháp và xin thầy ấn chứng. Sư hỏi:

- Tâm không có tai sao nghe được tiếng vỗ một bàn tay?

Ông trả lời không được nên tiu nghỉu ra về và cho là Hòa thượng gàn, không thấy được sự khai ngộ của ông. Ông đem chuyện tâm sự với bọn đồng liêu, những tưởng bọn họ đồng cảm nào ngờ có kẻ ỷ thế gộc lớn chế nhạo ông:

Công án gì đây cán bộ ông
Tham thiền tỏ ngộ cứ cuồng ngông
Tiền tham, đất cạp, ăn như hạm
Tô vẽ mặt mày lạm cửa không

Chưa hết bẽ mặt lại có kẻ thuộc phe cánh trùm cuối còn chơi ông sát ván luôn:

Công án tân thời dám thử chăng?
Âm thanh tiếng cạp một hàm răng
Dụng công vận sức mà ngâm cứu
Ngộ ra, dừng lại, chớ tham ăn.

MẶT TIỀN

Chuyện xứ quỡn có nói đến tết Công Gô cũng hổng hết chuyện. Mới mấy năm trước có kẻ thấy phố xá – vỉa hè lộn tùng phèo bèn sanh lòng bất bình xắn tay áo hùng hổ xuống đường dẹp loạn vỉa hè. Ông ấy tuyên bố:

- Tôi không dẹp được thì sẽ cởi áo về vườn.

Trời, lời ổng linh như bà phán, vỉa hè mặt tiền là miếng mồi béo bở của các quan và đám ăn theo, lẽ nào chúng để mất miếng ăn, bởi vậy anh hùng dẹp vỉa hè ngậm ngùi về vườn thật!

Sau nhiều năm triều đình và chính quyền sở tại kêu gào lập lại trật tự lòng lề đường. Thật sự thì chẳng ai tin vì xưa nay đã bị hố nhiều bận rồi, tuy nhiên mọi người không ngờ sự thể còn kinh khủng hơn họ tưởng. Năm nay quyết định cho thuê vỉa hè mặt tiền để mua bán kinh doanh, quyết định tranh ăn với tụi xã hội đen và những thế lực cát cứ vỉa hè, thế là khẩu hiệu lập lại trật tự vỉa hè lề đường quăng vào sọt rác. Dân có kẻ chơi chữ:

- Mặt tiền đẻ ra tiền mặt cho những kẻ có máu mặt và kẻ có tiền, tiền mặt khiến bọn nó có máu mặt để chiếm lấy mặt tiền lại làm ra tiền mặt.

ĐẤT THÁNH

Quốc độ Sa Bà có một xứ sở lạ lùng mệnh danh là đất thánh. Mảnh đất nghèo khổ khô cằn toàn sỏi đá nhưng linh thiêng chi lạ. Cả ba tôn giáo đều giành mảnh đất này, ai cũng bảo là thánh địa của mình. Bọn họ đánh nhau, tru diệt, truy sát và thù hận suốt mấy ngàn năm nay. Một ông đạo mượn lời tiền nhân của ổng mà hô hào:

- Giải phóng mộ chúa khỏi tay ngoại đạo.

Một ông đạo khác thì tuyên bố:

- Đất thánh của thượng đế, trục xuất và tiêu diệt hết bọn ngoại nhân.

Ông đạo còn lại mới hồi cư chưa được bao lâu nhưng nhờ có đại ca bên ngoài hỗ trợ nên mạnh hơn hẳn. Y bảo:

- Đất thánh của tổ tiên ta.

Cả ba bên nhào vào cấu xé, đánh đấm và tàn sát lẫn nhau. Thịt nát xương tan, đầu rơi máu chảy, bom đạn lửa khói ngút trời. Ông đạo có kẻ ngoại nhân ủng hộ xem ra mạnh bạo hơn hẳn. Y cho người tàn sát cả dân lành của phía bên kia, tâm địa của y muốn độc chiếm đất thánh. Cuộc chiến vẫn dằng dai chưa biết ngày nào kết thúc, nỗi thống khổ của dân nơi đất thánh chẳng khác gì địa ngục.

Thượng đế từ trên cao thương xót bảo với các thiên thần:

- Bọn chúng nhân danh ta để tàn sát, chúng bảo là đất thánh để tôn vinh ta nhưng thật ra đang sỉ nhục ta!

Các thiên thần bay qua cõi nhân gian thì thầm:

- Xương thịt người lấy trong đất đá, làm sao bọn chúng có thể phân biệt đâu là xà bần phe ta với xà bần phe nó?

XEM HỌ LÀM

Gần kề ngày tết, các quan thay nhau lên tivi kêu gào giữ gìn truyền thống, phát huy văn hóa dân tộc cũng như sống làm việc theo ông kẹ bà chằng nào đó... Dân chúng có ai thèm nghe đâu, họ chỉ thích xem mấy anh hề giả gái nhái giọng hoặc nghe mấy thánh chửi trên mạng xã hội thôi. Thằng Tèo nói:

- Mấy chả nói chẳng ai nghe, coi bộ thua mấy anh hề với mấy thánh chửi.

Thằng Tí góp lời:

- Nghe mấy chả có mà chết! Coi mấy chả kìa toàn xây biệt phủ kiểu Âu – Mỹ. Con du học bên Tây, tài khoản mở ở nước ngoài, uống rượu Tây... miệng thì hò hét chống nhưng mê Tây như điếu đổ.

Bàn nhậu nhà anh Tư cười rung rinh. Hổng biết chị Tư từ dưới bếp lên hồi nào mà nghe đặng chuyện mấy bợm nhậu tám. Chị Tư rổn rảng:

- Nhớ hồi nằm có ông gì đó nói đừng nghe tụi nó nói hãy nhìn tụi nó làm, ai đời vậy mà trúng y chang luôn!

Mấy bợm nhậu vỗ tay khen chị Tư quá trời làm chị Tư khoái, chị Tư bèn đem thêm mấy món kiệu chuẩn bị cho ngày tết đãi mấy ông thần sâu rượu. Ông Tám uống cái ót ly đế rồi ứng khẩu:

BIỆT PHỦ QUAN ĐỎ CHƯNG SƯ TỬ TÀU PHÔ TƯỢNG HIỆN ĐẠI ÂU CHÂU XEM PHIM TÂY NGHE KỊCH MỸ VẬN VÉT TÔN MỒM GÀO GIỮ GÌN TRUYỀN THỐNG.

NHÀ TRANH DÂN ĐEN BÀY HOA QUẢ VIỆT TREO TRANH CỔ TRUYỆN ĐÔNG HỒ COI TUỒNG VIỆT HÁT NHẠC TA MẶC ÁO DÀI MIỆNG NÓI KHAI KHẨN CANH TÂN. ∎

Hoằng Tùng tường thuật

Khóa tu học Phật Pháp GĐPT ĐỨC QUỐC kỳ thứ 29

Năm nào cũng vậy, khi những tia nắng xuân nhè nhẹ len qua tán lá, đọng lại trên những nụ non vừa chớm nở; khi những đóa tulip rực rỡ khoe sắc trên thảm cỏ xanh rì trong công viên ngập tràn tiếng chim ríu rít; khi những quả trứng đủ sắc màu lủng lẳng đong đưa trong gió sau vườn - thì đó cũng là lúc Gia Đình Phật Tử Đức Quốc tổ chức khóa tu học Phật Pháp truyền thống. Khóa tu học năm nay đánh dấu kỳ thứ 29, diễn ra từ ngày 18.04. đến 21.04.2025 tại Tổ Đình Viên Giác.

Gia Đình Phật Tử Đức Quốc hiện có 8 đơn vị sinh hoạt, trải dài từ Hamburg cho đến München. Tuy cách trở địa lý, nhưng hầu hết các lam viên đều đã có mặt tại Tổ Đình từ buổi tối trước ngày khai mạc. Dẫu ai nấy đều thấm mệt sau một hành trình dài, song trong đáy mắt mỗi người vẫn ánh lên niềm hân hoan hội ngộ. Từ nhà bếp ra đến sảnh hội trường ai ai cũng đều tay bắt mặt mừng, nói cười rôm rả, thăm hỏi chuyện trò thân tình bên tô mì nóng giữa màn đêm se lạnh. Buổi họp giữa Ban Điều Hành cùng các Phân Ban cũng đã diễn ra ngay trong tối đó nhằm rà soát lại lần cuối các công tác chuẩn bị của từng bộ phận, hầu bảo đảm công việc trong những ngày tiếp theo của khóa tu học được diễn ra suôn sẻ.

Cứ tưởng sau chuyến hành trình dài hàng trăm cây số, các học viên ngày đầu sẽ cần thời gian nghỉ ngơi nhiều để lấy lại sức. Vậy mà ngay khi tiếng chuông báo thức vang lên, từng cánh cửa phòng lần lượt mở ra, các học viên nhanh chóng rời chỗ ngủ, vui vẻ chào nhau buổi sáng, nhanh chóng vệ sinh cá nhân cho kịp dự lễ Phật, lễ Đoàn.

Trong không khí trang nghiêm giữa ngôi Đại hùng bửu điện, các huynh trưởng hướng dẫn học viên xếp hàng ngay ngắn. Khi mọi người đã ổn định vị trí, huynh trưởng Chủ lễ cùng Duy Na và Duyệt Chúng trang trọng tiến lên, chắp tay đảnh lễ Đức Phật và chậm rãi chuông mõ khai kinh. Bài hát Sen Trắng sau đó được nhẹ nhàng cất lên sau tiếng hô "tinh tấn" dũng mãnh, phát lên từ các học viên.

Lễ khai mạc khóa tu học diễn ra dưới sự chứng minh của chư Tôn Đức Tăng Ni đến từ nhiều địa phương. Do bận Phật sự ở phương xa nên HT Phương Trượng và thầy Trụ Trì Tổ Đình Viên Giác không thể hiện diện. Tuy vậy, trong lời đạo từ HT Hoằng Khai đã truyền đạt lời chúc thành công từ HT Phương Trượng đến với khóa tu học – cho thấy sự thương tưởng của Hòa Thượng dành cho GĐPT, dù Ngài đang ở nơi đâu. Huynh trưởng Thiện Mỹ - Trưởng ban Điều Hành - thông báo số lượng học viên chính thức ghi danh là 177 em. Tiếp theo, chị Từ Đường - Trưởng Ban Hướng Dẫn GĐPT Đức Quốc - đã có lời sách tấn ân cần đến toàn thể học viên. Lời đạo từ sau đó từ TT Hạnh Tấn - Cố Vấn Giáo Hạnh GĐPT Đức Quốc – như một làn gió mát lành, thấm sâu vào tâm hồn của những người con Phật hiện diện. Lễ khai mạc kết thúc với phần chụp hình lưu niệm. Các thành viên trong Ban Điều Hành không giấu được nỗi vui mừng vì mọi việc đã diễn ra suôn sẻ, tốt đẹp. Lần đầu tiên tham gia vào Ban Điều Hành, các anh chị thuộc đơn vị Pháp Bảo lo lắng không biết có theo kịp hai "lính già" Chánh Tín và Chánh Dũng hay không. Thế nhưng, những gì các anh chị "tân binh" thể hiện từ giai đoạn chuẩn bị cho đến cuối khóa đều khiến mọi người phải "ngả mũ" thán phục.

Chương trình tu học được chia làm 8 lớp: 3 lớp Oanh Vũ, 3 lớp Thiếu, 1 lớp Thanh và 1 lớp dành cho Phụ huynh và Huynh Trưởng. Đề tài tu học được sắp xếp từ căn bản như Lịch sử Đức Phật, Ý nghĩa Niệm Phật cho đến nâng cao như Tứ Diệu Đế, Bát Chánh Đạo, Ngũ Giới, Tham-Sân-Si, Bậc thang giác ngộ... Quý Giảng sư gồm HT Hoằng Khai, TT Hạnh Tấn, TT Hạnh Hòa, TT Hạnh Luận, TT Hạnh Giới, ĐĐ Hạnh Bổn, TT Hạnh Lý, NS Huệ Thanh, NS Tuệ Đàm Châu, NS Tuệ Viên, SC Chân Đàn, SC Thông Chu đã tận tâm truyền đạt giáo lý thông qua các buổi thuyết giảng, trì chú, kinh hành, niệm Phật và thiền định.

Thông thường, những kỳ nghỉ lễ dài như Phục sinh là dịp để phụ huynh đưa con em đi du lịch, nghỉ ngơi sau tháng ngày làm việc vất vả, học hành căng thẳng. Thế nhưng, thay vì chọn những chuyến đi chơi xa, nhiều phụ huynh lại đưa con em

mình về Chùa tham gia khóa tu học. Có hiện diện mới thấy được tinh thần học và tình thân giữa các học viên khắng khít ra sao. Có em vừa rời khóa học đã vội dặn: "Năm sau ba mẹ nhớ đưa con đi nữa nhé, con đã hẹn bạn rồi!". Ngược lại, cũng có em – nhất là ở độ tuổi thanh niên – vì chiều cha mẹ đã ghi danh dự khóa học nhưng rồi chóng nhận ra không thể hòa nhập được. Điều này cũng dễ hiểu, vì trong khóa tu học mọi sinh hoạt đều phải theo khuôn khổ – từ việc phải dậy sớm cho đến ngồi thiền, nghe Pháp hàng giờ… khiến những bạn trẻ lần đầu tiếp xúc với môi trường tu học cảm thấy bỡ ngỡ, không quen, dẫn đến tâm lý chán nản, xa rời.

> Ngoài những thời khóa Phật Pháp, các học viên lớp Thanh và Thiếu còn tham gia một số hoạt động thể thao như đá banh, bóng chuyền. Tiếng cười vui phấn khích trong các trò chơi được các anh chị huynh trưởng "Phật hóa" cho thấy trò chơi trong Đạo cũng hấp dẫn không kém so với các trò chơi ngoài đời.

Thời tiết tháng Tư thất thường, mưa rào và dông tố khiến nhiều người ngỡ đang vào cuối thu. "Der April macht, was er will", câu tục ngữ mà ai sống ở Đức cũng đều biết. Nhưng không phải vì vậy mà các em Oanh Vũ phải đành "thúc thủ" giữa bốn vách tường. Bởi giữa những giờ học các em được các anh chị hướng dẫn chơi trò chơi trên khuôn viên Chùa rất vui nhộn, lại còn được quý Thầy Cô đãi cho kem và khoai tây chiên. Tuổi thơ bao giờ cũng nhận được nhiều sự mến thương và ưu ái hơn hết cả.

Tuy trọng tâm khóa tu học là giới trẻ nhưng từ rất lâu đã có một lớp học dành riêng cho các bậc phụ huynh. Bên cạnh việc nghe Pháp, các vị phụ huynh còn hỗ trợ Ban Tổ Chức trong công tác hành đường, chấp tác, vệ sinh.

Các ban Văn Phòng, Đời Sống, Kỷ Luật kết hợp công việc với nhau rất nhịp nhàng, mọi công tác đều diễn ra suôn sẻ. Trong suốt khóa tu học rất may không có sự cố nào về sức khỏe xảy ra vì vậy mà các anh chị trong ban Y Tế cũng tương đối nhàn nhã.

Bận rộn nhất vẫn luôn là Ban Ẩm Thực. Vì là phàm phu nên hễ được ăn ngon thì ai cũng cảm thấy tinh thần sảng khoái. Biết được tâm lý ấy nên thực đơn của Ban Ẩm Thực luôn đa dạng, phong phú, không trùng lặp, toàn là những món khoái khẩu như cơm, canh, phở, Spaghetti… đầy đủ dinh dưỡng. Bánh, kẹo, chè, trái cây, nước uống… được phục vụ không ngừng. Có người dí dỏm gọi Ban

Hình ảnh Phòng ăn của Khóa học

Ẩm Thực là "thủ phạm" khiến các học viên nhỏ "đi một lần rồi đòi cha mẹ năm sau phải đưa đi tiếp". Trong suốt thời gian ở đây không thấy em nào nói nhớ hay thèm món mặn hết cả. Nếu trong thời công phu khuya, nửa chừng bỗng thấy ai đó đứng lên lặng lẽ rời chánh điện thì đó chính là vợ chồng anh chị Bếp Trưởng. Vì muốn ra thức ăn kịp giờ điểm tâm cho đại chúng nên hai vị ấy trong suốt khóa học không lần nào ở lại tụng hết thời Lăng Nghiêm như bao người khác.

Đặc biệt, năm nay nhóm Bảo Vệ Môi Trường có thực hiện một video hướng dẫn hạn chế việc sử dụng đồ nhựa và phân loại rác đúng cách. Sáng kiến này của nhóm đã nhận được sự hoan nghênh không những từ các học viên mà cả từ chư Tôn Đức, và không chỉ bằng những tràng pháo tay mà còn bằng cả hiện kim.

> Tuy lịch học và sinh hoạt hầu như không có khoảng trống nhưng các học viên vẫn cố gắng chuẩn bị tiết mục cho đêm văn nghệ cuối khóa. Nội dung các tiết mục không những đặc sắc mà còn chuyên chở Đạo Pháp, dựa trên các đề tài mà các em tiếp thu trong khóa học. Có tiết mục xúc động đến mức vài em Oanh Vũ bật khóc vì quá nhập tâm!

Bốn ngày trôi qua thật nhanh. Trong lễ bế mạc, huynh trưởng Nguyên Đạt - Phó Ban Điều Hành – đúc kết và thay mặt Ban Hướng Dẫn đã bày tỏ lòng tri ân đến chư Tôn Đức giảng sư, các anh chị và cô bác trong Ban Ẩm Thực đã hỗ trợ cho một khóa tu được thành công viên mãn, không chỉ bằng những món ăn ngon miệng mà còn đậm đà đạo vị. Tổng số học viên tính đến cuối khóa lên đến 188. TT Cố vấn giáo hạnh trong dịp này đã ngợi khen chương trình văn nghệ rất xúc tích do các học viên đêm qua thực hiện.

Giờ chia tay đã đến, giữa ngôi Chánh điện, các anh chị huynh trưởng cùng các em Thiếu và Thanh nắm tay nhau kết thành một vòng tròn lớn, bao bọc các em Oanh Vũ trong vòng tròn nhỏ ở giữa, như đôi bàn tay che chở những mầm xanh. Bài hát Dây thân ái nhẹ nhẹ vang lên, đầy cảm xúc và chan chứa yêu thương. Khóa tu học tuy đã khép lại, nhưng vẫn còn đọng lại đâu đó trong mỗi người một niềm lưu luyến. Trước khi trở về trụ xứ không quên hẹn gặp lại năm sau, khi những tia nắng xuân đọng lại trên những chồi non vừa chớm nở... ∎

TIN PHẬT SỰ

Nguyên Đạo phụ trách

* Chuyến Hoằng Pháp dài ngày tại Hoa Kỳ, diễn ra từ ngày 26/2 đến ngày 6/5/2025, đã kết thúc viên mãn.

"Này các Tỳ kheo, hãy lên đường thuyết pháp vì hạnh phúc, vì an lạc cho chúng sinh, vì lòng thương tưởng cho đời, vì hạnh phúc, vì an lạc cho chư Thiên và loài người". (Kinh Đại Bổn, Trường Bộ Tập 1).

Đó là thông điệp từ bi cứu khổ ban vui; đó là lời Đức Phật dạy các vị Tỳ-kheo sau khi Ngài thành chánh quả dưới cội Bồ-đề, khuyến khích chư Tăng ra đi truyền bá giáo pháp, không giữ lại cho riêng mình. Thực hiện lời di giáo ấy, trong thời gian suốt hơn 2 tháng, HT Thích Như Điển đã hướng dẫn Đoàn Hoằng Pháp gồm các chư Tôn túc đến từ 4 châu lục Âu, Á, Úc, Mỹ cùng thực hiện chuyến Hoằng pháp liên tục dài ngày tại nhiều đạo tràng trong 10 địa phương chính ở Hoa Kỳ gồm các nơi như sau: Bắc California, Nam California, Dallas, Oklahoma, Atlanta, Houston, Jacksonville, Philadelphia, Washington DC và Minneapolis.

-Từ ngày 26.2.2025 đến ngày 5.3.2025 tại Tịnh Thất Hòa Bình nơi SC Hạnh Trì trụ trì.

-Ngày 5.3.2025 tại Đạo Tràng Kiều Đàm Di, nơi Phật tử Quảng Nguyên Phương làm Chúng trưởng.

-Từ ngày 11.3 đến ngày 17.3.2025 tại vùng Dallas, nơi có Tu Viện Phổ Quang do Ni Sư Hạnh Thiện trụ trì.

-Từ ngày 18.3 đến ngày 24.3.2025 tại Oklahoma; nơi Thiền Viện Chánh Pháp, do HT Thích Thông Triết làm Viện Chủ và TT Trúc Thái Bảo trụ trì.

-Từ ngày 25.3 đến ngày 31.3.2025 tại Atlanta, trú tại Thiền Viện Trúc Lâm Bảo Chí, nơi TT Thích Đạo Tĩnh trụ trì và Tu Viện Vô Biên Hạnh, nơi TT Thích Quảng Văn sáng lập.

-Ngày 9.4.2025 tại thành phố Jacksonville, nơi có Chùa Hải Đức do cố Bác Sĩ Minh Quang Nguyễn Lê Đức sáng lập.

- Sau Jacksonville, Phái Đoàn Hoằng Pháp đã đến thành phố Philadelphia và Đoàn đã ở lại Chùa Phật Bảo, nơi cố HT Thích Thái Siêu và HT Thích Nguyên Siêu sáng lập trụ trì và TT Thích Giác Giới làm Tri Sự.

-Đoạn cuối của cuộc hành trình từ ngày 29.4.2025 đến ngày 6.5.2025 tại Minneapolis.

Ngày 7.5.2025 HT Thích Như Điển đã quay về trú xứ bình yên, tiếp tục lãnh đạo tổ chức Đại lễ Phật Đản tại các địa phương ở nước Đức.

Đặc biệt trong chuyến đi Hoằng Pháp lần nầy Ca sĩ Gia Huy đã phát tâm đi cùng Đoàn để trợ duyên góp vui văn nghệ cho bà con Phật tử một số nơi. Không khí thật là đạo vị.

Phái đoàn tham dự Đại lễ Phật Đản PL 2569 do GHPGVNTNHK tổ chức tại Washington, DC (Ảnh: Nguyên Tiến Anh)

Xin xem thêm tin tức ở link rút gọn sau: https://pgvn.org/pg_5236iq

* Buổi lễ đặt tên đường "Thích Nhất Hạnh Way" tại thành phố New York, Hoa Kỳ.

Vào ngày 11/04/2025 thành phố New York chính thức đồng đặt tên đoạn đường West 109th Street (từ Riverside đến Broadway) là "Thích Nhất Hạnh Way". Đây là một sự kiện lịch sử và đầy ý nghĩa nhằm tôn vinh cuộc đời và sự nghiệp của Thiền sư Thích Nhất Hạnh người Việt Nam, là một nhà lãnh đạo tâm linh, nhà văn, nhà thơ, nhà giáo dục, nhà hoạt động hòa bình... Buổi lễ đã quy tụ các vị lãnh đạo thành phố, chư Tăng Ni thuộc tăng thân Làng Mai quốc tế, cũng như các thân hữu tại New York để cùng tưởng niệm và tri ân một tu sĩ Phật giáo lỗi lạc.

Được biết, đầu những năm 1960 Thiền sư Thích Nhất Hạnh đã từng sống tại số 306 West 109th Street, khi Ngài đang giảng dạy và học tập tại Union Theological Seminary cũng như Đại học Columbia - một giai đoạn quan trọng trong cuộc đời của Thầy với vai trò là một học giả, giáo thọ và nhà hoạt động xã hội. *(Tóm lược tin và hình từ Trang nhà Làng Mai).*

* Thông báo của GHPGVNTN Âu Châu: Khóa tu học Phật Pháp Âu Châu kỳ thứ 36 (năm 2025) sẽ tổ chức tại Neuss Đức quốc.

-Địa điểm: Gesamtschule An der Erft, Aurinstrasse 59, 41466 Neuss.

-Chương trình tu học như hằng năm, có 4 cấp: Cấp Đại học Oanh Vũ; Cấp 1 dành cho các thanh thiếu niên sinh trưởng tại Âu châu; Cấp 2 với các chủ đề căn bản; Cấp 3 với chủ đề Phật Pháp qua Kinh, Luật và Luận.

-Học phí ăn ở cho 10 ngày là: 180,- €; Riêng cho GĐPT: 120,-; Oanh vũ: 50,- €

Link ghi danh cho Tăng Ni:

https://forms.gle/mmQX6Bb1JfFC8pyw6

Link ghi danh cho Phật Tử:

https://forms.gle/EvsECQ3zZDYdcXmM8

-Chi tiết xin xem thêm ở:

https://hoangphap.org/ghpgvntn-au-chau-ban-tin-khoa-tu-hoc-phat-phap-au-chau-ky-thu-36/

hoặc:

https://viengiac.info/2025/05/ban-tin-so-3-ve-khoa-tu-hoc-phat-phap-au-chau-thu-36-tai-neuss-duc-quoc/

∎

THƠ

Trần Đan Hà

THẮP SÁNG NIỀM TIN

Quê nhà nghĩa mẹ tình cha
suối nguồn tưới tẩm cánh hoa đại từ
loài hoa không sắc, hương như
bay theo ngược gió nắng mưa dãi dầu

Thời gian thay đổi biển dâu
nhưng lòng vẫn mãi nhớ câu ân tình
trải dài một kiếp nhân sinh
mơ về thắp ánh bình minh đầu thềm

Ước mai anh sẽ đưa em
về thăm lại chốn êm đềm năm xưa
từ ngày lạc nẻo tình thơ
đâu còn xanh biếc giấc mơ màu trời

Niềm tin sớm sẽ lên ngôi
nguyện rừng thay lá, cát bồi phù sa
đơm nhành bông lúa nở hoa
kết thành chuỗi hạt muôn nhà ấm no

Nặng vai gánh mãi ước mơ
nghe chừng tâm sự bến bờ sông xa
gót mòn chân mỏi mưa sa
dấu chân cô độc bước qua ngậm ngùi

Nguyện lòng gói trọn niềm vui
đem về dỗ giấc ngát mùi hương đêm
nhiều khi muốn thắp niềm tin
sáng lên bóng tối ươm tình tương lai

Ơn đời nặng gánh hai vai
như mưa rơi ướt bên ngoài mái hiên
ước mơ thắp sáng đoàn viên
mai sau tuổi đá xanh miền trần gian!

Diệu Danh tường thuật

GHI LẠI BUỔI LỄ TƯỞNG NIỆM 50 NĂM THA HƯƠNG

Hôm nay thứ bảy, 12.4.2025, thời tiết trở nên ấm áp, khắp nơi hoa hồng, trắng, vàng nở rực thật đẹp, tôi nghĩ có lẽ hôm nay mọi người sẽ về tham dự lễ Tưởng niệm 50 năm tha hương tại hội trường Kultur-& Sporthalle Heldenbergen của thành phố Nidderau rất đông. Đến nơi, nhìn lên sân khấu, chiếc lư hương được đặt trên bàn trải khăn trắng với dòng chữ: TƯỞNG NIỆM CÁC ANH LINH 50 NĂM ĐẤT NƯỚC ĐAU THƯƠNG, mà tôi nghe nghèn nghẹn, hình ảnh ngũ tướng giữ Thành lại hiển hiện trong tôi,

Đúng 6 giờ chiều, chương trình lễ tưởng niệm bắt đầu. Sau phần giới thiệu của Ban Tổ Chức là nhóm *Anh Em Tôi*, gồm các anh chị em yêu chuộng tự do dân chủ. Các anh chị đã tỏ lời cảm ơn chân thành đến sự đóng góp của Cộng Đoàn Công Giáo, Liên đoàn Hướng đạo Hùng Vương và tất cả những anh chị em thiện nguyện đóng góp trong chương trình, cũng như tất cả sự hỗ trợ và khích lệ của mọi người trong cộng đồng.

Mở đầu là lễ chào quốc kỳ. Ca đoàn nữ với áo dài trắng, khăn choàng đen, nam sơ mi trắng, quần đen, lễ tưởng niệm các Anh Linh đã hy sinh cho dân tộc đã làm cho tôi cảm nhận được sự linh thiêng phảng phất. Những hình ảnh từ tháng 3/1975 đã được chiếu lại trên màn hình.

Giọng hát của ca sĩ Nguyên Khang với bài hát „Xin đời một nụ cười":

„Tôi bước đi khi Saigon lên cơn hấp hối...tự do ơi tự do tôi trả bằng nước mắt..." càng làm tăng thêm nỗi ngậm ngùi....

Sau vài bài hát nhớ về Saigon với những nỗi niềm mất mát, những ngậm ngùi, Linh mục Nguyễn văn Khải ra diễn thuyết. Ngài đã nói về thực trạng đời sống xã hội miền Bắc trước và cả sau năm 1975 mà người dân phải chịu đựng,

Từ năm 1954 đến 1994 chìm trong bóng tối ngục tù, cả giai đoạn này là cộng sản cực đoan: Thành thị thì cải tạo tư sản, nông thôn cải cách ruộng đất, biết bao người tài giỏi, có kinh nghiệm, tinh hoa của làng xã, hoặc bị họ cho vào tù hoặc thủ tiêu, con cháu bị đày đọa. Ở phường khóm thì

Hình ảnh: Tạ Công Thành

dân phải nghe loa ra rả tuyên truyền chính sách Đảng từ 5 giờ sáng đến 9 giờ tối muốn điên cả đầu. Ngài diễn tả rất dí dỏm, châm biếm với những bài vè dân gian chế nhạo xã hội chủ nghĩa.

Thí dụ: con người mới của xã hội chủ nghĩa phải: *Chân đi đôi dép lập trường / Đầu đội chủ trương, vai mang chính sách.*

Thực hiện chính sách hợp tác xã nông nghiệp, đi làm tính công điểm, một tháng được 5 ký thóc. Làng quê tự chất đó là một trại tập trung. Linh Mục kể, những ngày còn bé, người dân nông thôn miền Bắc nghèo lắm, nhà không điện nước, chỉ có đèn dầu, không đủ dầu để thắp sáng, gọi là „đèn Hoa Kỳ", khi vào Nam mới biết người trong Nam gọi là đèn… hột vịt! cả hội trường cười ầm về sự dí dỏm của LM (chống Mỹ, nhưng lại thắp đèn Hoa Kỳ!)

LM Khải nhận xét: Ở nước Việt Nam chỗ nào theo cộng sản sớm chỗ đó nghèo sớm, chỗ đó thành nạn nhân sớm của cộng sản.

Đời sống của người dân miền Bắc phải nói là vô cùng bi đát, không có tự do tôn giáo. Linh mục Khải kể lại: „Nhà thờ nơi quê Cha ở có một Cha Xứ thì bị họ bắt đưa vào nhà tù gần làng cách 5 km rồi bị họ đánh chết sau đó mấy ngày; trong 42 năm nhà thờ không có Cha Xứ, và họ đóng cửa nhà thờ, đất chung quanh nhà thờ trở thành đất của hợp tác xã cho các cụ đi trồng cây, nên trong dân gian có đặt vè chế giễu:

Hoan hô các cụ trồng cây
Mười cây chết chín còn cây gật gù
Không nói các cụ bảo ngu
Nói ra các cụ bỏ tù chung thân
Và các cụ đối đáp lại:
Nói ra các cụ bảo ngu
Mười cây chết hết gật gù còn đâu

LM Khải nhắn nhủ: mình là người Việt nhìn về quá khứ phải lấy giá trị của Việt Nam Cộng Hòa làm lý tưởng cho tương lai, dù là người Việt Nam Cộng Hòa hay là Việt Nam Cộng Sản, khi nhìn về quá khứ chúng ta phải nhớ tới các nạn nhân của

Hai diễn giả: Linh mục Nguyễn Văn Khải (phải) đến từ Ý & Nhà văn, nhà thơ Trần Trung Đạo (trái) đến từ Hoa Kỳ.

chế độ cộng sản Bắc cũng như Nam và nhìn vào tương lai mình phải biết cùng chung đóng góp bàn tay, công sức để giúp cho Việt Nam mau có tự do dân chủ thực sự, thì dân tộc mình mới có tương lai.

Sau phần giải lao gần một tiếng đồng hồ, đến phần diễn thuyết của nhà văn, nhà thơ Trần Trung Đạo. Ông đã ngẫu nhiên tiếp nối theo LM Khải đúng khớp ngay ý tưởng mà LM Khải vừa nêu lên trước khi chấm dứt. Đó là yếu tố rất quan trọng trong lịch sử Việt Nam: *Sự hình thành của Tư tưởng Cộng Hòa.*

„Hôm nay cũng là ngày để chúng ta nhớ và nhìn lại cái chặng đường rất dài, mà chúng ta đã đi nửa thế kỷ vừa qua. Nếu Quý Vị sanh ra và lớn lên trước 1975, tôi tin rằng sự kiện ngày 30.4.1975 vẫn còn trong tâm tưởng của quý vị, chúng ta vẫn còn nghe văng vẳng tiếng Việt cộng pháo kích trong thời điểm 28, 29, hình ảnh những chiến xa lăn trên đường phố Saigon ngày 30.4…"

Khi mà chúng ta nói tới VNCH thường là chúng ta chỉ ngắn ngủi nghĩ tới chế độ mà chúng ta đã sống, bởi vì trong đó có một phần đời của mình, nhưng chớ nên quên một điều rằng: sau khi hòa ước 1884 được ký kết, ngay hôm sau đã có tiếng súng đã nổ ra để tranh đấu cho quê hương Việt Nam, bao nhiêu máu xương đã đổ ra từ đó cho đến nay rất là nhiều. Chúng ta đã biết tới những đảng phái yêu nước như VN Quang Phục Hội 1912 - trong cương lĩnh của Hội đã nêu rằng mục đích của Việt Nam Quang Phục Hội là tiếp tục hành trình chống thực dân Pháp và để tiếp theo xây dựng một chế độ Cộng Hòa, rồi sau đó Việt Nam Quốc dân Đảng 1927, cương lĩnh của VNQDĐ cũng ghi rất rõ là xây dựng một chế độ Cộng hòa. Cho thấy: chế độ Cộng Hòa là chế độ của thời đại, và vì đó chúng ta thấy rằng cái hình ảnh nền tảng của Cộng Hòa đã được đầu tư từ những năm rất lâu.

Đến năm 1920 khi Hồ Chí Minh đã mang tư tưởng của cộng sản quốc tế về quê nhà, và đảng Cộng sản đã thắng cuộc, đã thanh toán những đảng còn lại để dựng lên chính quyền Cộng sản tại miền Bắc, những cuộc xung đột giữa các đảng phái đã xảy ra suốt dòng lịch sử của chúng ta, nhưng không bao giờ chúng ta chạy theo cộng sản. Cộng sản đã đánh thắng chúng ta vào ngày 30.4.1975.

Chúng ta hãy nhìn lại một lần trong lịch sử Dân Tộc Việt Nam, và khi nhìn lại, chúng ta hiểu rằng tại sao chúng ta đã không thắng cuộc chiến tranh Việt Nam. Cộng sản thắng chúng ta vì hai điểm: thứ nhất là khủng bố, thứ hai là tuyên truyền, CS không từ bất cứ một phương tiện gì để tiêu diệt đối thủ.

Tất cả những cụm từ chúng ta nghe hôm nay từ họ: „hòa hợp, hòa giải, tương lai", hoặc „Singapore không bằng Việt Nam" v.v., toàn là những khẩu hiệu mỹ từ đầu môi chót lưỡi, nếu mà chúng ta tin vào những điều đó của họ là chúng ta rơi vào cái bẫy của cộng sản. Bao nhiêu thế hệ VN yêu nước trước đây cũng rơi vào cái bẫy yêu nước đó. CS không bao giờ có tình thương đối với dân tộc mình, nếu có họ đã bước xuống từ lâu, cho đến ngày hôm nay họ vẫn giữ khăng khăng cái quyền lực của họ. Đừng bao giờ nghe những lời đường mật nói trên đầu môi chót lưỡi mà tin rằng đó là sự thật, cái quan trọng nhất của đảng cộng sản hôm nay chỉ là cái ghế của họ, cái nồi cơm chén gạo cho họ và bè đảng.

Thứ nhất: Tất cả những ngày hôm nay chúng ta thấy được là tuyên truyền và dối trá, họ đã tuyên truyền và họ đã thành công trong 1945, 1954, 1975. Đừng để cho họ tuyên truyền mà thành công nữa. Ông Võ Văn Kiệt nói một câu làm nhiều người xúc động „có triệu người vui, có triệu người buồn". Trong khi ông làm thủ tướng ông có nói được một câu như vậy để rồi khi bước xuống, câu nói đó có vẻ cũng đã xoa dịu, thu hút cho nhiều người động tâm để nghiêng về phía ông, nhưng đó cũng chỉ là đầu môi chót lưỡi, ta thấy từ khi ông mất cho đến ngày hôm nay mấy chục năm sau Việt Nam có thay đổi gì không? – Không!

Thứ hai: chúng ta đừng cầu mong ai cứu cho dân tộc của mình, không có cường quốc nào cứu dân tộc mình cả, chỉ có dân tộc Việt Nam mới cứu được dân tộc Việt Nam. Chúng ta ngày hôm nay chỉ có một mục tiêu duy nhất thôi: là thay đổi cho được cái chế độ cộng sản tại Việt Nam, muốn làm như vậy chúng ta phải đoàn kết và phải có những phương pháp cụ thể.

Cụ thể là gì? Đưa ra những đề án mà chúng ta có thể làm việc không nhất thiết là phải đội đá vá trời, mỗi người có một khả năng khác nhau. Tôi nói, tôi viết, nhưng ngược lại có những điều quý vị làm được mà tôi lại không làm được, vậy thì chúng ta có thể chia nhau theo khả năng của mỗi người, không bắt buộc ai cũng phải giống ai.

Chế độ cộng sản không sụp đổ bằng bom đạn mà sụp đổ bằng sự bào mòn, chúng ta phải cố gắng hết sức để bào mòn chế độ bằng hình thức này hay hình thức khác tùy theo khả năng khác nhau của mỗi người.

Mục tiêu của chúng ta trong đó là những em bé

mà được sinh ra ngày hôm nay các em sẽ lớn lên trong cái tinh thần Cộng Hòa. không phải đệ nhất, đệ nhị Cộng Hòa mà là **Tinh thần của Thời đại Cộng Hòa.**

Các ca sĩ Nguyên Khang, Thụy Uyển trong buổi hôm nay đã hát rất xuất thần với cả tâm hồn, dù không có dàn nhạc đệm kèm theo mà chỉ đơn giản với 2 nhạc cụ guitar và piano nhưng người đệm đàn rất điêu luyện. Ca sĩ kiêm blogger Anh Chi, đã trình diễn những bài nhạc của nhạc sĩ Phan Văn Hưng thật có hồn.

Nhà thơ, nhà văn Trần Trung Đạo theo lời yêu cầu của ban tổ chức cũng ngâm cho chúng tôi nghe bài thơ „Đổi cả Thiên thu tiếng Mẹ cười", nghe sao mà thấm thía, não nuột, như tiếng lòng gửi cho Mẹ Việt Nam:

…Buổi ấy con đi chẳng hẹn về
Ngựa rừng xưa lạc dấu sơn khê
Mười năm tóc bạc màu tang trắng
Trắng cả lòng con lúc nghĩ về
Mẹ vẫn ngồi đan một nỗi buồn
Bên đời gió tạt với mưa tuôn
Con đi góp lá nghìn phương lại
Đốt lá cho đời ta khói sương…

Buổi lễ được chấm dứt vào lúc 23 giờ, mọi người đều vui vẻ, gần 600 người từ khắp nơi đổ về tham dự, chúng tôi chia tay nhau trong tình thân ái, nghĩa đồng bào, cùng chung một niềm đau của ngày 30.4.1975.

Chân thành cảm ơn ban tổ chức Nhóm Anh Em Tôi đã bỏ tâm huyết để thực hiện một chương trình đầy ý nghĩa để chúng ta cùng nhau nhìn lại chặng đường nửa thế kỷ Việt Nam mà cùng nhau yêu thương hơn gắn bó hơn, xây dựng một cộng đồng vững mạnh hơn, đoàn kết hơn để cùng nhau giải thể chế độ cộng sản, quý hóa lắm thay! ∎

TIN SINH HOẠT CỘNG ĐỒNG

Đại Nguyên thực hiện

*BIỂU TÌNH TƯỞNG NIỆM nhân ngày Quốc Hận lần thứ 50

Frankfurt: Từ 11 giờ thứ bảy 27.04.2025 rất đông đảo đồng hương, đại diện các đoàn thể, đồng hương NVTN khắp nơi đã về tham dự biểu tình trước Tổng Lãnh Sự CSVN trên đường Kennedyallee 49, Frankfurt. Với sự hiện diện của quý vị Đại diện Hội NVTN tại Köln, Hội VHPNVNTD tại Đức, Hội NVTN tại Wiesbaden, Cộng Đồng NVTD tại München, Cộng Đồng NVTNCS tại Odenwald, Tập thể Cựu Chiến Sĩ VNCH tại Đức, đại gia đình Vovinam-Việt Võ Đạo tại Đức, Đại diện Đảng Dân Tộc tại Đức, Đại Diện Việt Nam Quốc Dân Đảng tại Đức, Đại diện đảng Việt Tân tại Frankfurt và Đức, Đại diện hội Chuyên gia Việt Nam, Hội viên hội NVTN tại Frankfurt và quý Đồng Hương NVTN đến từ Hanau, Mannheim, Giessen, Marburg, Koblenz, Bonn, Rheinland Pfalz, Krefeld, Stuttgart, München, Baden-Württemberg …

Sau phần nghi thức chào cờ mặc niệm và lời chào mừng khai mạc của Đại diện Hội đoàn địa phương tại Frankfurt và các nơi khác. Sau những bài phát biểu, là những thông cáo báo chí bằng Đức ngữ và những bản nhạc đấu tranh, những tiếng hô hào „Menschenrechte für Việt Nam", "Freiheit für Việt Nam"… được cất lên vang dội sang cái cơ sở của CSVN bên kia đường. Cờ vàng tung bay rực rỡ dưới nắng đẹp mùa xuân.

Cuộc biểu tình kéo dài đến 14:30 mọi người đến hội trường tại nhà thờ Katholische Gemeinde St. Lioba (Ben-Gurion-Ring 16A Frankfurt am Main), để dùng buổi cơm chiều và trao đổi tâm tình đến 18:30 giờ bế mạc.

*Berlin: LỄ TƯỞNG NIỆM 50 NĂM QUỐC HẬN 30.04.1975 - 30.04.2025: Như số báo trước đã thông báo, Liên Hội Người Việt Tỵ Nạn tại CHLB Đức cùng cộng tác với tổ chức ACAT-Action by Christians for the Abolition of Torture =Tổ Chức Kitô Giáo Chống Tra Tấn, đã tổ chức buổi lễ Tưởng Niệm Quốc Hận lần thứ 50 tại Berlin vào ngày thứ bảy 26.4.2025. Đại diện các Hội Đoàn và Tổ Chức tham dự khá đông đảo gồm Vietnam-Haus Berlin, Hội NVTN Hamburg, Hội NVTN Bremen, Hội

NVTN Krefeld, Hội NVTN Mönchengladbach, Hội NVTN Mannheim, Hội NVTN Nürnberg, Hội Tình Nghệ Sĩ, Hội Văn Vũ Điểm Sáng, Hội NV Miền Trung Tỵ Nạn Cộng Sản, Hội NVTN Dortmund, Hội Bảo Tồn Văn Hóa Việt tại Đức, Tổ Chức Sinh Hoạt NVTN tại Đức, Nhóm Anh Em Tôi, Đảng Việt Tân, Hội Anh Em Dân Chủ và rất nhiều thân hữu đến từ Frankfurt, München, Augsburg, Essen, Berlin... kể cả nhiều khuôn mặt trẻ từ VN mới sang. Sau hơn 1 tiếng đồng hồ biểu tình trước Sứ quán Cộng sản Việt Nam, đoàn đã tuần hành di chuyển sang Brandenburger Tor. Tại Quảng Trường to rộng ở trung tâm thủ đô nước Đức này, nghi thức chào cờ và mặc niệm lại được diễn ra trang trọng, sau đó là những phát biểu của các đại diện Hội đoàn. Bà Chủ Tịch Liên Hội, Bác sĩ Hoàng Thị Mỹ Lâm phát biểu bằng tiếng Đức, bà so sánh sự khác biệt giữa hai sự kiện thống nhất đất nước của nước Đức và của VN: Ở Đức, thống nhất nước Đức xuất phát từ lòng dân chống lại độc tài áp bức của đảng Cộng Sản Đức nên ngày thống nhất được xem như ngày hội của toàn dân; ngược lại ngày nước Việt Nam thống nhất là ngày toàn miền Nam bị nhuộm đỏ, kèm theo sự trả thù vô tiền khoáng hậu giáng lên đầu người dân miền Nam; nên ngày Việt Nam thống nhất chính là ngày Quốc Tang, Quốc Hận cho dân chúng miền Nam VN. Tiếp theo là những phát biểu của các đại diện khác, không chỉ của người Việt mà của những quốc gia khác. Cuối cùng đoàn người di chuyển về hội trường Georgensaal để tiếp tục Phần Cầu nguyện Hòa bình cho Việt Nam... theo nghi thức Phật Giáo và Công Giáo. Đặc biệt là sự chia sẻ kinh nghiệm đấu tranh của Luật Sư Nguyễn Văn Đài và các nhân vật tham dự. Chương trình được kết thúc bằng phần văn nghệ đấu tranh đặc sắc do Thụy Uyển, Cao Thìn và Vĩnh Điệp đảm trách với sự cộng tác của các anh chị em nghệ sĩ nghiệp dư khác.

Xin mời xem thêm buổi lễ qua Youtube sau:
https://www.youtube.com/watch?v=IS108BrLJiY

*CỘNG ĐỒNG VIỆT NAM TỰ DO tại BỈ

Thứ tư 30/4/2025 từ 14:00 đến 16:00, hàng trăm Người Việt Tỵ Nạn tại Bỉ, tập trung biểu tình chống Cộng trước Tòa Đại Sứ CSVN ở Bld Général Jacques, 1050 BRUXELLES.

Nhìn lại 50 năm trôi qua ĐCSVN đã không xây dựng đất nước, chăm lo đời sống sức khỏe cho nhân dân. Họ chỉ biết tranh giành quyền lực, cấu kết với ngoại bang và tài phiệt để làm giàu trên xương máu của gần 100 triệu đồng bào của chúng ta. Tại hải ngoại, CĐVN tỵ nạn của chúng ta đã hội nhập vào cuộc sống với nhiều thành công trên mọi lĩnh vực, con cháu chúng ta đã trưởng thành và hấp thụ được những điều hay, ý tốt với nhiều bằng cấp, vẻ vang cho dân Việt nhưng không bao giờ quên 30/04/1975 ngày CS chiếm miền Nam…

*CỘNG ĐỒNG VIỆT NAM TỰ DO tại PHÁP

Vào ngày thứ tư 30.04.2025 tại **Place de l'Alma Paris,** người Việt tại Pháp đã tập trung biểu tình Tưởng Niệm 50 Năm biến cố 30/4, tranh đấu cho tự do của quê hương Việt Nam thân yêu, do Nhóm Tinh Thần Việt Nam Cộng Hòa tại Paris và 14 Hội Đoàn đứng ra tổ chức và 6 Hội Đoàn Yểm Trợ. Kính mời xem thêm Youtube của Đài Truyền hình SBTN Paris để biết thêm chi tiết *(Tin từ Khánh Anh Ivry Pháp):* https://youtu.be/5_y94jome2k?si=j-7omsGj661LWiax

*CANADA

Sinh Hoạt 50 năm Quốc Hận tại Toronto & Ottawa - Canada

- Lễ Thượng Kỳ và Tưởng Niệm 50 năm quốc hận 30.4 tại Toronto ngày thứ bảy 26/04/2025.
- Lễ Chào Cờ và Tưởng Niệm 50 năm quốc hận 30.4 tại Ottawa ngày thứ tư 30/04/2025.

*HOA KỲ

Những thành phố lớn ở các tiểu bang từ California - Sans Jose - Washington DC. - Houston TX… đều tổ chức biểu tình rầm rộ hàng ngàn người tham dự, tưởng niệm ngày 30.4.1975 đến nay là 50 năm…

Garden Grove (CA) Thứ Sáu 25-4-2025, Biệt Đội Văn Nghệ Quân lực VNCH, tại Thư viện Việt Nam đã tổ chức lễ tưởng niệm 50 năm quốc hận 30/4/1975 - 30/4/2025 tham dự buổi lễ rất đông các niên trưởng, các chiến hữu thuộc các quân binh chủng QLVNCH, một số đại diện các Hội đoàn, Đoàn thể, quý cơ quan truyền thông và đồng hương thân hữu.

Mở đầu buổi lễ với nghi thức chào quốc kỳ Việt Nam Cộng Hòa, Hoa Kỳ, phút mặc niệm tưởng nhớ đến Tổ tiên có công dụng nước, Chiến sĩ Quân lực VNCH đã hy sinh bảo vệ cho miền Nam tự do. Sau phần nghi thức Ban hợp ca hát bản "Triệu Con Tim".

*VIRGINIA Nghị Quyết của Fairfax County, Virginia:

Tưởng Niệm 30-4-2025, 50 Năm Ngày Sài Gòn

Thất Thủ và Vinh Danh Cộng Đồng Người Việt Tỵ Nạn Cộng Sản. Trong phiên họp ngày 22 tháng 4 năm 2025, Board of Supervisors, County Fairfax Virginia đã công bố Nghị Quyết Tưởng niệm ngày 30/4/2025 đánh dấu 50 năm SAIGON bị thất thủ. Fairfax County Board of Supervisors trong phiên họp ngày 22/4/2025 Ông Jeffrey C. McKay, Chủ Tịch Hội Đồng Quản Trị Quận Fairfax, sau khi tuyên đọc Nghị Quyết, đã ghi nhận những nỗ lực vượt mức của cộng đồng người Việt Tỵ Nạn cộng sản sau 30-4-1975 trong việc tạo dựng lại đời sống mới, cũng như sự đóng góp tốt đẹp của cộng đồng người Việt tại Faifax County, 30-4-1975 trong việc tạo dựng lại đời sống mới, cũng như sự đóng góp tốt đẹp của cộng đồng người Việt tại Faifax County, Virginia.

Sau đó, toàn bộ nhóm người Việt tham dự đã được mời chụp hình kỷ niệm chung với Fairfax County Board of Supervisors. Khi ra về, cô Natalie Nguyen-Woodruff, Phụ Tá Chánh Văn Phòng Chủ Tịch Jeffrey C. McKay (Deputy Chief of Staff) đã đứng tiễn khách ở cửa, trao tay mỗi người Việt tham dự một bản sao Nghị Quyết Tưởng Niệm 30-4. Cô nói, "Chủ Tịch McKay tặng các bác, các cô các chú bản sao Nghị Quyết làm kỷ niệm".

*NA UY Tưởng Niệm Tháng Tư Đen

Cộng Đồng Người Việt Tỵ Nạn CS Na Uy tập họp rất đông Đồng hương là cựu Thuyền nhân được tàu Nauy vớt trên biển Đông cho định cư tại quốc gia nầy. Không bao giờ quên ngày 30.4.1975 đến nay là 50 năm mất miền Nam! Ngày 30.4.2025 Biểu tình trước *Tượng đài Hoa Biển,* hát Quốc ca Việt Nam và Na Uy. Ba vị bô lão áo dài khăn đóng, đại diện Cộng Đồng thắp bái lạy với giây phút mặc niệm tưởng nhớ Tiền nhân các anh hùng vị quốc vong thân chiến đấu bảo vệ Tự Do cho miền Nam… hàng vạn đồng hương kém may mắn trên đường vượt thoát tìm tự do không đến được bến bờ. Bà Thị trưởng lên phát biểu ý kiến ủng hộ cuộc biểu tình chính nghĩa của người Việt Nam… Mọi người đặt những cánh bông lên nền đá trước tượng đài tưởng niệm ngày 30.4. Kết thúc cuộc biểu tình người tham dự cùng hát nhạc phẩm „Việt Nam Đất Nước Tôi Ơi" và về Hội trường sinh hoạt hội luận. Được biết cũng có một số Hội đoàn biểu tình cùng ngày trước Đại sứ quán CSVN tại Na Uy. Xin xem thêm:

https://www.youtube.com/watch?v=5AaZ7D9S2xs&t=791s

hộp thư Viên Giác

Trong thời gian qua VIÊN GIÁC đã nhận được những thư từ, tin tức, tài liệu, bài vở, kinh sách, báo chí của các Tổ Chức, Hội Đoàn, Tôn Giáo và các Văn Thi Hữu khắp các nơi gửi đến.

* THƯ TÍN

- **Đức:** HT Thích Như Điển, Nguyên Đạo, Đại Nguyên, Thi Thi Hồng Ngọc, Tịnh Ý, Nguyên Hạnh HTD, Nguyễn Chí Trung, Đan Hà, Thu Chi Lệ, Thiện Mỹ (GĐPT), Nguyễn Minh Hoàng, Nguyễn Song Anh, Ngô Văn Phát, Diệu Danh, Đỗ Trường, Hoằng Tùng.

- **Pháp:** Hoang Phong, Chúc Thanh.
- **Bỉ:** Nguyên Trí Hồ Thanh Trước.
- **Hòa Lan:** Ngô Thụy Chương.
- **Thụy Sĩ:** Nhật Hưng, Song Thư, Lưu An.
- **Áo:** Nguyễn Sĩ Long.
- **Ý:** Trương Văn Dân, Huỳnh Ngọc Nga.
- **Hoa Kỳ:** Tuệ Nga, Lâm Minh Anh, Cát Đơn Sa, Thu Hoài, Tôn Nữ Mỹ Hạnh, Steven N., Thiện Vũ.
- **Úc Châu:** Quảng Trực Trần Viết Dung.
- **Việt Nam:** Bs. Đỗ Hồng Ngọc, Nguyên Cẩn, Nguyễn An Bình, Tịnh Bình, Lê Hứa Huyền Trân.

* THƯ & SÁCH BÁO

- **Đức:** Buddhismus aktuell 2/2025. Đỗ Văn Thông-tự truyện. In love and Trust Letter from Zen Master Thích Nhất Hạnh. Peaceful Action Open Heart Thích Nhất Hạnh. EIAB Magazin.
- **Pháp:** Bản tin Khánh Anh số 144.
- **Taiwan:** Hai Ch'ao Yin Bi– monthly Volume 106/4.2025.
- **Korea:** Buddhism and Culture Vol 1-2025.
- **Sri-Lanka:** Beginnings collected Essays.

TRANG Y HỌC & ĐỜI SỐNG

Bác Sĩ Trương Ngọc Thanh & Dược sĩ Trương Thị Mỹ Hà phụ trách

Các Infografik về Y khoa thường thức của nhóm Bác sĩ CN St (Đức)

THÔNG BÁO MỚI VỀ VIỆC HỦY BỎ CUỘC TRIỂN LÃM TRANH CỦA HAI HỌA SĨ ViVi & CÁT ĐƠN SA

Do lý do sức khỏe cùng một số yếu tố khách quan khác, cuộc triển lãm tranh của hai họa sĩ **ViVi Võ Hùng Kiệt** và **Cát Đơn Sa** dự kiến tổ chức tại **Hannover (Đức)** và **Paris (Pháp)** vào tháng 9 năm nay sẽ không thể diễn ra như kế hoạch. Thay mặt hai họa sĩ, **Tạp chí Viên Giác** chân thành cảm ơn quý độc giả, quý thân hữu gần xa đã dành nhiều ưu ái, đặc biệt là những vị từng yêu mến tranh ViVi từ thời báo **Tuổi Hoa**, **Thiếu Nhi**, v.v...

Rất mong cuộc triển lãm sẽ có thể được tổ chức vào một dịp thuận tiện hơn trong tương lai. Chúng tôi sẽ cập nhật thông tin mới ngay khi có tin tức cụ thể.

Ban Biên Tập Tạp chí Viên Giác

CÙNG ĐỌC & GIỚI THIỆU RỘNG RÃI ĐỂ DUY TRÌ TỜ BÁO GIẤY PHẬT GIÁO LÂU ĐỜI NHẤT, DUY NHẤT CÒN LẠI Ở ÂU CHÂU

Bước vào năm 2025, Báo Viên Giác tròn 46 năm hoạt động.

Dù đối mặt với xu hướng báo điện tử và lượng độc giả giảm, chúng tôi vẫn kiên trì tiếp tục ấn hành với tâm nguyện phụng sự Đạo pháp và Dân tộc.

Từ 12/2023, Báo đã đổi mới hình thức, nội dung, trẻ trung hơn và thêm các trang tiếng Đức về Đạo Phật & Tuổi trẻ – hướng tới mọi gia đình, mọi lứa tuổi.

Kính mong quý đồng hương, Phật tử tiếp tục ủng hộ bằng cách:

* Đọc, đặt báo dài hạn và giới thiệu Báo Viên Giác đến thân hữu.

* Tặng 1 năm (6 số) Báo Viên Giác cho người thân: Tại Đức: 20,- €/năm (gồm ấn phí & bưu phí). Ngoài Đức: 30,- € (gửi bằng đường thủy).

* Cách gửi tặng/đặt báo: Gửi thư, email về Chùa Viên Giác; hoặc chuyển khoản theo thông tin ở trang đầu Báo. Xin ghi rõ: Họ tên, địa chỉ, email/số điện thoại người nhận + kèm tiền ủng hộ. Xin chân thành cảm ơn quý vị. *Ban Biên Tập & Tòa soạn Báo Viên Giác*

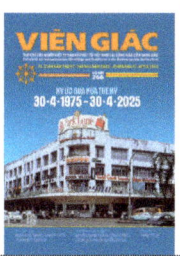 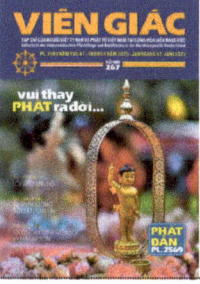 

phương danh cúng dường

(Tính đến ngày 30.04.2025)

Trong thời gian gần đây, Chùa Viên Giác có nhận được tiền của quý Đạo Hữu gửi bằng cách chuyển qua Ngân Hàng hay bằng Bưu Phiếu, nhưng không ghi rõ mục đích. Thí dụ như Cúng Dường, Tu Bổ Chùa, Ấn Tống Kinh, Pháp Bảo v.v... Ngoài ra có Đạo Hữu nhờ người khác đứng tên chuyển tiền nhưng không rõ chuyển tiền giùm cho ai để Cúng Dường hoặc thanh toán vấn đề gì. Do đó khi nhận được tiền, Chùa không thể nào ghi vào sổ sách được. Để tránh những trở ngại nêu trên, kính xin quý Đạo Hữu khi chuyển tiền hoặc gửi tiền về Chùa nhớ ghi rõ Họ & Tên, địa chỉ đầy đủ và mục đích để Chùa tiện ghi vào sổ sách.

Chùa có số Konto mới và Tu Viện Viên Đức cũng đã có số Konto (xin xem phía sau). Ngoài ra khi quý vị xem Phương Danh Cúng Dường xin đọc phần trên cùng là tính đến ngày?... tháng?.... để biết rằng tiền đã chuyển đi ngày nào và tại sao chưa có tên trong danh sách. Danh sách PDCD của quý Đạo Hữu & Phật Tử, chúng tôi xin phép chỉ đánh máy một lần chữ **ĐH** (Đạo Hữu) ở bên trên. Kính xin quý vị thông cảm cho. Thành thật cám ơn quý Đạo Hữu.

TAM BẢO

ĐH. Ẩn danh 10€. Ẩn danh (người Hoa) 20€. Bảy Yến 10€. Bùi Văn Song 100€. Cao Phan Dũng 40€. Cháu Lợi 50€. Chi Thanh Leuchtweis (Tübingen) 200€. Chị Vân 200€. Christian Phạm 30€. Đạo tràng Thọ Bát Quan Trai 100€. Diệu Hạnh Nguyễn Thị Ngọc Nga 10€. Diệu Ngọc Nguyễn Thị Thu 20€. Đinh Thị Mỹ Linh 5€. Đỗ Đình Bình (Thầy Hạnh Định) 1.686,54€. Đỗ Văn Nhiên 100€. Doãn Thị Cúc & Trần Thị Huệ 50€. Đồng Bảo Dương Huỳnh Anh 50€. Đồng Bảo Hàng Nhiet Quốc 20€. Đồng Hạnh Trần Tường Phương 20€. Đồng Hoa Nguyễn Thị Thu Nguyệt 20€. Đồng Hương Nguyễn Thị Thanh Phương 100€. Đồng Lạc & Đồng Nhan 20€. Đồng Thảo Phạm Thị Thu Hiển 30€. Đồng Yến Trần Thúy Hằng 100€. Eisenbrand Thị Ngọc Đức 200€. Gđ. Đh. Thiện Học & Thiện Thảo 100€. Gđ. Nguyễn Danh Thắng 100€. Gđ. Pt Ngọc Cẩn Trần Thị Lan 50€ HHHL cho Dì Đỗ Thị Miểu Pd Diệu Huyền. Gđ. Pt Nguyễn Ngọc Châu 40€. Gđ. Thiện Học 100€. Gđ. Vạn Phụng Đinh Thị Loan, Vạn Thiện Nguyễn Lâm Sơn Tùng và Vạn Thành Lâm Đức Đạt 100€. Gđ.Pt Thiện Lộc Đặng Lâm Quang & Ngọc Cẩn Trần Thị Lan 50€. Huệ Hòa Ngô Thị Tân & Gđ. Lưu Bách Hùng 50€. Jan Phillip Nguyen (Nguyễn Thế Cương) 10€. Johannes Zuidema 50€. Johannes Zuidema 50€. Kim L. Blumenthal 30€. Lê Nguyên Hồng & Hoàng Thị Hán 30€. Lê Thị Huỳnh Hoa (Sarrburg) 500€ HHHL KTS Trần Phong Lưu Pd Từ Hùng. Lê Thị Ngọc 10€. Lê Thị Thanh Hiển 10€. Lê Thúy Mai 100€. Lê Văn Dũng 50€. Lê Văn Hiếu 20€. Liêu Thị Lộc 30€. Lương Lệ Bình Sarah 20€. Lương Thị Ngọc Yến 30€ HHHL Trần Thị Thu Dung - Mất ngày 13.04.2025. Hưởng thọ 73 tuổi. Lý Khánh Minh (Thầy Hạnh Bổn) 1.124,28€. Mr. Lam Ngoc Dang 112,85€. Ngọc Tuyền Trần Thị Ngọc Thúy 10€. Nguyễn Anh Tùng 10€. Nguyễn Đình Minh 20€. Nguyễn Quang Chánh 50€. Nguyễn Thị Cẩm Anh 20€. Nguyễn Thị Hồng Anh 500€. Nguyễn Thị Mai Phương 10€. Nguyễn Thị Ngọc Sương 10€. Nguyễn Thị Nhài 50€. Nguyễn Thị Tuyết Nhung 10€. Nguyễn Thúy Hằng 10€. Nguyễn Văn Chương & Jona 10€. Phạm Thị Hà 40€. Phùng Thị Hằng & Vũ Duy Quang 20€. Pt. Đỗ Thị Thu Trà 20€. Pt.

Quảng Thiện Nguyễn Trọng Bình 40€. Quý Phật Tử thọ Bát Quan Trai 105€. Sim Ken Giang 5€. Sima Burgai Khali 20€. Son Nguyen 1.687,54€. Thiện Đẳng Trần Trí Bình 30€. Thiện Học Trương Bích Hậu 50€. Thiện Hưng Phùng Thu Hằng 20€. Thọ Tâm Nguyễn Thị Minh Thanh 100€. Thoại-Đào Trang 108€ HH. Gđ. Trang, Tong, Dong San. Thoại-Đào Trang 108€ Sinh nhật Xuân Văn-Trang Pd Đồng Huệ. Trần Anh Tuấn 10€. Trương Nguyệt Thuyên 60€. Trương Xuân Hoa 30€. Vũ Mạnh Trụ 20€. Vũ Thị Hồng Mai 25€. Vũ Trọng Anh (Thầy Hạnh Lý) 1.130€. Vũ-Bùi Mai Trâm Pd Diệu Mai 50€. Trần Văn Tiến & Trần Thị Ngọc Lan (Aachen) 50€. Nguyễn Mạnh Nhật (Bad Hönningen) 50€. Diệu Bảo Nguyễn Lyli Ngọc Mai (Berlin) 100€ + 7 ngọn nến Sinh nhật 17/4/25. Thiện Hải 400€ Sinh nhật 20.04.25. Đỗ Trung (Biberach) 100€. Nguyễn Thị Thu Thanh, Phan-Nguyễn, Phan Đăng Nguyễn & Nguyễn Thị Xuân Thương (Braunschweig) 10€. Manuela Horn (Chemnitz) 50€ + 8 nến Sinh nhật 15.4.25. Đỗ Bá Sự (Dresden) 20€. Vương Tú Quyên (Emden) 50€. Fam. Vũ Nguyễn (Erlangen) 20€. Đỗ Việt Hùng (Essen) 50€. Thiện Ngọc Phạm Thị Mỹ (France) 10€. Thi Nhật Thảo, Lê-Lai (Frankfurt/M) 30€. Hermann-Châu Phạm Thị (Gerdorf Niederebörde) 50€. Nguyễn Chung Toàn (Göttingen) 20€. Trần Minh Hơn 30€. Trần Thị Nhung & Nguyễn Tiến Linh và Nguyễn Tiến Minh, Nguyễn Tuấn Anh 50€. Trần Thị Yến & Nguyễn Thành Tín và Nguyễn Hải Đăng 100€. Nguyễn Văn Phúc (Hà Nội/Việt Nam) 20€. Bùi Thu Dung (Hannover) 20€ HHHL Nguyễn Đức Quý - Sinh 03.02.1936 Mất 06.02.2025 nhằm ngày mồng 9 tháng Giêng năm Ất Tỵ. Gđ. Phương Nam 20€. Gđ. Pt Ngọc Cẩn Trần Thị Lan 50€ HH Cha Trần Đức Ngạn Pd Nhuận Bình và Mẹ Đỗ Thị Mận Pd Tịnh Sang. Gđ. Pt Ngọc Cẩn Trần Thị Lan 50€ HH cho Dì Đỗ Thị Miểu - đang lâm bệnh. Minh Thảo Hà Phước 50€. Pt. Trần Hoàng Việt 20€. Bangon Hakelberg & Anne Hakelberg và Leon Hakelberg (Hannover & Wedemark) 200€. Nguyễn Thanh Thúy (Heustedt-Uleburg) 100€. Đinh Hùng Minh (Hildesheim) 30€. Trần Kim Ngân 20€. HH cầu an cho Gđ. Nguyễn Ngọc Châu (Ibbenbüren) 30€. Nguyễn Duy Phúc & Trần Thị Hồng (Kamplinfort) 100€. Vũ Thị Kim Nhiên (Kitzuyen) 20€. Nguyễn Ngọc Toàn (Laatzen) 20€. Huỳnh Thị Thủy (Landshut) 40€. Gđ. Phạm Văn Hải & Đồng Hoa Nguyễn Thị Thu Hương (Lehrte) 50€. Nguyễn Thị Thu 20€. Nguyễn Danh Hội (Mannheim) 150€. Đào Diệu Linh (Neuss) 20€. Trần-Nguyễn Hồng Gấm (Nghệ An/Việt Nam) 30€. Lee Lục Nhan Khanh (Nienburg) 20€. Bùi Thị Thu Lan (Nürnberg) 50€. Bùi Thị Thu Lan 50€ HHHL Mẹ Nguyễn Thị Phụng Pd Đồng Phước. Gđ. Pt Thiện Thanh Trần Minh Hùng 20€. Sầm Chí Vinh & Nguyễn-Sầm Diễm Trang (Oberhausen) 50€. Trần Thị Ba (Pforzheim) 20€. Bạch Hồng Dinter (Recker) 100€. Nguyễn Thị Liên (Recklinghausen) 50€. Nguyễn Thị Thu (Rödermark) 100€. Chi Hội Phật Tử Saarland (Saarland) 50€. Trần Bảo Toàn (Schweiz) 10.000€ HHHL Pt. Đức Trí Trần Hữu Lễ. Gđ. Ngạc Văn Tú (Ukraina) 20€ HHHL Bố Ngạc Văn Dư. Dr. Đặng Ngọc Lưu (Waghausen) 200€ HHHL Ông Nguyễn Văn Diệp. Bành Tâm Sơn (Wiesbaden) 10€. Nail Hollywood (Wolfsburg) 20€.

* HHHL Diệu Huyền Đỗ Thị Miên 50€. Ân Hạnh (Berlin) 50€. Khóa Giáo Lý GĐPT Đức Quốc kỳ 29 (Hannover) 300€. Thiện Hương Huỳnh Hoa (Saarburg) 200€. Alex Nguyễn và quý Phật Tử tại Jacksonville (USA) 4.284€. Tu Viện Tây Phương và quý Phật Tử VN tại Minneapolis (USA) 5.752€. Thiện Vũ & Thiện Niệm (Jacksonville/ USA) 885€. Cô Châu Ngọc („) 885€. Trần Văn Mỹ (Virigia) 45€. I'm for World Peace & Sư Cô TN Hạnh Trì (Fremont/USA) 1.945€. Hiền T. Vương (Santa Ana/USA) 2.478€. Hiền T. Vương và quý Phật Tử VN tại California (USA) 3.450€. Quý Phật Tử tại Nam Bắc California (USA) 7.965€. Quý Phật Tử tại Oklahoma (USA) 2.655€.

Quý ĐH & PT cúng dường thực phẩm:

PHÂN ƯU

Cõi tây phương an vui giải thoát,
Kiếp phù sinh chuyển hóa luân hồi

Được tin bạn

TRẦN VĂN CHUYÊN
Sinh ngày 27 tháng 08 năm 1964
tại Tân An, Long An, Việt Nam

đã từ trần lúc 20 giờ 20 phút ngày 07 tháng 05 năm 2025 (nhằm ngày 10 tháng 04 năm Ất Tỵ) tại Ấp 1, xã Quê Mỹ Thạnh, huyện Tân Trụ, tỉnh Long An. Hưởng thọ 61 tuổi - là một người Bạn chúng tôi rất trân quí.

Sự ra đi của Bạn để lại cho chúng tôi một niềm thương tiếc sâu xa. Xin thành kính chia buồn với gia đình cùng toàn thể tang quyến.

Thành tâm nguyện cầu Đức Chí Tôn và các Đấng Thiêng Liêng thùy từ gia hộ hương linh của Bạn sớm vãng sanh về cõi vĩnh hằng.

Các gia đình chúng tôi:

Đạt+Tuyền (Bremerhaven) ♦ Định+Phượng (Bremen) ♦ Đường + Kim (Bremen) ♦ Dieter+Phượng (Bremerhaven) ♦ Giầu+Tâm (Bremerhaven) ♦ Hải+Oanh (Bremerhaven) ♦ Hùng+Hoa (Bremen) ♦ Kiên+Lan (Bremen) ♦ Liêm+Phấn (Osterholz Scharmbeck) ♦ Ngọc+Linh (Bremen) ♦ Nguyễn Văn Toàn (Bremen) ♦ Sơn+Chiến (Norden) ♦ Tâm+Hiếu (Breisach) ♦ Thanh Mỹ (Việt Nam) ♦ Thanh Thủy (Việt Nam) ♦ Tín+Hằng (Bremen) ♦ Ton Ton (Bremen) ♦ Trung+Hà (Bremen) ♦ Út+Hằng (Bremen) ♦ Việt+Trang (Bremerhaven) ♦ Xuyên+Bình (Lüneburg)

ĐỒNG THÀNH KÍNH PHÂN ƯU

Ẩn danh 100 kg bột mì & 100 lít dầu ăn. Nguyễn Văn Lâm (Delmenhorst) 1 thùng mì & 1 thùng dầu ăn. Nguyễn Thanh Hiền (HH) 6 bao gạo. Chị Vân 6 bao gạo. Bangon Hakelberg, Anne Hakelberg & Leon Hakelberg 4 bao gạo.

* Báo Viên Giác

Lâm Minh Anh & Thi Thi Hồng Ngọc 150€. Thái Thị Thu & Lương Ngọc Bảnh (Hameln) 50€. Nguyễn Đình Chương & Nguyễn Thị Dung 20€. Trần Văn Tiến & Trần Thị Ngọc Lan (Aachen) 50€. Lê Minh Cang (Bad Laer) 25€. Nguyễn Long Thanh (Bad Schönborn (L)) 40€. An Thị Cẩm Lai (Berlin) 50€. Hoàng Thị Ngọc Bích (Dillingen) 25€. Nguyễn Thị Thuận (Dissen) 100€. Nguyễn Phấn Chấn (Dortmund) 50€. Đào Sari (Duisburg) 20€. Lương Hiền Sơn 20€. Nguyễn Anh Tuấn (Fam. Nguyễn & Vũ) (Erlangen) 50€. Dương Văn Phương (Essen) 20€. Dương & Phan (Filderstadt) 20€. Mme Lê Anh Nguyên (France) 100€. Thiện Ngọc Phạm Thị Mỹ 40€. Lê Trung Trực (Frankfurt) 50€. Phan Ngọc Đức 20€. Nguyễn Thị Thu Thủy (Fürstenfeldbruck) 20€. Đoàn Thị Thu Hạnh (Gifhorn) 50€. Huỳnh Khương Ninh (Hamburg) 30€. Van Han Tài 30€. Bảo Phương Strauß (Hannover) 50€. Trần Thế Hùng (Helstedt-Ulzburg) 50€. Đinh Văn Vinh (Kaiserlautern) 30€. Huỳnh Thị Thủy (Landshut) 60€. Trần Ngọc Sơn (Lemgo) 20€. Fam. Nguyễn (Nguyễn Phương) (Mönchengladbach) 20€. Lê Thị Hồng Diệp (München) 30€. Nguyễn Văn Vũ & Nguyễn Thị Thu Trinh 100€. Phạm Thị Tuyết Hạnh (Münster) 30€. Lê Hoàng Anh (Neuss) 20€. Bùi Văn Tân (Nürnberg) 20€. Sầm Chí Vinh & Nguyễn-Sầm Diễm Trang (Oberhausen) 50€. Lương Văn Xinh (Pforzheim) 50€. Thái Thanh Thu (Vivivan Thai) 100€. Quách Văn Thiên (Rastatt) 20€. Nguyễn Thị Liên (Recklinghausen) 50€. Trương Khánh Tuyết (Rheinberg) 20€. Vũ Thị Tuyết Mai Pd Diệu Hạnh (Rodgau) 50€. Lê Thị Huỳnh Hoa (Saarburg) 100€ HHHL Từ Hùng Trần Phong Lưu. Lương Hiền Nhơn (Schweiz) 30€. Nguyễn Sanh Sử 50€. Lâm Thị Yến Nga (Seelze) 20€. Dương Thị Thu Thảo (Stuttgart) 50€. Nguyễn Nhân Lộc (USA/Houston.TX) 55€. Hồ Văn Lực (Vilshofen) 20€. Vương Tài Hưng (Weil am Rhein) 20€. Mỹ Ngọc (Diệu Châu & Minh Lý) (USA) 177€.

* TƯỢNG PHẬT

-*Tượng Quan Âm*: Lý Trung Hà (Osnabrück) 90€

-*Thiên Thủ Thiên Nhãn*: Thiện Hà Đặng Thị Hằng Teickner (Langenhagen) 90€.

* Phật Đản: Huỳnh Thị Mỹ Hạnh 50€. Helene Antony Do (Düsseldorf) 50€. Trương Văn Ky (Villingen) 50€.

* Vu Lan: Trương Văn Ky (Villingen) 50€.

* Trai Tăng: Helene Antony Do (Düsseldorf) 100€.

* Sửa chùa: Nhựt Hòa Võ Văn Thắng (France) 120€ (Định kỳ trọn năm).

* Khóa Tu Học Phật Pháp Âu Châu kỳ thứ 36 tại Neuss

Ngọc Tâm Tạ Thị Hương & Ngọc Cẩm Lê Văn Huỳnh 50€. Đồng Thuận Thanh Tuyền Leupold 50€. Gđ. Pt Cao Văn Dũng & Nguyễn Thị Thư 50€. Gđ. Pt Diệu Cần Nguyễn Thị Tiến 50€. Gđ. Pt Diệu Ngọc Nguyễn Thị Thu & Tứ và Phương 50€. Gđ. Pt Đoàn Thị Ngọc Lan & Võ Thành Hiệp và Võ Cát Tường 50€. Gđ. Pt Đồng Độ Nguyễn Thị Minh Sáu & Đồng Nhã Dương Trần Thanh 100€. Gđ. Pt Đồng Hạnh Bùi Thị Thu Dung 50€. Gđ. Pt Đồng Hạnh Lê Thị Kim Dung 50€. Gđ. Pt Đồng Hạnh Lữ Mỹ Phương 50€. Gđ. Pt Đồng Ngọc Nguyễn Thái Chinh 100€. Gđ. Pt Đồng Nhã Tâm Đồng Viên, Đồng Nghĩa & Đồng Huệ 50€. Gđ. Pt Đồng Vân Nguyễn Thúy Nga 50€. Gđ. Pt Đồng Vinh Đinh Thị Ngọc Diệp 50€. Gđ. Pt Đồng Vượng Tô Văn Thìn & Đồng Hạnh Tô Thanh Tịnh 50€. Gđ. Pt Giác Sinh Phạm Huỳnh Ái Nhân 50€. Gđ. Pt Hạnh Hải & Liễu Đạt 50€. Gđ. Pt Hội Thanh An 50€. Gđ. Pt Lê Thị Thanh Hiền 50€. Gđ. Pt Minh Đức Huỳnh Văn Thương & Diệu Trí Huỳnh Thị Ngọc Hà và Diệu Phượng Huỳnh Thị Ngọc Châu, Thiện An Diệp Hoài Xương, Diệu Quang Lục Huệ Linh, Đồng Vân, Đồng Ngân, Đồng Tú, HL Diệu Liên Hồng Thị Hóa, HL Đồng Sanh Diệp Đồng Ngươn 200€. Gđ. Pt Ngô Trí Bằng & Nguyễn Thị Kim Ngân và Ngô Trí Đạt, Ngô Ngọc Tâm 50€. Gđ. Pt Nguyen Chay 100€. Gđ. Pt Nguyên Ngọc Phạm Thị Bích Thủy 50€. Gđ. Pt Nguyễn Thị Hương 50€. Gđ. Pt Nguyên Trí & Nguyễn Tuệ 100€. Gđ. Pt Nguyễn Văn Quang & Nguyễn Thị Mến 50€. Gđ. Pt Pavel & Ngọc Tuyền Trần Thị Ngọc Thúy 50€. Gđ. Pt Phạm Thị Lanh Đồng Phước, Đồng Hiếu, Đồng Nhã, Đồng Trí, Đồng Huệ, HL Cụ Bà Lê Thị Văn Pd Đồng Sanh, HL Phạm Văn Hời Pd Phúc Hải & HL Phạm Thị Tài Pd Diệu Tuân 500€. Gđ. Pt Phạm Văn Sơn (tức Hải) & Đồng Hoa Nguyễn Thị Thu Hương và Trần Gia Hoàng, Trần Gia Vương, Phạm Quỳnh Anh 50€. Gđ. Pt Phạm Văn Tăng, Nguyễn Thanh Xuân, Phạm Văn Đức & Phạm Thị Thanh Hằng 50€. Gđ. Pt Tâm Mỹ Trần Thị Mỹ Châu 50€. Gđ. Pt Thái Thị Khánh Hồng 50€. Gđ. Pt Thiện Hảo Đào Thị Thanh Dung 50€. Gđ. Pt Thiện Lộc Đặng Lâm Quang & Ngọc Cẩn Trần Thị Lan và Ngọc Hiển Đặng Hải Lâm, Thiện Phước Đặng Trần Nhật Minh 100€. Gđ. Pt Thiện Như Nguyễn Thị Thanh Kiều 50€. Gđ. Pt Thiện Vũ Nguyễn Thị Kim Oanh 50€. Gđ. Pt Từ Hậu Trương Thị Diệu Linh 50€. Gđ. Pt Từ Vạn Ong Thị Dung 50€. Gđ. Pt Viên Đào Nguyễn Thái Bạch Đào 50€. Gđ. Pt Viên Hồng Nguyễn Thái Bạch Hồng 50€. Gđ. Pt Viên Trung Nguyễn Trung Thảo (1940 Canh Thìn) 50€. Gđ. Pt Thiện Mỹ Lê Thị Ngọc Hân & Tiên Dân Quyền 150€. HL Trương Thị Vy Pd Thanh Vy 50€. Huỳnh Lê Diệu Phước, Thiện Đức, Thiện Huy, Thiện Hậu, Thiện Xuân & Thiện Mỹ 100€. Lại Huỳnh Thiện Xuân Pd Thiện Xuân 50€. Lý Trường An Pd Phúc Minh 50€. Thích Nữ Hạnh Bình 100€. Trần Thị Yến & Trần Thị Nhung 50€. Gđ. Pt Trần Thị Diệu Hiền Pd Diệu Hòa, Trần Ngọc Trí, Trần Mai Thi Christiana, Trần Ngọc Huy Florian, Nguy Hồng Sơn, Nguy Sơn Hải Stephan, Nguy Sơn Toàn Michael, Nguy Chơn Tâm, Nguy Hữu Đức, Nguy Sơn Cẩm, Nguy Phi Long & Gđ. Đỗ Thị Phương Linh (Göttingen) 600€. Nguyễn Sanh Sử (Schweiz) 50€. Thầy Thích Hạnh Lý (Hannover) 100€. Gđ.Pt Diệu Phúc Lữ Thị Mỹ Hạnh 50€. Gđ.Pt Nhứt Pd An Duyên 50€. Gđ.Pt Giác Tánh 100€. Gđ.Pt Huệ Lương Nguyễn Thị Thu Hiền 30€. Gđ.Pt Đồng Thiện Tiên 50 bao gạo và mì gói.

* Học Viện Phật Giáo Viên Giác

Đồng Bưởi 1.500€. Đồng Các 2.000€. Đồng Cam 2.000€. Đồng Đô 1.500€. Đồng Hạ 2.500€. Đồng Lan 2.500€. Đồng Mai 3.000€. Đồng Mộc 1.000€. Đồng Quít 1.500€. Đồng Sen 2.500€. Đồng Tâm 50€. Đồng Thu 2.000€. Đồng Tiến 1.500€. Đồng Xuân 2.500€. Đồng Thảo 4.000€. Đồng Tâm 400€. Fam. Trần (Trần Đoàn Duy Hải) 100€. Hoàng Thị Phúc 200€. Hoàng Thu Trang 200€. Nguyễn Thị Thu Hương 50€. Nha Xanh GmbH 600€. Gđ. Quảng Đạo Hoàng Tôn Long & Nguyễn Thị Thu Cúc (Frankfurt) 500€. Thái An Giang 200€. Trần Thị Diệu An & Nguyễn Văn Phát 300€. Văn Ngọc Xuân 300€. Cô Thanh Phi (Australien) 540€. Duyên Khánh Trúc 540€. Kim Phương Quảng Tịnh 253€. An Thị Cẩm Lại (Berlin) 100€. Thy Lan Chơn Hằng Tịnh (Dallas/USA) 175,62€. Dương Thị Ngọc Liên (Friedrichshafen) 50€. Gđ. ĐH. Thái Tú Hạp & Ái Cẩm (Los Angeles USA) 878,12€. Thiện Hóa (Mönchengladbach) 50€. ĐH. Ẩn danh (Oklahoma/USA) 263,44€. Nguyễn Thị Thu (Rödermark) 100€. Chùa An Lạc (San Jose/USA) 439,06€. Vũ Quang Tú (Seelze) 1.500€. Ẩn danh (USA) 129€. Diệu Tâm Liễu 184€. Gđ. Đh. Ngọc Hòa 919€. Huệ Ân, Chúc Hoàng

& Thiện Hội 2.756€. Nhóm Phật Tử Liên Đăng 919€. Sư Cô Thích Nữ Hạnh Trì 4.593€. Cô Từ Bi Nguyện (USA/San Jose) 4.593€. Ẩn danh (USA/Santa Ana) 324€. Chùa Bồ Đề Lan Nhã (Việt Nam) 526,87€. ĐH. Tâm Hạnh Thảo 439,06€. Bành Tâm Sơn (Wiesbaden) 20€.

* TỪ THIỆN & XÃ HỘI

-Cô nhi, Cùi, Mù & Dưỡng lão: Lê Thị Hoe 40€. Hoàng Thị Ngọc Bích (Dillingen) 100€. Helene Antony Do (Düsseldorf) 100€. Dr. Nguyễn Hoàng Cương & Dr. Nguyễn Thị Minh Ngọc (Hamburg) 50€.

-Nồi cháo tình thương: Phạm-Nguyễn Thị Thu Thủy (Belgique) 100€. Nguyễn Thị Thu Thủy (Fürstenfeldbruck) 30€.

-Mở mắt tìm lại ánh sáng: Trương Văn Ky (Villingen) 50€.

-Phóng sanh: Trương Văn Ky (Villingen) 50€.

-Giúp động đất Myanmar: Kỳ Hữu Long & Nguyễn Trọng Minh 30€. Khóa Giáo Lý GĐPT Đức Quốc 455€. Nguyễn Thị Kim Chi (Laatzen) 50€. Uông Minh Trung (Laatzen) 20€. Phi Tạ (Stadthagen) 50€.

* Học bổng Tăng Ni Việt Nam: Nguyễn Nhân Lộc (Houston.TX/USA) 36€. Bành Tâm Sơn (Wiesbaden) 20€.

* KÝ TỰ: Thuy Nga Sou 150€. Lê Thị Xuyến (Hannover) 160€ HL Uwe Eitner & Thích Đàm Nhàn.

* QUẢNG CÁO: Ngô Phú Hải (Berlin) 280€. Lý Thị Ngọc-Phương (Bremen) 200€. Mai Lam (Maivelle Oldenburg) (Oldenburg) 1.400€.

* ĐỊNH KỲ (Tháng 3 & 4 /2025): An Duyên Nguyễn Thị Nhứt 20€. Chöling 700€. Christian Leupold 60€. Đặng Quốc Minh 20€. Đào Thị Hiền 40€. Diệu Khai, Diệu Ngọc & Quảng Tâm 100€. Đỗ Thái Bằng 60€. Đỗ Thị Hồng Hạnh 10€. Đoàn Thanh Vũ Phước 20€ HHHL Bà Võ Thị Hai Pd Đồng Phước. Đồng Giới Nguyễn Thị Thu 20€. Đồng Hoa & Thiện Mỹ 10€. Đồng Lê Trần Thị Kim Lệ 10€. Dương Anh Tuấn & Đinh Thị Hồng Đoàn (Norderney) 20€. Gđ. Nguyên Huệ & Diệu Mẫn 100€. Gđ. Thị Thiện Phạm Công Hoàng 50€. Gđ. Thiện Nam & Thiện Hồng 100€. Gđ. Viên Tú Nguyễn Thị Anh 10€. Hà Ngọc Kim 50€ HHHL Đinh Thị Hơi Pd Diệu Hạnh. Hồ Thị Nguyệt 50€. Hoàng Thị Nhung 20€. Hoàng Thị Phúc 20€. Hoàng Thị Tân 120€. Hồng Nghiệp Phan Quỳnh Trâm 10€. Hứa Thiện Cao 10€. Hue Wollenberg 20€. Lâm Đức Toàn 5€. Lâm Thị San 20€. Lê Minh Sang 60€. Lê Thị Ngọc Hân 100€. Lê Thị Tiến 50€. Lê Thùy Dương 20€. Lê Văn Đức 20€. Lý Kiến Cường 30€. Lý Lăng Mai (Saarbrücken) 20€. Manuela Horn 20€. Ngô Thị Thắng 20,46€. Nguyễn Hoàng Vũ & Nguyễn Thị Thanh Phương 20€. Nguyễn Liên Hương 40€. Nguyễn Ngọc Đương 10€. Nguyễn Quang Hùng 30€. Nguyễn Quốc Định 30€. Nguyễn Thị Diệu Hạnh 40€. Nguyễn Thị Hiền 20€. Nguyễn Thị Hồng Quyên 10€. Nguyễn Thị Kim Lê 20€. Nguyễn Thị Minh Sáu 40€. Nguyễn Thị Ngọc Lan 25€ HHHL Mẹ Nguyễn Thị Phụng Pd Đồng Phước. Nguyễn Thị Ngọc Thảo (Straubenhardt) 50€. Nguyễn Thị Thắm 20€. Nguyễn Thiện Đức 100€. Nguyễn Văn Vũ & Nguyễn Thị Thu Trinh (München) 100€. Nguyễn Thị Hồng Quyên 10€. Phạm Thị Mai & Minh Trương 40€. Phạm Văn Dũng & Đỗ Thị Cúc 12€. Phan Đình Du 100€. Phan Thị Đương 25,56€. Phan Thị Lan 20€. Phùng Văn Thanh 20€. Quách-Lê Thị Kim Thu 50€. Sabine & Phan Trương Trần Vũ 100€. Tạ Thị Ngọc Dung 60€. Thái Kim Sơn 80€. Thái Quang Minh 200€. Thị Bích Lan Nguyễn-Erhart 30€. Thiện Chơn Ngô Quang Vinh 40€. Thiện Độ Ngô Quang Đức 80€. Thiện Thủy Vũ Thị Xuyến 30€. Tôn Thúy 40€. Trần Mạnh Thắng 100€. Trần Tân Tiếng 22€. Trần Thị Kiều Nga 20€. Trần Thị Ngọc Anh (Trần Lăng Hía) 20€. Trần Thị Thanh 30€. Trần Thị Thu Thủy 10,22€. Trần Văn Dân 15€. Trương Ngọc 100€. Uông Minh Trung 20€. Viên Tú Nguyễn Thị Anh 10€. Võ Thị My 20,46€. Võ Thị Mỹ 20€. Võ Văn Hùng 30€. Vũ Đình Đức 30€. Vũ Quang Tú 100€. Vũ Thị Tường Nhân 20,46€. Young Thị Thanh 30€.

TU VIỆN VIÊN ĐỨC
(01.01.2025 - 31.03.2025)

TAM BẢO: Gđ. Chị Hằng Pd Giới Hương 15€. Gđ. Phạm Huy 100€ chia buồn cùng Chị Trang & Anh Tí. Diệu Thục Quách Thanh Vân & Diệu Lạc Quách Thanh Nguyệt 106€. Dương Kim Hồng & Quách Thanh Nguyệt 532€. Dương Thị Ngọc Liên 30€. Hồ Thị Thanh Bình 60€. Lê Thúy Hà 30€. Trần Hoàng Minh 90€. Nguyễn Thị Kim Dung 150€ HHHL Trần Hữu Phúc Pd Thanh Tran. Bành Hên 110€. Lai Trung Việt & Lo Thị Phương 60€. Trần Mạnh Thắng 150€. Phạm Thái Hùng 15€. Quách Thị Phương & Van Khanh 30€. Vũ Đình Đức 45€. Nguyễn Thúy Hà 30€. Lê Thị Kim Loan 60€. Diệu Ngọc & Quảng Tâm 40€. Đỗ Văn Vinh 30€. Nguyễn Thị Lan Anh (Neu-Ulm) 30€. Trần Thị Nga 30€. Trần Thị Nở 60€. Hoàng Minh Triệu 20€. Nguyễn Thị Minh Phương (Erbach) 90€. Thanh Hương Bauer 30€. Thích Nữ Hạnh Bình 120€. Hà Văn Trang 30€ HH Hà Mộng Giao. Gđ. Ngũ Thơ Cường 50€. Gđ. Chị Mai & các con 500 HHHL Trương Văn Hồng. Ẩn danh 100€. Đặng Xuân Hùng (Singen) 500€. Ý Song Châu & Ý Tâm Châu và gia đình các con Trương Thanh Hải, Trần Minh Hạnh, Trương Thanh Hiếu, Trương Thị Hạnh 300€ HHHL Cha Trương Kim Học Pd Trí Thông. Gđ. Phạm Nguyệt Anh 200€. Trần Văn Dũng (Singen) 100€. Nguyễn Thị Hồng Bích (Konstanz) 100€. Chị Giới Hương 100€ mua cây làm giàn bầu & su hào. Tiến & gia đình (Lindau) 100€. Fam. Đoàn 150€. Lương Văn Du 100€. Herrn Dr. Tý 100€. Paradise Nail (Lindau-Bodensee) 100€. Gđ. Diệu Như Phạm Thi Kim Nhung 200€. Huệ Thành Nguyễn Mãnh Mai & Quảng Thiện Nguyễn Trọng Bình 100€. Gđ. Hùng & Thủy 100€. Gđ. Pt Ngô Tuấn Anh 100€. Nguyễn Thương Huyền (Ravensburg) 100€. Đồng Ngọc Đào Thúy Uyên 150€ (Định kỳ). Huỳnh Hà Pd Diệu Hòa (Lindenberg) 120€ (Định kỳ năm 2025). Phạm Thái Nhật Long & Phạm Thái Phi Long (Günzburg) 90€. Trần Lệ Hoa 80€. Gđ. Lâm Nguyễn (Lindenberg) 70€. Công Thanh Dương (Pfullendorf) 70€. Gđ. Hà Hiền 60€. Đoàn Thị Hồng Bambo Garden Restaurant (Sonthofen) 60€. Tobi (Bernmatingen) 53,19€. Nguyễn Đắc Dũng & Nguyễn Thị Hồng (Nonnenhorn) 50€. Hồ Kim Mai (Memmingen) 50€. Sơn & Chiến (Schweiz) 50€. Lê Hoàng Sĩ 50€. Gđ. Tuệ Mạnh & Nguyên Phúc 150€. Gđ. Hải Lý (Ravensburg) 50€. Nguyễn Bá Sơn 50€. Gđ. Hiệp Hiếu (Überlingen) 50€. Tâm Tịnh Độ 50€. Hoàng Thị Bình (Grünkraut) 50€. Gđ. Tâm Sơn 50€. Tống Ngọc Thảo (Baienfurt) 50€. Nguyễn Duy Linh & Phan Thị Thoa (Lindau (Bodensee)) 50€. Gđ. Hùng & Mỹ và Vinh Hào 50€. Gđ. Dương (Konstanz) 50€. Đỗ Trung (Biberach) 50€. Gđ. Trương Văn Tấn 50€. Gđ. Hằng Nguyễn Crepaz 50€. Bùi Thị Minh (Oberstdorf) 50€. Phổ Duyên Vương Kim Hương 50€. Ngô Văn Thắng (Oberstdorf) 50€. Fam. Từ Vạn Thọ & Từ Tú Quyên (Österreich) 50€. Vũ Thị Mai (Westerheim) 50€. Nguyễn Thị Hồng Nhung (München) 50€. Diệu Nguyện Trần Thị Kim Lệ (Đồng Tháp/Việt Nam) 50€. Đồng Quý 50€. Giác Ngộ Võ Đình Trong & Diệu Liên Vương Kim Huệ 50€. Gđ. Vũ Thanh Hương (Ulm) 50€. Gđ. Việt Tuyến (Neukirch) 50€. Pt Đồng Trí 50€. Lan Nguyễn (Lindau/Bodensee) 60€. Lưu Phước Lai (Friedrichshafen) 40€. Pt. Mạch Khung & Kim Xiếu 40€. Nguyễn Thị Định (Waldsee) 30€. Hoàng Sang Lưu (Biberach/Riß) 30€. Thủy 30€. Nguyễn Thị Yến 60€. Nguyễn Thị Nhiều 30€. Cương & Nhung (Ravensburg) 30€. Lê Thị Liệu (Dresden) 30€. Lê Thị Oanh (Friedrichshafen) 30€. Gđ. Huệ Phúc Hồ Thị Hạnh 20€. Lê Thị Hòa (Weiler Simmberger) 20€. Hoàng Kim Bình 20€. Đỗ Thị Nhân 20€. Phạm Thu Hằng (Tettnang) 20€. Tâm Huệ 20€. Fam. Huỳnh & Đồng (Lindenberg Allgau) 20€. Gđ. Chinh & Châu 20€. Phạm

Vốn 20€. Mai Thị Ngọc (Konstanz) 20€. Nguyên Vi 20€. Gđ. Ngô Văn Chia 20€. Pt. Đồng Dung Nguyễn Thu Trang (Heinemkirch) 20€. Lê Thị Ngọc Mai 20€. Lim Do Ahu 20€. Trước Khung (Minh Phát) 20€. Vũ Thị Hằng 20€. Nguyễn Thị Thanh, Nguyễn Văn Thắng, Nguyễn Thị Thu Huyền và Mi-A Nguyễn (Ravensburg) 20€. Gđ. Huỳnh Cuối Liễu 20€. Trần Trang Vy (Wangen) 10€. Tạ Xuân Hồng (Lindenberg im Allgäu) 10€. Nguyễn Thị Huyền (Lindenberg) 10€. Thu Trang Pd Đồng Dung 10€. Trần Thúy Nga (Neukirch) 10€. Võ Thị Thùy Linh 50€. Thị Bình Binh Bayer-Hoang 213€. Lê Thị Huê 120€. Lê Thị Kim Loan 60€. Pt An Dũng & Huệ Kiết và Thiện Bảo (Kassel) 200€. Nguyễn Thị Kim Dung 800€. Tobias Barisch 88€. Hoàng Minh Triệu 10€. Ẩn danh 319€. Diệu Xuân Võ Thị Kim Xong 53€. Quách Thanh Vân 50€ HHHL Cô Hai. Lương Franco 50€. Diệu Thiện & Diệu Xuân 20€. Gđ. Trọng Hường 100€. Thầy Hạnh Bổn 500€ HHHL Trương Kim Học Pd Trí Thông. Fam. Hoàng Văn Đinh & Tạ Thị Trúc Mai 400€. Thiện Lạc & Thiện Hiếu (Nürnberg) 300€.

* * *

Khi chuyển tịnh tài cúng Chùa, xin quý vị vui lòng ghi vào mục (Verwendungszweck = mục đích cho việc gì) để văn phòng dễ sắp xếp. Quý vị ở ngoài nước Đức cũng có thể gửi tiền mặt hoặc Check trong thư, có thể gửi thường hoặc bảo đảm về chùa. Xin thành thật cám ơn quý vị.

Tất cả mọi sự Cúng Dường định kỳ hoặc những lễ lạc khác cho Chùa, quý vị đều có thể lấy Giấy Khai Thuế lại (bằng tiếng Đức) để cuối năm quý vị có thể khai khấu trừ thuế với Chính Phủ. Quý vị nào cần, xin liên lạc về Chùa qua Email: pagodevg2020@gmail.com bằng thư hoặc điện thoại, cho đến cuối tháng 4 mỗi năm; chúng tôi sẽ gửi giấy đến quý vị.

Chuyển tịnh tài về Chùa Viên Giác, xin quý vị chuyển vào Konto mới như sau:

1. Chùa Viên Giác
Congr.d.Verein Vietn.Buddh.Kirche Abteilung i.d. Sparkasse Hannover
Konto Nr. 910 403 066
BIC: SPKHDE2HXXX
IBAN: DE40 2505 0180 0910 4030 66

2. Học Viện Phật Giáo Viên Giác có số Konto riêng là:
Vien Giac Institut
Konto-Nr.: 910 570 655
BIC: (Swift-Code): SPKHDEHXXX
IBAN: DE 90 2505 0180 0910 5706 55
Sparkasse Hannover

3. Tu Viện Viên Đức ở Ravensburg có số Konto:
Kloster Vien Duc
BIC: SOLADES1RVB
IBAN: DE53 6505 0110 0111 3020 68
Kreissparkasse Ravensburg

DANH SÁCH NHỜ ĐĂNG CỦA HỘI VAF ĐỨC QUỐC

Danh sách đợt III Mạnh Thường Quân ủng hộ Tu sửa Nghĩa Trang Quân Đội Biên Hòa, từ ngày 01.04.2025 đến ngày 10.05.2025. Liên Hội Trùng Tu Nghĩa Trang Quân Đội Biên Hòa chân thành cám ơn Quí vị Mạnh Thường Quân. Trần thị Ngọc Hương (Henstedt-Ulzburg)100€; Nguyệt Hà VC (Hamburg) 100€; Trần thị Sâm (USA) 100$; Nguyễn thị Thanh Tâm (USA) 100$; Nguyễn Duy Thành (USA) 100$; Nguyễn Tấn Nghiệp (USA) 100$.

Ủng hộ về Tài chánh cho VAF quí vị có thể chuyển qua Trương Mục (Konto): Sparda-Bank Hamburg eG. Người nhận: Thi Bich Lien Dam; IBAN: DE47 2069 0500 0001 6300 75. Verwendungszweck (lý do): Nghĩa Trang Quân Đội Biên Hoà.

Xin chân thành cám ơn. Đại diện Hội VAF Đức Quốc. Nguyễn Tích Phùng.
Tel (049)0157 8726 3989. Email: phungnguyen34@gmail.com

Ngày....... tháng .... năm 20 ....
PHIẾU ỦNG HỘ BÁO VIÊN GIÁC
Số hiệu độc giả (SH) ....
Họ và tên ....
Địa chỉ ....
....
Tel./Email................................
Số tiền: ....
Giấy chứng nhận khai thuế: Có ☐   Không ☐
Độc giả mới ☐   Độc giả cũ ☐
Nếu thay đổi địa chỉ nhận báo, xin ghi rõ địa chỉ cũ dưới đây:
....
....
Congr.d.Verein Vietn.Buddh.Kirche Abteilung i.d
Sparkasse Hannover
Konto Nr. 910 403 066
BIC: SPKHDE2HXXX
IBAN: DE40 2505 0180 0910 4030 66

www.ingramcontent.com/pod-product-compliance
Lightning Source LLC
LaVergne TN
LVHW072128060526
838201LV00071B/4990